பிறப்பொக்கும்

பிறப்பொக்கும்

மைதிலி (பி. 1974)

இயற்பெயர் ம. ரத்தினாம்பாள். திருப்பூர் மாவட்டம் முத்தூருக்கு அருகில் இருக்கும் சின்னமுத்தூர் என்னும் சிறு கிராமம் இவர் பிறந்த ஊர். பெற்றோர்: கு.மருதமுத்து, மா. செல்லம்மாள். பொதுநூலகத்துறையில் நூலகராகப் பணியாற்றிக்கொண்டிருக்கிறார். மகன் சஞ்சித் மிருத்தஞ்ஜெயன், மகள் மிருணாளினி. தற்போது வெள்ளகோவிலில் வசித்துவருகிறார்.

மைதிலி

பிறப்பொக்கும்

காலச்சுவடு பதிப்பகம்

அன்பார்ந்த வாசகருக்கு,

வணக்கம்.

காலச்சுவடு நூலை வாங்கியமைக்கு நன்றி.

நூலின் உள்ளடக்கம், உருவாக்கம், அட்டைப்படம் இன்ன பிற அம்சங்கள் பற்றிய உங்கள் கருத்துகளையும் ஆலோசனைகளையும் காலச்சுவடு வரவேற்கிறது. தகவல், எழுத்து, வாக்கியப் பிழைகள் தென்பட்டால் சுட்டாயம் தெரிவித்து உதவுங்கள். நூல் தயாரிப்பில் கடும் குறைபாடு இருப்பின் மாற்றுப் பிரதி உங்களுக்குக் கிடைக்கக் காலச்சுவடு ஏற்பாடு செய்யும்.

***மின்னஞ்சல்:* publisher@kalachuvadu.com**

காலச்சுவடு நாகர்கோவில் தலைமையகத்துக்கும் கடிதம் அனுப்பலாம்.

தங்கள்
எஸ்.ஆர். சுந்தரம் (கண்ணன்)
பதிப்பாளர் – நிர்வாக இயக்குநர்

பிறப்பொக்கும் ❖ நாவல் ❖ ஆசிரியர்: மைதிலி ❖ © ம. ரத்தினாம்பாள் ❖ முதல் பதிப்பு: பிப்ரவரி 2022, இரண்டாம் (குறும்) பதிப்பு: செப்டம்பர் 2022 ❖ வெளியீடு: காலச்சுவடு பப்ளிகேஷன்ஸ் (பி) லிட்., 669, கே.பி. சாலை, நாகர்கோவில் 629001

piRappokkum ❖ Novel ❖ Author: Mythili ❖ © M. Rathinambal ❖ Language: Tamil ❖ First Edition: February 2022, Second (Short) Edition: September 2022 ❖ Size: Demy 1 x 8 ❖ Paper: 18.6 kg maplitho ❖ Pages: 240

Published by Kalachuvadu Publications Pvt. Ltd., 669 K.P. Road, Nagercoil 629001, India ❖ Phone: 91-4652-278525 ❖ e-mail: publications @kalachuvadu.com ❖ Printed at: Adyar Students xerox Pvt. Ltd., No. 275 Habibullah Road, Triplicane high Road, Opp Triplicane Post Office, Triplicane, Chennai 600005

ISBN: 978-93-5523-030-0

09/2022/S.No. 1056, kcp 3811, 18.6 (2) uss

தங்கை கவிதாவின் தீரா நினைவிற்கு

நன்றி

மிகுந்த அன்பின் கே. விஸ்வநாத் மேனனுக்கும்,

நான் நம்பிக்கையோடு பற்றியிருக்கும் நண்பர்கள் அத்துணைபேருக்கும்,

இந்தக் கதைக்குத் தகவல்கள் தந்து உதவிய அம்மா, சித்தி, தம்பி ஆகியோருக்கும்,

நாவலைப் பதிப்பித்த காலச்சுவடு பதிப்பகத்திற்கும்.

என்னுரை

எல்லா உயிர்க்கும் . . .

எந்தவொரு தீர்மானமும் இல்லாமல்தான் இதன் தொடக்கம் இருந்தது. பிறகு எங்கெங்கோ ஓடி எதையெதையோ பற்றி யார்யாரையோ இழுத்துக் கொண்டு படைப்பாக உருக்கொண்டுவிட்டது. உறக்கத்திற்கான நேரமென்று கற்பிதம் கொண்டு ரசிக்காமல் கைவிடப்பட்ட இரவுப் பொழுதைவிடப் புறக்கணிக்கப்பட்ட அழகிய படைப்பு வேறு என்ன இருந்துவிட முடியும்? அப்படிக் கண்டுகொள்ளாமல் புறக்கணிக்கப்பட்ட எளிய மனிதர்கள் என் பால்யம் முழுவதும் நிறைந்திருந்தார்கள்; இரவும் தனிமையும் ஒன்றாக இழைந்த பொழுதுகளில் அவர்களெல்லாம் என்னைச் சுற்றிச் சூழ்ந்து கொண்டார்கள். அவர்களைப் பின்தொடர்ந்து போனேன். விலகிப்போய்விட்ட உறவுகளுக்குள்ளும் இழந்துவிட்ட என் ஊருக்குள்ளும் தினமும் நுழைந்து வெளியேறிக்கொண்டேயிருந்தேன். பிறகு கொஞ்சங்கொஞ்சமாய் ஒவ்வொருவரது வாழ்விற்குள்ளும் அத்துமீறி நுழைந்தேன். இரவின் இருள்வெளிக்குள் தேடலோடு அலையும் ஒற்றைப் பறவையைப்போல. பால்யத்தில் நான் அள்ளித் தின்றபோது தெரியாத மண்ணின் ருசி அப்போது தெரிந்தது. அதைப் பதிவுசெய்ய முற்பட்டேன். என் ஊரின் மனிதர்களை மட்டும் சொன்னால் போதுமா ? கருணையை நிழலாக வழங்கிய கெடா வேப்பமரம், தண்மையோடு நிரம்பிக்கிடக்கும் வாவி, கொண்ட ஆழத்தை ஒருபோதும் வெளிக்காட்டிக் கொள்ளாத நாணப்பாழி, பாரங்களை வாங்கிக் கொண்டு இளைப்பாற்றியனுப்பும் சுமைதாங்கி, இறைக்கஇறைக்கச் சுரக்கும் படிக்கிணறு, விளக்குத் தூண், பொதுச்செக்கு, மாடுநோஞ்சிக் கல், கோயில் கோபுரம், குவை, நொய்யல்கரை; இவையெல்லாம்

என் மண்ணில் வாழ்ந்த மனிதர்களையும் தாண்டி வாழ்ந்தவை. பின்வந்த நாட்களில் அடியோடு தகர்க்கப்பட்டுத் தூக்கிவீசப்பட்டவை. ஆனால் ஒரு விசயம் . . . எந்தவொரு மகத்தான மனிதனின் சமூகப் பங்களிப்பை விடவும் எந்த வகையிலும் குறைந்தவையல்ல இவற்றின் பங்களிப்பு. மீண்டும் இவையெல்லாம் என் கிராமத்துக்குள் நுழைய முடியவில்லை என்னைப் போலவே, தொலைக்கப்பட்ட இத்தனைக்கும் என்னைவிட்டால் யாருமில்லை என்ற ஆதங்கத்தில் பதிவு செய்ய முனைந்தேன்.

'மாடுநோஞ்சிக் கல்' வேறு ஊர்களில் இருந்திருக்கிறதா எனத் தெரியவில்லை. என் ஊரில் இருந்தது. மனிதர்களுக்கானது மட்டுமல்ல. எல்லா உயிர்களும் வாழ்வதற்கான வகையாக இருப்பதுதான் ஊர் என்பதை ஒரு மாடுநோஞ்சிக் கல்லை நட்டு வைத்து நிலைநாட்டிப் போயிருந்தார்கள் என் சனங்கள். அதனால் தானோ என்னவோ எனக்கு வெள்ளைநாய் மணியனைக் கைவிட மனமில்லை. சரி போதுமா? என் ஊரின் ஒட்டுமொத்த அடையாளமான ஒவ்வொருவரின் பற்றுக்கோலான செல்லையன், அவனை விட முடியுமா? என் சனங்கள் ஒருநாளும் அவனைக் கடவுளாகப் பார்த்ததில்லை. அதற்கும் மேலே 'நம்ம செல்லையெ,' 'எம்பட செல்லையெ' என்று உரிமை கொண்டாடினார்கள். அவனை 'செவுடா' 'குருடா' என்று அவர்களால் வசைபாடவும் முடிந்திருந்தது. மணியனையும் செல்லையனையும் இந்த கதைக்குள் கூட்டிவந்தேன். 'பிறப்பொக்கும்' எனத் தலைப்பிட்டேன்.

நாயென்ன, கடவுளென்ன, மனிதனென்ன, மரம்செடியென்ன, ஆன்மா என்பது ஒன்றுதான் என்று நினைத்தேன். நேசிப்பதற்கும் நேசிக்கப்படுவதற்கும் ஆட்படுவதுதானே ஆன்மா? இறுதியில் அத்தனைக்குள்ளும் அடைபட்டுத் ததும்பி நிற்கும் ஆன்மாவின் நேசம் 'பிறப்பொக்கும்' என்ற தலைப்பிற்கு வலுவைக் கொடுக்கும் மைய இழையாகத் தன்னிச்சையாகவே நிலைபெற்றுவிட்டது.

எனக்கு மறுக்கப்பட்ட ஊருக்குள் நுழைய முடிந்தது. எனக்கு மறுக்கப்பட்ட தேரை ஆவேசத்தோடு வடம்பற்றி இழுக்க முடிந்தது. இவையெல்லாம் இந்தப் படைப்பால் எனக்குச் சாத்தியப்பட்டது. இந்த கதையை வாசிக்க முற்படும் யாரையும்கூட என் ஊருக்குள் கூட்டிப்போவேன். ஊரால் உறவால் மறுக்கப்பட்டதையெல்லாம் மீட்டெடுத்து வழங்கிய 'பிறப்பொக்கும்' படைப்பிற்கு நான் நன்றிசொல்லியே தீர வேண்டும்.

வெள்ளகோவில் **மைதிலி**

23-11-2021

1

“பொன்னாப்புள்ளேஏ . . ., இந்த வேவாத வெய்யில்ல தலெச்செமையோட வெக்கு வெக்குன்னு போவாட்டி என்ன, சித்தெ நின்னுதேம் போலாமல்லொ” எனக் கருக்கங்காட்டுக் கிணற்று மேட்டில் சாய்ந்து நின்றுகொண்டு வண்டித்தடம் வரைக்கும் நிழலைப் பரப்பி வைத்துக் கரிசனத்தோடு கூப்பிட்டது இரட்டைப்புளியமரம். அதைப் பொருட்படுத்தாமல் விறகுச்சுமையோடு கடந்து போனாள் பொன்னா. மாளாத வேலை கிடக்கிறது. நிற்பதற்கெல்லாம் நேரமில்லை. பங்குனிமாத வெய்யில், தடம்வழியெல்லாம் தணலைக் கொட்டி வைத்திருந்தது. “இதா போயாச்சு, இன்னம் நாலே எட்டுத்தே, அஞ்சுசீக்கரம் வூடு போய்ச் சேந்துக்கலா” எனச் சூடு தாங்காமல் தவித்த வெற்றுக்கால் களுக்குத் தகுமானம் சொல்லிக்கொண்டே, வேகமாய் நடந்தாள்.

தெற்கு முடக்கு திரும்பியதும் கிழக்குவீதி. செல்வக்குமாரசாமி கோயிலுக்கு நேரெதிரில் கூரை வேயப்பட்ட பத்துப்படி மண்டபம். ஊரையே சுழன்றடிக்கும் வெக்கை, ஏனோ அங்கே மட்டும் அண்டுவதேயில்லை. பத்துப்படி மண்டபத்தை நெருங்கியவள் அதன் தண்மையைக் கடந்து போக முடியாமல் நின்றுவிட்டாள். மண்டபத்துத்தூணைத் தாங்கலாகப் பிடித்துக்கொண்டு காலை மாற்றிமாற்றி வைத்துச் சூட்டைத் தணித்துக்கொள்ள முயன்றாள்.

கருக்கங்காட்டுக் களையெடுப்புக்குக் கூலிப் பணம் வாங்கிக் கொண்டுவந்தவள், வேலாமரத்தின் காய்ந்து வறண்ட கிளையொன்று இட்டேறியை ஒட்டி விழுந்து கிடப்பதைப் பார்த்தாள்.கிளைகளை உடைத்து வைத்து, வேலியில் படர்ந்திருந்த உரிக்காக் கொடியை இணுங்கிப் பிணைத்துக் கட்டாகக் கட்டினாள். சுமையைத் தூக்கிவிடுவதற்கு யாராவது வரமாட்டார்களா எனச் சுற்றிலும் பார்த்தாள்.

'நாளைக்கி கீளைக்குப் கொண்டுபோய்க்கலாமுன்னா, பாத்த சனம் வுடுமா, ஒரு சுப்பையிருக்காது, ஒண்ணுடாம நறுவுசாக் கொண்டோயிருவாங்கொ' என முந்தானைச் சேலையைச் சுருட்டிச் சும்மாடு கூட்டினாள். விறகுச்சுமையை நெட்டுக்குத்தாக நிறுத்தினாள். குனிந்து. தலையை முட்டுக் கொடுத்துத் தூக்க மாட்டாமல் தூக்கித் தலையில் வைத்துக்கொண்டாள். சுமையின் கனம் அவளை முன்னும்பின்னுமாகத் தள்ளாட வைத்து விட்டுச் சமநிலைக்கு வந்தது.

நேரமாகிவிட்டது. ஊருக்குள் சோறு வாங்கப் போக வேண்டும். ஆட்டுக்குத் தழை இணுங்க வேண்டும். அப்புறம் சந்தைக்குப் போக வேண்டும். காத்திருந்த வேலைகள், அவளை எங்கேயும் தங்கி நிற்கவிடாமல் முன்னுக்குத் தள்ளிக்கொண்டு வந்திருந்தன.

மண்டபத்து நிழலில் நின்றுகொண்டு, மண்சாலையின் மொத்தச் சூடும் அப்பியிருந்த உள்ளங்கால்களைத் தேய்த்துக் கொண்டாள். அவளுக்குச் சரிநேராக அந்தச் சிறிய ஊரையும் ஊரின் நடுவேயிருக்கும் கோயிலையும் பல காதங்களுக்குப் பறைசாற்றிக்கொண்டிருக்கும் நெடிந்த விளக்குக்கம்பம் தாண்டி, சிற்பங்களைக் கொண்ட சிறுமண்டபம் தாண்டி, கனத்த கதவு களைக் கொண்டிருக்கும் விரிந்த வெளிநடை தாண்டி, உயரமான கல்திண்ணைகளுக்கு நடுவே இருக்கும் அகலமான குறட்டு வாசற்படி தாண்டி, நிமிர்ந்து நிற்கும் கொடிமரம் தாண்டி, மயில்வாகனம் நிறுத்தப்பட்டிருக்கும் நடுமண்டபம் தாண்டி, காவலுக்கு நிற்கும் துவாரபாலகர்களைத் தாண்டி, குறுகலான உள்நடை தாண்டி, மேல்மாடத்திலிருக்கும் அகல்விளக்கின் சுடரால் முழுவதுமாக விலக்கமுடியாத கருவறையின் இருளுக்குள் மர்மப் புன்னகையோடு வீற்றிருந்தான் செல்லையன்.

இங்கிருந்து பார்த்த பொன்னாளுக்கு, கருவறையின் இருள்வெளியில் எந்த அசைவுமற்று அந்தரத்தில் மிதந்து கொண்டிருந்த சுடரைத் தவிர வேறொன்றும் தெரியவில்லை.

'அப்பா செல்லையா' என்று வாய்விட்டுச் சொல்லிக்கொண்டு, நிழலைத் தாண்டி நகர்ந்தாள். நடையை எட்டிப் போட்டாள்.

மீண்டும் பரவிய சூடு கால்களைத் தீய்ப்பதற்குள் ஒரே ஓட்டத்தில் வீடு வந்துசேர்ந்தாள்.

●

2

வேணி காற்றாடி ஒன்றை வைத்துக் கொண்டு, அதை எப்படியாவது சுற்றவைத்துவிட முயற்சி செய்து கொண்டிருந்தாள். ஓலை நறுக்கை வேலாமுள்ளில் குத்தி, சோளத்தட்டையில் செருகி, காற்றாடி செய்து கொடுத்திருந்தாள் ஆத்தா. காற்றாடியைப் பிடித்திருந்த கையைப் பின்னுக்கு இழுத்து, வேகமாக முன்னே கொண்டுவந்து பார்த்தாள். காற்றாடி அசையவில்லை.

“ஓட மாண்டீங்குது ஆத்தா.”

“ஆடி மாசந்தேங் காத்தாடி ஓடு, பங்குனியில ஓடுமா, நானுனக்கு நொங்குவண்டி செசு தரெனெடு, உருட்டி வெளையாடுவியாமா.”

“கறியுஞ் சோறும் ஆக்கித் தாரெ, ஓடு காத்தாடி . . . ஓடு.. கறியுஞ்சோறும் ஆக்கித் தாரெ, ஓடு காத்தாடி... ஓடு” காற்றாடிக்கு ஆசை காட்டினாள். அப்படியும் சுற்ற மறுத்த காற்றாடியின் மீது ‘த்தூ. . .’ ‘த்தூ. . .’ என எச்சிலைத் துப்பிக் காதைப் பிடித்துத் திருகினாள். உயர்த்திப் பிடித்துக்கொண்டு வேகமாக ஓடிப்போய்விட்டுத் திரும்பி வந்தாள். இப்போது மெதுவாகச் சுற்றத் தொடங்கியது காற்றாடி.

“ஓடுது. . . ஓடுது. . . ஆத்தா. . . இப்பக் காத்தாடி ஓடுச்சு, பாத்தயா.”

விறகுக்கட்டைப் போட்டுவிட்டு வந்து, மொடாத் தண்ணீரை இறைத்து முகத்தையும் கழுத்தையும் கழுவினாள் பொன்னா. அதே தண்ணீரைத் தொட்டுச் சிலும்பிக் கிடந்த தலைமயிரை அமுக்கிவிட்டுக் கொண்டாள். கட்டிப் போட்டிருந்த ஆடுகள் அவள் வந்ததைப் பார்த்ததும் இழுத்துக்கொண்டு கத்தின.

“உங்காயா வந்துட்டா. . . பொன்னா லேய், இந்நேரமாச்சா வாரதுக்கு, நெவுலு வுழுந்து

பந்தக்காலத் தாண்டீருச்சு, என்ன சாலக்கம் பாரு." அவள் வந்ததைப் பார்த்தவுடன் சத்தம் போட்டாள் ஆத்தா.

மதில்சுவரின் நிழல் கிழக்கில் விழ ஆரம்பிக்கும்போதே சோறு வாங்கக் கிளம்பினால்தான் சரியாயிருக்கும். இன்றைக்கு என்னவோ நிழல் விழுந்து நீண்டுவிட்டது. இந்நேரத்துக்கெல்லாம் ஊருக்குள் சோறு வாங்கிக்கொண்டு திரும்பி வந்திருக்க வேண்டும். வழக்கமான நேரம் கடந்துபோயிருந்தது.

"போனா போன எடொ, வந்தா வந்த எடொ, நாசுவெம் பெத்தது நாலும் பதருங்கறது செரியாத்தே இருக்குதுலே."

மத்தியான நேரத்து வெய்யிலும் ஆத்தாவின் ஏச்சுக்களும் எரிச்சலைத் தந்தது பொன்னாளுக்கு.

"இனி மேட்டுக்குப் போயி, எந்நேரொ வந்து சேருவாளோ காணா.இன்னமுஞ் சோறு வாங்கப் போறா பாரு உங்கோயா" வேணியிடம் சாடை பேசினாள் ஆத்தா.

"வயிசுதே ஆச்சேன்னு கம்முன்னு கெடக்கலாமல்லொ, பண்ணாட்டு போறதில்லெ,வாயி எந்நேரமும் பொரிப்பொரியறது. போறவளுக்குத் தெரியாதா,போய்க்கறென் எடுங்கொ" இடுப்புச் சேலையை உதறிக் கட்டிக்கொண்டு கிளம்பினாள் பொன்னா.

"எறப்பாணிப் பொழப்புக்கு இந்த எவுத்தாளம் ஆவாதுலே."

"தாரு எறப்பாணி? எல்லா, எங்கப்பெஞ் சீரோடதேங் கெட்டிக் குடுத்துது."

"ஆமாலே, நீ பெரீய ராசாங்கந்தே."

ஆத்தாளுக்குச் சரிக்குச் சரியாகப் பேசிக்கொண்டிருக்க, இப்போது நேரமில்லை.

"அம்மோவ், உங்கோட நானுந்தே வருவெ" காற்றாடியைத் திண்ணையில் வீசிவிட்டு ஓடிவந்தாள் வேணி.

"வேண்டா, வூட்டுல இரு."

"அலெ புள்ளையுங் கூட்டிப் போ, புள்ளெ கையில என்னாலு ரெண்டு எச்சுமுச்சாக் குடுப்பாங்கொ. நீயென்ன அவளெச் செமந்துக்குட்டா போறே."

"சிறுசுக்குத்தேம் பித்தியில்லைன்னா, பெருசுக்கும் பித்தி இல்லெ."

கழுவிக் கவிழ்த்து வைத்திருந்த பித்தளை வாணாக் குண்டாவையும் தூக்குப் போசியையும் உருளிக் குண்டா ஒன்றையும் அவசரமாய் எடுத்துக்கொண்டாள். பித்தளை வாணாவை எடுக்கும்போது, திண்ணைக் கங்கில் ஒரு இடி இடித்துவிட்டுப் போனாள். ஆத்தாவைப் பழிவாங்க அதுபோதும். 'எனுத்துக்குலே குண்டாவெப் போட்டு இடிக்கறே, உங்கப்ப னூட்டுல இருந்து கொணாந்தையா, ஈரக்கொலெ காய, இறுத்த தண்ணியெக் குடிச்சுக்குட்டுப் பாடுபட்டு வாங்குனதாக்கு, உனக்கு என்னுலே தெரியி' இப்படியெல்லாம் சோறு வாங்கி விட்டுத் திரும்பிவரும்வரைக்கும் ஓயாமல் கத்திக்கொண்டிருப் பாள். ஆத்தாவுக்கு அந்தப் பித்தளை வாணாக்குண்டாவின் மீது யாரும் நம்ப முடியாத நேசம் இருந்தது. கருக்குப் படியாமல் இருக்க கழுநீர்த் தாழிக்குள் ஒரு ராத்திரிக்கு ஊறப்போட்டு வைத்திருந்து, உப்பையும் புளியையும் சேர்த்துத் தேய்த்துக் கழுவித் தகதகப்பாகக் கவிழ்த்திருப்பாள். தலைக்கட்டாகப் புழங்கிக்கொண்டிருக்கும் குண்டா அது.

●

3

ஆத்தா கல்யாணம்கட்டி வந்தபோது அந்த வீட்டில் பித்தளை வாணா என்று எதுவும் கிடையாது. அவள் புருசன் குப்பன், பதினாறு குடிகளுக்கும் சிரைத்துவிட்டு, நல்லது பொல்லது பார்த்துக் குடிமுறைமை செய்யும் ஊழியக்காரன். அதில் பத்து வீடு பெருத்த பண்ணையம். குப்பன் சிறுவயதில் தகப்பனை இழந்திருந்தபோதும், பங்காளிகள் எல்லாம் சதிசெய்து அவனது தகப்பனுடைய குடிகளையும் சேர்த்துக்கொண்ட போதும் அதை யெல்லாம் சாதுரியத்தோடு, கடந்துவந்து தொழிலைக் கற்றுத் தேர்ந்து பதினாறு குடிகளை யும் கைப்பற்றி, நல்ல முறையில் ஊழியம்செய்து கொண்டிருந்தான். அவன் வீட்டின் ஆசாரத்தில் நெல்மூட்டைகள் அடுக்கிக் கிடந்தன. வருட மெல்லாம் ஊழியம் செய்து கிடைத்த குடிக்கூலி. நெல்மூட்டைகள் பூச்சிபிடித்துவிடாமல் இருக்க வேப்பந்தழைகளைப் போட்டு ஒன்றன்மேல் ஒன்றாக அடுக்கிவைத்திருந்தான். அவனுக்குக் கல்யாணம் முடிந்து மறுவீடு கூட்டிவந்தபோது பெண்வீட்டுச்சனம் அதைப் பார்த்துவிட்டு " நம்ப வீராப்புள்ளெ ரோவமானவதே, நெல்லஞ்சோத்துக்கு பஞ்சமில்ல" என்றபடி அதிசயமாகப் பேசிக் கொண்டார்கள். மாப்பிள்ளை வீட்டைச் சேர்ந்த முதிர்ந்த பெண்ணொருத்தி புதுப் பெண்ணாயிருந்த வீராளை வீட்டிற்குள் கூட்டிப் போனாள். "உப்பு இதுதே, புளி இதுதே, பாத்துக்க புள்ளே, எங்குளுக்கெல்லா காலத்துக்குங் கஞ்சியூத்தோணும் பாத்துக்க" என்றபடி உப்புப்பானையிலும் புளிப் பானையிலும் சாங்கியத்திற்காக அவளது வலது கையைப் பிடித்துவைத்தாள். அப்போது உப்பும் புளியும் பானையின் வடும்புவரை கிடந்தன. பக்கத்திலிருந்த கருப்பட்டிக்கூடை நிரம்பியிருந்தது. கொட்டுக்கூடையில் கடலைக்காயும் வள்ளம் நிறைய எள்ளும் இருந்தன அடுக்குமொடாவுக்குள்,

துண்டுச்சேலைகளில் முடிந்துவைக்கப்பட்ட மொச்சைப் பயிறும் தட்டைப்பயிறும் பாசிப்பயிறும் நரிப்பயிறும் முடிப்பு முடிப்பாக ஏகத்துக்கும் கிடந்தன. பயிறுகளின் வாசனையும் கருப்பட்டியின் இனித்த மணமும் நிறைந்திருந்த அந்த அறைக்குள் தான் அவள் முதன்முறையாகப் புருசனோடு கலந்தாள்.

கரும்பந்தோகையில் கூரை வேய்ந்த வீடு. அகலமான ஆசாரம், ஆசாரத்தை ஒட்டித் தவசந்தானியம் வைப்பதற்காக இருந்த அறை, அவளுடையபடுக்கையறையாக மாறியிருந்தது. அந்த அறையின் ஒதுக்கில்தான் வருசத்திற்கொன்றாக ஆறு பிள்ளைகளைப் பெற்று இறக்கினாள். அதில் மூன்றை நோவுக்குப் பலி கொடுத்தாள். அவள் கொழுந்தனுக்குக் கல்யாணம் ஆகிப் புதுப்பெண்டாட்டியோடு வரும்வரைக்கும் அந்த அறை அவளுக்குச் சொந்தமாக இருந்தது. அதற்குப் பிறகு குப்பனும் அவளும் வெளித் திண்ணையில், பிள்ளைகளை நடுவில் படுக்க வைத்துக்கொண்டு ஆளுக்கொரு திக்காகப் படுத்து உறங்கினார்கள். தூக்கத்தில் உருண்டுகிடந்த பிள்ளைகள், அவர்களிருவரையும் வெகுதூரத்திற்குப் பிரித்துவைத்திருந்தனர். எப்போதாவது நினைத்துக்கொண்டாற்போல ஆசை கிளர்ந்தெழும்போது எரிந்துகொண்டிருக்கும் வேப்பெண்ணெய் விளக்கை ஊதி யணைத்துவிட்டு ஆசாரத்திலிருக்கும் மூட்டை மறைப்பில் அவசரமாகக் கூடிப் பிரிந்தார்கள்.

புதுப்பெண்ணாக வந்திருந்த வீராளுக்கு, அந்த அறைக்குப் போட்டிருந்த கதவு கண்காணாத அதிசயமாயிருந்தது. பூவரசம் பலகையை இழைத்துச் செய்த கதவு. அதற்கு உறுதியான இரும்பு நாதாங்கி இருந்தது. அதை அடிக்கடி உபயோகித்திருக்க வேண்டும், நாதாங்கியின் ஒருமுனை கருத்த வெண்மையில் பளபளத்தது. அகலமான பூட்டும் வளையம் ஒன்றில் கோக்கப்பட்டிருந்த திறப்புக்குச்சியும் இருந்தன. அந்தக் கதவுக்கென்று ஒரு வாசம் இருந்தது. கதவுப் பலகையில் ஆறு இதழ்களைக் கொண்ட பூ ஒன்று செதுக்கப்பட்டிருந்தது. சீரான இடைவெளியிருந்த அதன் இதழ்களைத் தடவிப் பார்த்தாள். மலர்ந்து விரிந்திருந்த மரப்பூவின் மென்மை அவள் விரல்களில் தட்டுப்பட்டது. கதவி லிருந்து அவள் உணர்ந்த வாசம்கூட அந்த மரப்பூவிலிருந்துதான் வந்திருக்க வேண்டும் என்று நினைத்துக் கொண்டாள்.

ஊரில் அவள் வீட்டிற்குக் கதவெல்லாம் கிடையாது; சாக்குப்படுதாதான். ஊர்சேரி போவதென்றால் காவலுக்கென்று யாராவது இருக்க வேண்டும். எல்லாரும் போக வேண்டியிருந்தால் மதிப்பான பண்ட பாத்திரங்களையெல்லாம் பக்கத்து வீட்டில் அளந்தும் எண்ணியும் கொடுத்து ஒப்படைத்துவிட்டு வந்து ஓலைப்படலை வைத்துச் சாத்த வேண்டியிருக்கும். படலை

முட்டுக்கொடுக்க கவைக்குச்சி, கவைக்குச்சியை முட்டுக் கொடுத்துக்கொண்டு பெரிய கருங்கல். இத்தனையும் இருந்தாலும் கிடைக்கும் படல் சந்தில் தலையை நுழைத்து முட்டிக்கொண்டு நாய்நரி உள்ளே போய்விடும்.

இந்த வீட்டில் அப்படியல்ல. கதவை அடைத்து இறுகச் சாத்தி, நாதாங்கியை இழுத்துப் போட்டு ஒரு பூட்டால் பூட்டிவிடலாம். வளையத்தோடு இருக்கும் திறப்புக்குச்சியை எடுத்துச் சேலையின் முந்தானை நுனியில் கோத்து முடிந்துகொண்டு போவதென்றால் எத்தனை சௌகரியம். அந்த நினைப்பே சந்தோசத்தைத் தந்தது வீராளுக்கு. வாசல்படியை ஒட்டியிருந்த வெளித்திண்ணை, அவள் வீட்டில் இருப்பதைப்போல ஒட்டுத் திண்ணையாக இல்லாமல் இரண்டுபேர் படுத்துத் தூங்கும் அளவுக்கு அகலமாய் இருந்தது. இப்படிப்பட்ட வீட்டிற்கு வாழ்க்கைப்பட்டு வந்தது, வீராபுள்ளை என்று அழைக்கப்பட்ட வீராளுக்குப் பெருமிதமாக இருந்தது. சிவந்த நிறத்துடன் இருந்த குப்பனின் அழகும் அவளுக்குப் பூரிப்பைத் தருவதாக இருந்தது. அவளது கருத்த முகம் அபூர்வமான ஒளியை உமிழ்ந்து மெருகைக் கூட்டியது. இத்தனை சௌகரியங்களையும் கொண்டிருக்கும் அந்த வீடு இனி அவளுடையது. இன்னும் முறுக்குக் குறைந்திருக்காத மஞ்சள்கயிற்றில் கோத்திருந்த புதுத்தாலியை எடுத்துப் பார்த்து விட்டுக் கண்களில் ஒற்றிக்கொண்டாள்.

இத்தனையெல்லாம் இருந்த வீட்டில் பித்தளையில் ஒரு வாணாக்குண்டா இருந்திருக்கலாம்தான். அதன் தேவையை யாரும் யோசிக்கவில்லையோ என்னவோ, அந்த வீட்டில் பித்தளை வாணாக் குண்டா இல்லை.

குப்பன் அவளுக்கு அத்தைமகன். தகப்பனை இழந்த சிறுவனாகத் தாயின் கைப்பிடித்து நின்றவனைத் தொழில் கற்றுக் கொடுப்பதாகக் கூட்டிப் போன தாய்மாமன்கள் உடனே எதையும் கற்றுக்கொடுத்துவிடவில்லை. அந்த வீட்டுப் பெண்கள் ஏவிய வேலைகளையெல்லாம் செய்துகொண்டிருந்தான். சாணி தெளித்து வாசல் கூட்டினான். துணி துவைத்தான். ஆடுகளை ஓட்டிக் கொண்டுபோய் மேய்த்து வந்தான். அவன் நிலையைப் பார்த்த ஒன்றுவிட்ட மாமனான நாச்சான், அவனுக்குத் தொழிலும் மங்கலவாழ்த்தும் சொல்லிக்கொடுத்தான். நாச்சானுக்கு நான்கு மகள்கள். மூன்று மகள்களுக்கும் ஓடியோடி மாப்பிள்ளை வந்து நின்றது நிற்கக் கல்யாணம் நடந்தது. கடைசிமகள் வீராளுக்கு மட்டும் கல்யாணம் தள்ளிப்போய்க்கொண்டேயிருந்தது. வயசுக்கு வந்து மூன்றுமாதமாகியும் கல்யாணம் கூடவில்லை. மனம் நொந்து போயிருந்தான் நாச்சான். இதையெல்லாம் பார்த்த குப்பன்,

தனக்குக் குடிமுறைமையும் மங்கலவாழ்த்தும் கற்றுக்கொடுத்த மாமனுக்குப் பட்ட நன்றிக்கடனுக்காக வீராளை அவனாகவே பெண் கேட்டுக் கட்டிக்கொண்டான்.

கல்யாணம் முடிந்தவுடன் புதுப்பெண்ணான வீராளுக்கு 'தண்ணித்தடம்' காட்ட படிக்கிணற்றுக்குக் கூட்டி வந்தார்கள். தண்ணீர் வற்றிக் கிடந்ததால், மடமடப்பாக இருந்த கண்டாங்கிச் சேலையைத் தூக்கிப் பிடித்தபடி, அவள் படிக்கிணற்றின் கடைசிப் படிவரைக்கும் இறங்க வேண்டியிருந்தது.

தண்ணீருக்கு முகங்காட்டி, வெற்றிலைப்பாக்கையும் பூவையும் கிணற்றுக்குள் போட்டு, 'இந்தத் தண்ணிக்கி இன்னை யிலெ இருந்து நானுந்தேம் பாத்தியக்காரி பாத்துக்க, இந்த ஊரெக் குளிர வெச்ச தண்ணி இனி என்னையுங் குளிர வெக்கோணும்' என்று வேண்டிக்கொண்டு கைகளைச் சேர்த்துத் தண்ணீரை அள்ளியெடுத்து ஒரு மிடறு குடித்து விட்டு மிச்சத்தைத் தலைமீது தெளித்துக்கொண்டாள்.

"ஊரே காஞ்சு வெங்காந்து கெடந்துது பாத்துக்க, படிக்கெணுத்துக்குள்ள உள்ளங்கையகலந்தே தண்ணி கெடந்துது. சனமெல்லாந் தேங்காத்தொட்டியப் போட்டு சொரண்டித்தே தண்ணி மோந்துது. என்னெயெக் கண்ணாலங் கட்டிக் கூட்டியாந்து, இந்த ஊருக்குள்ளார நாங்கால் வெச்ச அன்னைக்கே மழெ. அதுக்கப்பறமு அன்னாடும் மழெ பேஞ்சுக் கிட்டே இருந்துது. வாசலெல்லாம் வழுக்கி வுழுகறாப்பல பாசம்புடுச்சுப் போச்சு. பாஞ்சாநாள்லயே படிக்கெணுத்துலெ தண்ணி எட்டி மோக்கறாப்பல நெறஞ்சு போச்சு. தடம்வழி யெல்லா ஒரம்புத்தண்ணி ஓடுது. தழெதாம்பு தழைஞ்சு எங்க பாத்தாலும் பச்செ, எம்பட பேருவாசிதே இந்த ஊரப் புடுச்ச பஞ்சொம் போச்சு பாத்துக்க." ஆத்தா இதைக் காலமெல்லாம் சொல்லிக் கொண்டே இருந்தாள்.

படிக்கிணற்றுக்கு எதிரில் இருந்த அகன்ற அரசமரத்தடி யில் வீற்றிருந்த பிள்ளையாரைக் கும்பிட்டுவிட்டு மாப்பிள்ளை யும் பெண்ணும் சோடியாக ஊரைச்சுற்றிக் கொண்டு வீட்டுக்கு வந்தார்கள். வேடிக்கை பார்த்த ஊர்ச்சனம் "என்னுருந்தாலும் பொண்ணுப்புள்ளெ குப்பனுக்கு வுட்டவதே," "கருவாட்டுக் குஞ்சாட்ட பொண்ணுப்புள்ளெ" "குப்பெ மாமெம் புள்ளை யின்னு போயிக் காக்காக் குஞ்சாட்ட கீச்சரா வெட்டியாக் கட்டிக் கூட்டியந்துட்டெ" என்றெல்லாம் பேசிக்கொண்டார்கள். இதையெல்லாம் கேட்ட வீராளுக்கு உள்ளுக்குள் ஆத்திரம் பற்றிக் கொண்டு வந்தது. அழகென்ன அழகு, அழகு சோறு

போடுமா? இந்த ஊர்ச்சனத்திடம் தன் திறமைகளை மெய்ப்பித்து வாயடைக்க வைப்பதென்று வைராக்கியம் கொண்டாள். காடுகரை, வீட்டுவேலை, குடிக்குச் செய்யும் ஊழியம் என்று அவளால் அதைச் சாதிக்கவும் முடிந்தது. சீக்கிரமாகவே எல்லாரிடமும் நல்லபெயர் எடுத்துவிட்டாள். குப்பனுக்கு நல்ல மனைவியாக நடந்துகொண்டாள். பிள்ளை களைப் பெற்றுப் போட்டாள். உறவுகளை அனுசரித்தாள். கட்டும்சிட்டுமாகக் குடும்பம் நடத்தினாள்.

•

4

ஊழியம் செய்பவர்கள் வாரமானால் சனிக்கிழமைக்குச் சோறு வாங்கப் போனார்கள். மூங்கிலில் பின்னப்பட்ட கொட்டுக்கூடையில் துண்டுச் சீலையை நனைத்துப் போட்டுக்கொண்டு, குடிசெய்யும் வீட்டின் வாசல்களில் "சாமீ சோறு வாங்க வந்துருக்கறனுங்கோவ்" என்றபடி நின்றார்கள். அந்த ஒருநாளில் கிடைக்கும் நெல்லஞ்சோற்றுக் காக வாரமெல்லாம் காத்திருந்தார்கள்.

அப்போது தொட்டியங்காட்டுவளவுச் சின்ன எசமானருக்குக் கல்யாணம் கட்டியிருந்தார்கள். வடக்கே வளப்பமான ஊரிலிருந்து வண்டி நிறையச் சீரோடும் கழுத்து நிறைய நகையோடும் வந்திருந் தாள் புது மருமகள். சோறுவாங்கக் கொட்டுக் கூடையோடு வந்து நின்ற வீராளைப் பார்த்து விட்டு, "இதென்ன உங்கூர்ல கொட்டுக்கூடையில சோறு வாங்கிட்டுப் போறாங்க, எங்கூர்லயெல்லா கூடையில சாணிதே அள்ளுவொ" என்று தன் கணவனைக் கேலி செய்தாள். அந்தப் பெண்ணுக்குத்தான் எத்தனை வாய்த்துடுக்கு. அவள் ஊழியக்காரர்களை மட்டுமா அவமானப்படுத்தி னாள், அவர்களுக்குப் படியளக்கும் எசமானர் களையும் அல்லவா அவமானப்படுத்திவிட்டாள், எசமானர்களின் மதிப்பும் மரியாதையும் அந்த ஊரின் அடையாளம் அல்லவா. பின்பு எதைச் சொல்லி அவள் வாழ்க்கைப்பட்ட ஊரின் மாண்பையும் வளத்தையும் மற்ற ஊர்க்காரர்களிடம் பீற்றிக்கொள்வாளாம். இந்தப் புதுப்பெண் போகிறபோக்கில் ஊரின் மொத்த மானத்தையும் அல்லவா சீண்டிவிட்டாள். பித்தளையில் வாணாக்குண்டா ஒன்றை வாங்கிவிடுவதென்று அப்போதே, அந்த வீட்டு வாசலிலேயே முடிவு செய்துவிட்டாள் வீராள். அதற்குக் காசு எத்தனை ஆகும் என்று யோசித்தாள். திரும்பி வீடு வருவதற்குள் அதற்கான வழிமுறைகளைக் கண்டுவிட்டாள்.

காட்டுவேலை செய்வதில் கிடைக்கும் கூலிக்காசில் மிகச் சிறுபகுதியை முடிந்துவைத்தாள். சந்தையில் ஈரவெங்காயம் வாங்குவதைக் குறைத்துக்கொண்டாள். எதை வாங்கினாலும் வாய்வலிக்கப் பேரம் பேசினாள். எளிதாகக் கிடைத்த காட்டு வெள்ளரிக்காயைச் சக்கரஞ் சக்கரமாய் அரிந்து போட்டுக் குழம்பு வைத்தாள். விளக்கெண்ணெய்யிலும் தோசை சுடலாம் என்று கண்டுபிடித்தவளும் வீராளாகத்தான் இருக்கும். ஆடிப் பதினெட்டுக்கும் மாசித் தேருக்கும் என வருடத்திற்கு இரண்டு தறிச்சேலைகளை எடுப்பதை அந்த வருடம் நிறுத்தி வைத்தாள். தைக்கத் தைக்கக் கிழிந்துகொண்டேயிருந்த சேலையை விடாமல் தைத்தாள். அவள் கட்டியிருந்த சேலைகள், உருட்டுத் தையல்களோடு இன்ன நிறத்தில்தான் இருந்ததென்று கண்டு பிடிக்க முடியாதபடி வெளுத்துப்போயிருந்தன.இப்படி எல்லா வற்றிலும் சுங்கம்பிடித்துக் காசு சேர்த்தாள். தோணைச் செட்டியாருடைய பாத்திரக்கடைக்கு வாரம் தவறாமல் போனாள். ஒவ்வொரு முறையும் வாணாக்குண்டாவை எடுத்துத் தரச் சொல்லிக் கைகளாலேயே கனம்பார்த்துவிட்டுத் திருப்பித் தந்தாள். அப்போதுதான் புதிதாகக் கேட்பதுபோல, “ஐயனுங்கோவ், வெலெ எத்தினிஆகுதுங்கொ” என விசாரித்தாள். அவள் வந்து கேட்கும்போதெல்லாம் அலுத்துக் கொள்ளாமல் விலை சொல்லிக்கொண்டிருந்தார் தோணைச் செட்டியார். வீட்டிற்கு வந்து, முடிந்துவைத்திருக்கும் காசை எடுத்துத் திரும்பத்திரும்ப எண்ணிப் பார்த்தாள். செட்டியார் சொன்ன விலைக்கு அவள் சேர்த்திருக்கும் காசு, கால்பங்கிற்குக் கூடப் போதவில்லை. கணக்குப் போட்டுப் பார்த்து மலைத்துப் போனாள். வருடத்திற்கு ஒருமுறை தன்னைப் பார்க்க வரும் அப்பனிடம் விசயத்தைச் சொன்னாள். அவன் தலையைச் சொரிந்துகொண்டு வெகுநேரம் யோசித்தான். ஈற்றுக்கென்று வளர்த்துவந்த வெள்ளாட்டை மட்டும் வைத்துக்கொண்டு, மூட்டுக்குட்டியையும் கெடாக்குட்டியையும் சேர விற்றுவிட்டு, பணத்தை முழுசாக மகளிடம் தந்தான். கனத்த சுருக்குப் பையோடு தோணைச் செட்டியார் கடைக்கு ஓடினாள் வீராள்.

உடம்பெல்லாம் படர்ந்திருந்த தோணையால் ஊர் முழுக்க தோணைச்செட்டியார் என்று அடையாளப்படுத்தி அழைக்கப் பட்டார் அந்தப் பாத்திரக்கடைச் செட்டியார். பின்பு காலப் போக்கில் அவர் பெயரை அவரே மறந்துபோனார்.யாரிடமாவது தன்னை அறிமுகப்படுத்திக்கொள்ளும்போது தன்பெயரைத் தோணைச்செட்டியார் என்றே சொல்லிக்கொண்டார்.பாத்திரங் களைச் சாக்கில் கட்டித் தலைச்சுமையாக எடுத்துக்கொண்டு, ஊர்ஊராய் அலைந்து விற்ற காலம் போய், இப்போது பெரிய

புத்தூரில் நிரந்தரமாகக் கடை வைத்துவிட்டார். சனங்கள் பாத்திரம் வேண்டுமானால் கடைக்குப் போய் எடுத்துக்கொள்ள வேண்டியது. பெரிய வீடுகளுக்கு மட்டும் அவர் கொண்டு போய்க் கொடுத்துவந்தார்.

பாத்திரம் ஒன்றிற்கு ஒடுக்கு எடுத்துக்கொண்டிருந்த தோணைச் செட்டியார், தன் கடைக்கு முன்னால் வந்து நின்ற வீராளை ஏறிட்டுப் பார்த்தார். இப்போதும் விலை விசாரிக்கத் தான் வந்திருக்கிறாள் என்று நினைத்தவருக்கும் முன்னால் சுருக்குப்பையைப் பிரித்துக் காசைக் கொட்டினாள்.

எதையுமே கேட்காமல் எழுந்து போய்க் கடைக்குள்ளி லிருந்து வாணாக்குண்டாவை எடுத்துக்கொண்டு வந்தார்.

“ஐயனுங்கோவ், நம்ம வாயால நல்ல சொல்லு சொல்லிக் குடுங்கொ, ஊருக்குள்ள சோறுவாங்கப் போற குண்டாவுங்க, கொறவில்லாமெ நெறக்கச் சோறு கெடைக்கோணுமுன்னு சொல்லிக் குடுங்கொ” என்றாள்.

“அட்சய பாத்திரம்போல கொறவில்லாம நெறஞ்சு கெடக்கும், செரஞ்சீவமா இருப்பே வீராப்புள்ளே, நல்லா இரு.” வெண்தேமல் படர்ந்திருந்த கைகளால் அந்தக் கெட்டியான பித்தளை வாணாக்குண்டாவை அவளிடம் வாழ்த்திக் கொடுத்தார் செட்டியார். கும்பிட்டு வாங்கிக்கொண்டபோது வீராளுக்குக் கண்கள் கலங்கியிருந்தன. அதன்பிறகு, பித்தளை வாணாக்குண்டா அந்த வீட்டின் அட்சய பாத்திரமாகவே பல காலமாக நிலைத்திருக்கிறது.

மனசெல்லாம் நிறைந்துபோயிருந்தது. புதுக்குண்டாவை எடுத்துக்கொண்டுபோய்க் கிழக்குவீதி முழுக்க வீடுவீடாகக் காட்டிவிட்டு வந்தாள். இரவெல்லாம் தூக்கம் வரவில்லை. நடுச்சாமத்தில் எழுந்துபோய் வாணாக்குண்டாவை எடுத்துத் தடவிப்பார்த்துவிட்டு வந்து படுத்தாள். விளக்குமாடத்தில் அன்றைக்கென்று பார்த்து நெடுநேரத்திற்கும் வேப்பெண்ணெய்யில் நின்று எரிந்துகொண்டிருந்த விளக்கின் சுடர் மெதுவாக அசைந்தபடி, அவள் சந்தோசத்தில் தவிப்பதைப் பார்த்தது. தன்னால் முடிந்தவரை வெளிச்சத்தை வாரி வீசி, புத்தம்புதிய பித்தளைக்குண்டாவைத் தங்கமாய் மாற்றி வித்தை காட்டியது அவளுக்கு.

இந்த மாயம் எல்லாம் நிகழ்வதற்குள் அந்தப் பித்தளை வாணாக்குண்டா வாங்கிவிடக் காரணமான புதுப்பெண் முழுகாமல் ஆனாள்; கட்டுச்சோற்று விருந்து போட்டு அவளைப் பிறந்த வீட்டுக்குக் கூட்டிப்போனார்கள்; பிள்ளை பெற்றாள்;

பிள்ளை குப்புற விழுந்தான்; பிள்ளைக்குப் பெயர்வைத்து முறைச்சீரோடு திரும்பக் கொண்டுவந்து விட்டுப் போயிருந்தார்கள். வீராள் முதல்முறையாகக் குண்டாவைத் தூக்கிக் கொண்டு பெருமையாக அந்த வீட்டிற்குச் சோறு வாங்கப் போன போது தூணைப் பிடித்துக்கொண்டு நின்று எட்டு வைக்கத் தொடங்கிய சிறுபிள்ளைக்கு நடைவண்டியில் நடை பழக்கிக் கொண்டிருந்தாள் 'புதுப்பெண்'. காலம்தான் எத்தனை வேகமாக ஓடுகிறது. குண்டா ஒன்றை வாங்குவதற்குள் எத்தனையெல்லாம் நடந்துவிட்டது.

அதன்பிறகு பித்தளையில் ஒரு வாணாக் குண்டாவை வாங்க, தான் பட்ட பாட்டையெல்லாம் சந்தைக்குப் போகும்போதுகூட வருபவர்களிடம், காட்டில் இறங்கிக் களையெடுக்கும்போது, வயலில் நாற்று நடும்போது, மண் சுமந்து வேலை செய்யும்போது, விறகு பொறுக்கப் போகையில், எருமைக்குப் புல்லறுத்துச் சுமை தூக்கி வரும்போது, குடிசெய்யும் வீடுகளுக்கு வாசல் தெளிக்கச் சாணியள்ளி வரும்போது, வேலையெல்லாம் ஓய்ந்து கெடா வேப்பமரத்தடியில் உட்கார்ந்து பேசும்போது என்று எங்கெல்லாம் அதற்கான வாய்ப்புக் கிடைக்கிறதோ அங்கெல்லாம் சொன்னாள். காலகாலமாகச் சொல்லிக்கொண்டிருந்தாள். எல்லாரிடமும் சொல்லிமுடித்த பிறகும், புதிதாகச் சொல்வதுபோலவே மீண்டும் பலமுறை சொன்னாள். பெருத்த அடிப்பாகத்தையும் அடர்ந்து விரிந்த கிளைகளையும் கொண்ட கெடா வேப்பமரம் அவளிடம் இந்தக் கதையைக் கேட்டுக்கொண்டேதான் ஒவ்வொரு முறையும் பூத்தது, காய்த்தது. தழையுதிர்த்து மீண்டும் தழைத்தது.

●

5

நடுவீதியை அடைந்துவிட வேகமாக நடந்தாள் பொன்னா. அம்மாவின் நடைக்கு ஈடு கொடுக்க முடியாமல் ஓடிவந்துகொண்டிருந்த வேணியை "வெரெசா வந்து சேருலே" என்று கத்தி விட்டு முன்னால் நடந்தாள். கந்தசாமி பளையம் கவுணிச்சி வீட்டைத் தாண்டும்போது சோறு வாங்கிய குண்டாவை உள்ளங்கையில் ஏந்தித் தோள்பட்டைக்கும்மேல் பிடித்தபடி எதிரே வந்து கொண்டிருந்த வண்ணார்வீட்டு சரசு அத்தை "இப்பத்தேம் போறீங்களா நங்கேய், மருமவளும் வாராளாட்ட இருக்குது" என்றபடிக் கடந்து போனாள்.

பாங்கிக்காரர் வீட்டின் உள்வாசலுக்குள் பொன்னா நுழைந்தாள். அவள் சோறுவாங்கிக் கொண்டு வரும்வரைக்கும், வெளிநடையில் பக்கத்திற்கு ஒன்றாக இருக்கும் சாய்மானத் திண்ணையில் ஏறிச் சறுக்கி விளையாடிக்கொண் டிருந்தாள் வேணி. பொன்னா வெளியே வந்த வுடன் அவளைப் பின்தொடர்ந்தாள். அடுத்த வீடு தொட்டியங்காட்டுவளவு. பள்ளிக்கூடச் சுவரை ஒட்டியிருந்த மரமல்லி மரத்திலிருந்து பூக்கள் உதிர்ந்துகிடந்தன. நீண்ட காம்புடனிருந்த வெண்ணிறப் பூக்களைப் பொறுக்கியெடுத்து அரிசேர்த்துப் பிடித்துக்கொண்டு நிமிர்வதற்குள் அம்மா காணாமல் போயிருந்தாள். நடுவீதியின் மையத்திலிருந்த மண்டபத்தில் வந்து நின்று கொண்டு அம்மா எந்த வீட்டிலிருந்து வெளியேறு கிறாள் என்று பார்த்தாள். நாய்க்கம்வலசு எசமாங்க வீட்டில் வாங்கிக்கொண்டு வெடத்தலங்காட்டு வளவுக்குள் நுழைந்தாள் பொன்னா.

வெடத்தலாங்காட்டுவளவுச் சின்னத்தாளுக்குச் சுருள்முடி. சனிக்கிழமையானால் எண்ணெய் தேய்த்துக் குளித்திருப்பாள். சோறுபோடவரும்போது அவளிடம் வெந்தயமும் சீவக்காயும் கலந்த வாசம் வீசும். நுனியில் முடிந்து போட்டிருக்கும் தளர்கொண்டை, காதுகளை மறைத்து மூடிக் கொண்டிருக்கும். கருத்தமுடிக் கற்றைக்குள் வெள்ளைக் கற்களுடன் லட்டுத்தோடு மினுக்குவது அழகாயிருக்கும். அவள் வீட்டில் எப்போதும் கரும்புளி ரசம்தான். ஊருக்குள் வாங்கும் மொத்த ரசத்தின் நிறத்தையும் ருசியையும் அது கெடுத்துவிடும். அப்படியான ரசத்தை வேண்டாமென்று மறுத்துவிட முடியாது. ஊற்றுவதை வாங்கிக்கொண்டு, சோறு தின்னும்போது அவளுடைய தலையை உருட்டுவார்கள்.

“மவராசி எனத்ததேம் போட்டு ரசம் வெப்பாளோ காணா, ஒரு போசி ரசமும் வெட்டியாப் போச்சு.”

“வாயில வெக்க முடீலெ.”

“அடுத்த சனிக்கெழமைக்கித் தனியாப் போசி கொண்டோயி வாங்கியாரோணு.”

“அய்யோ அப்புடி எதாலும் பண்ணீராத, ஆத்தாமாருக்குக் கோவம் வந்துரும் பாத்துக்க. நீ அலும்பக் கொணாந்தராத ஆமா.” பொன்னாளை எச்சரித்தாள் ஆத்தா.

வெடத்தலாங்காட்டுப் புளியமரத்தில் கரும்புளியங்காய் காய்த்துத் தொங்கினால், பாவம், ரசம் வைப்பவளால் என்ன தான் செய்யமுடியும்?

வேணி நடுவீதி மண்டபத்துப் படியில் உட்கார்ந்து கொண்டாள். பெருமாள்கோயில் நந்தவனத்திலிருந்த அரளிச் செடியின் நிழல் அசைந்துகொண்டிருப்பதைச் சிறிதுநேரம் வேடிக்கை பார்த்துக்கொண்டிருந்தாள். அம்மா இப்போது வண்டிக்காரவளவு நோக்கிப் போகிறாள். பெரிய மதிலைக் கடந்து உள்ளே வெகுதூரம் நடக்கவேண்டும். அப்படிப் பலமுறை நடந்ததால், தடம் விழுந்து, ஒற்றையடிப் பாதையாக மாறி யிருந்தது. வீட்டை நோக்கிப் போகும் ஒற்றையடிப் பாதையைத் தவிர மற்ற இடங்களிலெல்லாம் செப்புநெருஞ்சியும்ஒட்டுப் புல்லும் வளர்ந்து மண்டிப்போய்க் கிடந்தன. வேணி இப்போ தெல்லாம் வண்டிக்காரவளவுக்குப் போவதில்லை.அது மகேஸ்வரியின் வீடு. “நீ எங்கூட்டுக்குச் சோறு வாங்க வந்திருந்தி யல்லொ” என்று எல்லார் முன்னாலும் சொல்லிவைப்பாள். அவள் வீட்டிற்குப் போகாமல் இருந்தாலும்கூட மகேஸ்வரி யின் கேலி நின்ற பாடில்லை. “உங்கொம்மா முந்தாநாளு

எங்கூட்டுக்குச் சோத்துக்கு வந்திருந்தா” என்று சொல்லி எரிச்சலைத் தீர்த்துக்கொண்டாள். அப்படிச் சொன்னபோது மகேஸ்வரியின் முகத்தில் சந்தோசம் பொங்கியது. அவள் இப்படிப் பழி வாங்குவதற்கு என்ன காரணமிருக்க முடியு மென்று வேணியால் யூகிக்க முடியவில்லை.

இதை வீட்டிற்குப் போய்ச் சொல்லியழுதபோது, “கும்பி கூழுக்கு அழுவுதாமா, கொண்டெ பூவுக்கு அழுதுதா, அந்தக் கதையாப் போச்சு. எரந்து திங்கறவிய நாம, சோறு போடறவிய சொல்லத்தேஞ் சொல்லுவாங்கொ” என்று ஆத்தா செலவாந்திரம் ஒன்றைச் சொல்லி ஒரே அடக்காக அடக்கிவிட்டாள்.

அப்போது மூன்றாம் வகுப்பு படித்துக்கொண்டிருந்தாள் வேணி. மகேஸ்வரிக்கு மொட்டை அடித்துக் காது குத்தியிருந் தார்கள். அவளுடைய மாமன்மார்களெல்லாம்போட்டி போட்டுக் கொண்டு ரூபாய் நோட்டுக்களாக எடுத்து நாவித னுடைய கிண்ணத்தில் மொட்டைக்கொடை போட்டார்கள். பணத்தையெல்லாம் வேட்டிமடிநிறையக் கட்டிக்கொண்டான் மாரான். எடுத்து வந்திருந்த மொட்டைமுடியோடு இருந்த அடர்ரோஜா நிற ரிப்பனை“நாளைக்கி இதெ வெச்சுப் பின்னிக்குவெ” என்று ஆசையோடு எடுத்துக்கொண்டாள் வேணி. அடுத்த நாள் முடியை இழந்து மொட்டைத் தலையுடன் பள்ளிக்கூடம் வந்திருந்த மகேஸ்வரி, தன்னுடைய ரிப்பனை வைத்துச் சடைப் பின்னியிருந்த வேணியைப் பார்த்தவுடன் ஆவேசமடைந்தாள். “ரிப்பன் எம்படதுலே” என்று சடையைப் பிடித்து இழுத்து ரிப்பனைக் கழற்றினாள். தர மறுத்த வேணியை ஆத்திரத்தோடு அடித்துப் பிடுங்கிக்கொண்டாள். இன்னும் அடிக்க வந்தவளைத் தள்ளி விட்டு ஓடினாள் வேணி.

அன்றைக்குச் சாயந்திரம் மாரான் வேணியோடு வண்டிக்கார வளவில் போய் நிற்க வேண்டியிருந்தது. பெரியாத்தா வரச்சொல்லி ஆளை அனுப்பியிருந்தாள்.

“ஆத்தா கும்புடறனுங்க.”

“சிறுசு பாரு, வழமொறமெ தெரீல. நீதேஞ் சொல்லி வளத்தோணு. சின்னாத்தா மேலெ கை வெச்சிருக்கறா உம்பட புள்ளெ. நல்ல பித்தி சொல்லி வையி.” பெரியாத்தாளிடம் இத்தனை மென்மையான பேச்சை எதிர்பார்க்கவில்லை மாரான்.

“நல்லதுங்க.”

பெரும் பாவத்தைச் செய்துவிட்டவனைப் போல குறுகிப் போய் நின்றான்.

பிறப்பொக்கும் ❀ 27 ❀

"மகேசுக்கண்ணு, இங்கெ வா சாமி. நம்மள அண்டிப் பொழைக்கறவிய, அவியள நாமதேங் குடுத்துக் காப்பாத்தோணு. நீ இப்புடி பெல்லா புடுங்கீட்டு வரப்படாது. நாசுவத்தி வெச்சதெ நாம தொடப்படாது. அந்த ரிப்பனெ அவகிட்டவே கொணாந்து குடுத்துரு. உனக்கு எத்தனெ வேணுங் கேளு, மாமனெ ரக ரகமா வாங்கியாறச் சொல்ற" என்று மகேஸ்வரியைச் சமாதானப் படுத்தினாள் பெரியாத்தா. கொஞ்சமும் குறைந்திருக்காத பகையோடு வேகமாக வந்த மகேஸ்வரி ரிப்பனைச் சுருட்டி வேணியின் முன்னால் வீசி எறிந்துவிட்டுப் போனாள்.

"சின்னாத்தாளுக்குக் கோவம் போகுலெ மாரே, என்ன வேகம் பாரு? கோவம் வந்துட்டா அப்புடியே நம்ம சின்ன எசமாங்களாட்ட" பெரியாத்தா பெருமிதமாகச் சொல்லிச் சிரித்துக்கொண்டாள்.

"ஆமுங்கொ" கும்பிட்டுக்கொண்டான்.

வீட்டிற்குத் திரும்பிவந்தவுடன் வேணி ஆத்தாவிடம் ஒப்படைக்கப்பட்டாள்.

"குட்டிநாயி ஒலெச்சுப் பட்டி நாயிக்கிக் கேடாமா. நமக்குப் படியளக்கறவிய. அவியகிட்டெ ஒரு ஈட்டெ வாங்குனாத்தே என்ன, எளங்கொறஞ்சா போயிருவே," வேணியை ஏசினாள் ஆத்தா. பின்பு கண்ணீர் விட்டு அழுதுகொண்டிருந்த வேணியை அணைத்துக்கொண்டாள்.

"கண்ணு, எசமாங்க கூட்டத்தெ எதுத்துக்கிட்டு நாம ஊருக்குள்ளாற இருக்க முடியாது பாத்துக்க. ஊரெவுட்டே ஒட்டூருவாங்கொ. ஈசு ரோசமெல்லா வாரதுக்கு நாமென்ன கவண்டைகளா, பள்ளியோடத்துல ஒண்ணாப் படிச்ச மாத்தரத் துல எல்லாஞ் செரியாப் போச்சா. ராசவெதையுங் கோசவெதை யும் ஒண்ணாயிருமா? அவியளப் பவெச்சற முடீமா, அவிய வூட்டுச் சலதாரத் தண்ணியக் குடிச்சு, எச்செச் சோத்தெத் தின்னு பொழைக்கற சாதி நாம. எசமாங்க கூட்டொ காலால சொல்ற வேலையெ தலையால செய்யற சாதி நாமொ. அவிய பெரிய எசமாங்க வூடு, ராசாங்கொ. நாம நாசுவம்வூடுங்கறதெ நெனப்புல வெச்சுக்கோணும் பாத்துக்க."

ஆத்தா சொன்னதையெல்லாம் கவனமாகக் கேட்டுக் கொண்டாள் வேணி. அதன்பிறகு அவள் ஒரு நல்ல நாவிதப் பெண்ணாக எப்படி நடந்துகொள்வதென்று தெரிந்து கொண்டாள். பேச்சும் ஏச்சும் கிடைக்கும்போது உதட்டை அழுத்திக்கொண்டு பொறுத்துக்கொள்ளப் பழகினாள்.

நிமிர்ந்து நிற்காமல் குறுகிக் குழைந்து நிற்கக் கற்றுக்கொண்டாள். முகத்தில் எப்போதும் தயவைத் தேக்கிக்கொண்டாள். அவள் பேசும்விதத்தைக்கூட மற்றவரின் இரக்கத்தைக் கோருவதைப் போலவே அமைத்துக்கொண்டாள். ஆனாலும் மகேஸ்வரி விடாமல் தீர்த்துக்கொண்டிருக்கும் வஞ்சம் வேணியைத் தொடர்ந்து வதைத்தது. அது தீர வகைதெரியாமல் வளர்ந்து கொண்டேயிருந்தது. இத்தனைக்குப் பிறகும் வேணி அந்த அடர்ரோஜாநிற ரிப்பனைச் சாயம்போகும்வரை வைத்துப் பின்னி முடித்துக்கொண்டுதான் இருந்தாள். தன் தகப்பனுக்கு மொட்டைமுடியோடு வெகுமானமாகக் கிடைத்துவிட்ட அந்த ரிப்பனை வைத்துப் பின்னிக்கொள்வது, ஒரு நாவிதச் சிறுமிக்குக் கிடைத்திருக்கும் மறுக்க முடியாத உரிமை என்று வேணி தெரிந்து வைத்திருந்தாள். தனது பிறப்பும் பிழைப்பும் வேணிக்குப் புரிந்தது. ஆனாலும் அவளுக்குப் புரியாத விசயங்களும் இருந்தன.

தான் ஏன் ஒரு நாவிதப் பெண்ணாகப் பிறக்க நேரிட்டது.

தன் அப்பன் ஏன் ஒரு எசமானராக இல்லை.

இந்த எசமானர்கள் எல்லாம் என்ன செய்து எசமானர்களாக ஆனார்கள்?

●

6

நடுவீதியில் வாங்கியாயிற்று. இனி மேற்கு வீதிக்குப் போகவேண்டும். மேற்குவீதியில் முதல்வீடு பனங்காட்டுவளவு. அங்கே நுழையும்போதே வேணி ஓடிப்போய் அம்மாவுடன் சேர்ந்துகொண்டாள்.

நடைக்குள் நுழைந்து முன்வாசலில் நின்றார்கள். உள்நடைத் திண்ணையில் வெற்றிலை போட்டுக் கொண்டு பெரியாத்தா உட்கார்ந்திருந் தாள். சாந்தமான முகம் அவளுக்கு.பேச்சிலும் பிரியம் தெறிக்கும். "பொன்னாப்புள்ளெ வந்துட்டா, சோறு கொணாந்து போட்ரு" உள்ளே பார்த்துக் குரல் கொடுத்துவிட்டு "வீராப்புள்ளெ எப்புடியிருக்கறா" என்று விசாரித்தாள். பெரியமருமகள் சோறு குழம்போடு வந்தாள். "சித்தெ இரு பொன்னா, நம்பெ சின்னாத்தாளோட பாவடெ ரெண்டு இருக்குது. புள்ளைக்குத் தாரெ." சொல்லிவிட்டு எடுத்து வர உள்ளே போனாள். வேணிக்கு ஒரே பரவசம். எடுத்து வருவதற்குள் அவை என்ன நிறமா யிருக்கும் என்று யோசித்தாள். வாடாமல்லி நிறத்தி லும் சாம்பல் நிறத்திலும் இரண்டு பாலியெஸ்டர் பாவாடைகள். அந்த வீட்டில் இது போன்ற பரவசங்கள் அடிக்கடி கிடைக்கும். வளர்ந்த இரு பெண்கள் இருக்கிறார்கள். அவர்கள் கட்டிக் கழித்த தெல்லாம் வேணிக்குத்தான். அதிலும் மூத்தவள் கட்டும் லிலென் தாவணியையும் ஜார்ஜெட் தாவணியையும் பார்க்கும்போதெல்லாம் அது தனக்குக் கிடைக்கப்போகும் நாளை நினைத்து ஏங்கினாள் வேணி. அவர்கள் அணியும் அழகான பாவாடைகளைப் பார்க்கும்போது அவை சீக்கிர மாய் கிழிந்து பழசாக மாற வேண்டுமென்று மனத்திற்குள் வேண்டிக்கொள்வா.

பெரியமருமகளுக்கு இந்த இரு மகள்கள் மட்டுமல்ல. மூன்றாவதாக இன்னொரு மகளும் இருக்கிறாள். மூன்றாவதாக முழுகாமல் இருந்த போது பெரியமகள் வயதுக்கு வந்துவிட்டாள். வயதுக்கு வந்த மகளை வைத்துக்கொண்டு கைக்

குழந்தையோடு இருக்க வெட்கப்பட்டுக்கொண்டு தன் தாய் வீட்டில் விட்டுவிட்டாள். அக்கா வயதுக்கு வந்த பாவத்திற்கும் காலம் கடந்துபிறந்த குற்றத்திற்கும் தாயைப் பிரிந்து வளர்ந்தது அந்தப் பெண்குழந்தை.

பாவாடைகளைக் கொண்டுபோய் ஆத்தாவிடம் உடனே காட்டவேண்டுமென நினைத்தாள் வேணி. அப்பா புதிதாக எடுத்துத்தரும் சீட்டிப் பாவாடையை விட இந்தப் பழைய பாவாடைகள்தான் அவளுக்குப் பிடித்தமானதாயிருந்தன. கிழிந்து நிறம் மங்கிப்போயிருந்தாலும்கூட அதற்கு அப்படியொரு நெகுநெகுப்பு. இன்னொரு சிறப்பு அதன் வாசனை. பூசிக் குளிக்கும் மஞ்சளில் இருந்து வந்ததா, அவர்களது உடலின் வியர்வையிலிருந்து வந்ததா என்று சரியாகச் சொல்லிவிட முடியாத வாசம். வேணி ஒருமுறை கட்டிவிட்டுத் துவைத்தால் போதும், அந்த வாசம் காணாமல் போயிருக்கும். அதனாலேயே பலநாட்களுக்கு அதைத் துவைக்காமல் கட்டியிருப்பாள். ஒரேயொரு அசௌகரியம் பாவாடைகளின் உயரம்தான். கட்டும்போது இடுப்பில் பல சுற்றுகள் சுற்ற வேண்டியிருக்கும். மேல்சட்டைக்கு வெளியே பம்மிக்கொண்டு தெரியும். போன முறை கொடுத்த மாம்பழ நிறத்திலிருந்த பட்டுப் பாவாடையில் கட்டவே முடியாதபடிக்கு நிறையக் கிழிசல்கள் இருந்தன. “கெட்டாலுஞ் செட்டி, கிழிஞ்சாலும் பட்டு” என்று சொன்ன ஆத்தா , ஊசியில் நூல் கோத்துத் தரச் சொல்லிச் சளைக்காமல் எல்லாக் கிழிசல்களையும் தைத்துக் கொடுத்தாள். தையல் சில இடங்களில் கொடங்கடித்தது. அங்கங்கே தூக்கிக்கொண்டு நின்றது. அதை ஆசையாகக் கட்டிக்கொண்டு ‘கரகரவண்டி’ சுற்றிக் குதித்தாடினாள் வேணி.

அடுத்தது மச்சூட்டுவளவு. சிறுபிள்ளைகள் நிறைய இருக்கும் வீடு அது. எல்லாநாட்களிலும் தின்பண்டங்களுக்குக் குறைவிருக்காது. வளரும் பிள்ளைகளின் தேவைக்காக எதையாவது செய்து வைத்திருப்பார்கள். “பொன்னா, பொடிசக் கூட்டியாந்திருக்கறா, அவ கையில என்னாலு ரெண்டு கொணாந்து குடுங்கொ” என்ற பெரியாத்தாவின் பரிவுக்குப் பின்னே வேணிக்குப்பொரியுருண்டையோ கடலையுருண்டையோ தினையுருண்டையோ கச்சாயமோ கைநிறையச் சீடையோ முறுக்கோ நிச்சயமாகக் கிடைக்கும். சிலநேரம் அந்த வீட்டுக் குழந்தையிடம் “மேலெ முட்டாமக் குடுத்துட்டு வா” என்று சொல்லிக் கொடுத்தனுப்புவார்கள். ஊழியக்காரர்களிடம் எப்படி நடந்துகொள்ள வேண்டுமென்பதை வெகுசீக்கிரமே கற்றுக்கொள்ளும்அந்தக் குழந்தை.

●

7

இன்னும் ஒரே ஒரு வீடுதான் பாக்கி. பெரியூட்டுவளவு. அங்கே வாங்கிவிட்டால் நேராக வீட்டுக்குப் போய்விடலாம். பெரியூட்டுவளவில் போடும் சோறு, அத்தனை சன்னமாய் வெள்ளை வெளேரென்று இருக்கும். அந்தச் சோற்றை மட்டும் தனியாக எடுத்து வேணிக்குப் போடுவாள் பொன்னா. பலவீட்டுப் பக்குவத்தில் இருக்கும் குழம்புகளை ஒன்றாகக் கலக்கிவிடுவதற்கு முன்பாகக் கெட்டிப் பருப்பாகப் பார்த்து மூட்டி எடுத்து வேணியின் தட்டத்தில் ஊற்றுவாள்.

சோறு வாங்கிவரும் ஒவ்வொருமுறையும் "இதுதே நம்ப சம்பாதனெ , இதுக்குத்தே இத்தனெ பாடு பாத்துக்க" என பொன்னா சொல்வாள்.

வேணிக்குச் சுத்தமாகப் பிடிக்காத சோறு கணக்குப்புள்ளை ஐயர் வீட்டுச் சோறுதான். ஆவணி அவிட்டம் என்றும் வரலட்சுமி நோன்பு என்றும் காரடையான்நோன்பு என்றும் சொல்லிக்கொண்டு ஊருக்குள் யாரும் கொண்டாடாத நோன்புகளை யெல்லாம் கும்பிடுவார்கள். மாரானைச் சோறு வாங்க வரச் சொல்லி ஆள் அனுப்பிவிடுவார் ஐயர். குழைவான பச்சரிசிச் சோற்றையும் விதவிதமாய்ப் பதார்த்தங்களும் பச்சடியும் பாயாசமும் பருப்பும் புளிக்குழம்பும் பொரியலும் அவியலும் தனித்தனி யாக வாங்கிக்கொண்டுவந்து கடைவிரித்து வைப்பான் மாரான்.

"இவீளாட்ட வெண்டிக்காயிமு பாவக்காயிமு போட்டுச் சாறு காச்ச நமக்குத் தெரீமாண்டீங்குது பாரு. ஆனா எனத்ததேம் போட்டுக் காச்சுனாலுமு, இந்தச் சப்பெச் சோத்தெ எப்புடித்தே தின்பாங்களோ காணா" என்று பேசிக்கொண்டே பருப்பு, கூட்டு, அவியல், பொரியல், பச்சடி என்று எல்லாவற்றையும்

ஒரே சட்டியில் ஊற்றுவாள் பொன்னா. பின்பு அதற்குள் ஐந்தாறு வரமிளகாயை அரைத்துக் கலந்து அடுப்பில் வைத்துக் கொதிக்க விடுவாள்.

"இத்தனெ விதமாப் பண்ணித் திம்பாங்களா?"

"ஆமாங்கண்ணு, வயிறு நம்புனது தெரியோணும்னு, வாழநாரெ வயித்தெச் சுத்திக் கட்டிகிட்டு அது அந்து போற வரைக்கும் சாப்புடுவாங்களாமா."

"அதுதே ஐயருக்கு வவுறு அத்தச்சோடு இருக்குதா" வேணி சிரித்தாள்.

கணக்குப்புள்ளை ஐயர் வீட்டுப்பெண் நாகலட்சுமி. அவளும் வேணியின் வகுப்புதான். சடையில் தவறாமல் கருநீல நிறத்தில் லட்டுக்குஞ்சம் வைத்துப் பின்னிக்கொண்டு வருவாள். கொட்டை கொட்டையாகப் பெரிய பற்கள் அவளுக்கு. "பல்லு வுழுந்தா, சாணிக்குள்ளார வெச்சு ஆட்டுக்குட்டித் தாரையில பொதைச்சரோணு, அப்பதே, ஆட்டுக்குட்டிப் பல்லாட்ட கணக்கா மொளைக்கி" என்று ஆத்தா சொன்னதுபோல நாகலட்சுமிக்கு யாரும் சொல்லவில்லையோ என்னவோ.

நாகலட்சுமி அன்பானவள்தான். ஆனால் அவள் வீட்டில் உள்ளவர்களால் "நாம வேதம் படிச்சவா, அவாளெல்லாம் சூத்தரா, மேலேல்லாம் படப்படாது" என்று எச்சரிக்கப்பட்டிருந்ததால் அவள் யாரிடமும் ஒட்டி உறவாட மாட்டாள். காக்காக்கடி கடித்து ஓட்டை விழாத சட்டையும் பாவாடையும் இங்கே ஒருத்தரிமும் கிடையாது. நிலைமை அப்படியிருக்க கம்மர்கட், கடலையுருண்டை, ஆரஞ்சுமிட்டாய், கொய்யாக் காய் என்று எல்லாரும் சட்டைத்துணியிலும் பாவாடைத் துணியிலும் காக்காய்க்கடி கடித்துத் தின்னுவதைப் பார்த்து முகத்தைச் சுழித்துக்கொள்வாள். சிலேட்டில் எச்சிலைத் துப்பி அழித்துவிட்டு "காக்காசட்டெ காயுமா எஞ்சட்டெ காயுமா" என்று காய வைப்பதை அருவருப்பாகப் பார்ப்பாள்; அபச்சாரம் என்பாள். அவளுக்கு எசமானர் வீட்டு மகேஸ்வரியும், ஆசாரி வீட்டு சாந்தியும், நாடார்வீட்டு அன்னக்கொடியும், நாவிதர்வீட்டு வேணியும், மண்ணுடையார்வீட்டு அங்காயாவும், பூசாரிவீட்டு பரிமளமும் ஒன்றுதான். எல்லோருமே 'சூத்திரா'தான். யாரிடமும் எதையும் வாங்கிக்கொள்ள மாட்டாள். அடிக்கடி 'ஆச்சார மாக்கும்' என்ற வார்த்தையைச் சொல்லிக்கொள்வாள். நாகலட்சுமியின் பேச்சே ஒரு தினுசுதான். வாயை வளைத்து வளைத்துப் பேசுவாள். வகுப்புத் தொடங்குவதற்கும் முன்பு கைகளைக் கூப்பிக்கொண்டு சில மந்திரங்களை முணுமுணுப்பாள். அவள்

நன்றாகப் படிப்பதற்கு அதுதான் காரணமோ என்னமோ. "எனக்குஞ் சொல்லித் தாவே" என்ற வேணியிடம் "இது ஸ்லோகம், வித்யா மந்த்ரம், இதெ தெனமும் சொல்றவாளோட நாக்குல சரஸ்வதிதேவி வாசம் பண்ணுவா, நன்னாப் படிக்க உதவியா நிப்பா" என்று சத்தமாக அந்த ஸ்லோகத்தைச் சொன்னாள் நாகலட்சுமி. வேணியால் அதில் ஒரு வார்த்தையைக் கூடத் திருப்பிச் சொல்லமுடியவில்லை. அது அவளுக்குப் புரியாத பாஷையாக இருந்தது.

•

8

கடைசியாகப் பெரியூட்டுவளவுக்கு வந்தார்கள். இரண்டு அடுக்கில் உயர்ந்து நிற்கும் கட்டடம். முகம் தெரியும் கண்ணாடிக் காரை போட்ட அகலமான சுவர்கள், பெரிய கதவுகளுடன் இருக்கும் சன்னல்கள். வழவழப்பான தரை, விரிந்து கிடக்கும் கூடம், அங்கே சிற்பங்கள் செதுக்கப் பட்ட நெடிந்த தூண்கள் வரிசை கட்டி நிற்கும். பரந்துகிடக்கும் ஆசாரம், திட்டிவாசல், அதைக் கடந்து மணவறைவாசல், நீண்டு அகன்ற திண்ணைகள், திண்ணைகளின் நடுவே உயரமான படிகளில் ஏறினால் திடீரென உள்வாங்கும் அறைகள், முன்நடையிலிருந்து பார்த்தால் எத்தனை அறைகள் எத்தனை விஸ்தாரம் என்று வேணியால் அளவிட முடியாதபடியிருந்தது. வரிசையாக நிற்கும் தூண்களை எண்ணுவாள். அந்தத் தூண்களின் வேலைப்பாடுகளைப் பார்த்து வாயைப் பிளந்துகொண்டு நிற்பாள். நீண்ட உள்நடையில், இருளின் ஆழத்திற்குள், கண்ணுக்குப் புலப்படாத ஏதோ ஒரு அறையி லிருந்து மங்கலான நிழலுருவமாகத் தோன்றும் சமையல்காரி அம்மணி, உள்நடைக்கு வந்ததும் நிஜமாக மாறுவாள். அவள் கையில் பெரிய பராத்துத் தட்டம் இருக்கும். அதில் சோறு, குழம்பு, ரசம் என்று ஒரே வேளையில் எடுத்து வருவாள். உள்நடையில் ஒன்றுக்குள் ஒன்றாக, பக்கத்திற்கு ஒன்றாகப் பெரிய பெரிய அறைகள். அங்கெல்லாம் என்ன இருக்கும், எப்படியிருக்கும். உள்ளே போய்ப் பார்க்க ஆசையா யிருக்கும் வேணிக்கு. ஆனால் உள்நடையைக் கடந்து ஒரு எட்டுக்கூட எடுத்துவைக்க முடியாது. வெளிநடையிலிருந்து பார்த்தால் நேர்க்கோட்டில் புறக்கடை தெரியும். அந்தக் கொல்லைப்புறத்திற்குப் போகலாம். ஆனால் ஊழியக்காரர்கள் அப்படியே நேராகப் போய்விட முடியாது. வீட்டிற்கு வெளியே வந்து சுற்றிக்கொண்டுதான் போக வேண்டும். புறக்கடையில் சேந்துகிணறு ஒன்று இருந்தது.

அதற்குப் பக்கத்தில் பெரிய பெரிய தண்ணீர்த்தொட்டிகளும் துவைக்கல்லும் இருந்தன. கிணற்றடியில் அபூர்வமான நாகலிங்க மரமொன்று பூக்களோடு இருந்தது. படமெடுக்கும் நாகத்தைப் போன்ற அதிசயமான பூக்களைப் பறித்தெடுத்துப் பூசைக் கென்று பத்திரமாக எடுத்துப்போவார்கள். பக்கத்தில் ஒரு நாரத்தை மரம். புரட்டாசி, ஐப்பசியில் பருத்துத் திரண்ட காய்கள் ஈய்ந்து, பாரம் தாங்காமல் மரம் தரையில் படுத்தே விடும். அதற்கும் பின்னால் கறிவேப்பிலை மரமும் செம்பருத்திச்செடி ஒன்றும் சில வாழைமரங்களும் இருந்தன. இப்படியான வீட்டில் வாழ இந்த வீட்டுப் பெண்களெல்லாம் என்ன புண்ணியத்தைச் செய்தார்களோ, கடைசிக்கு, அங்கே சமையல்வேலை செய்யும் பண்டாரத்துப் பெண் அம்மணியாகவாவது பிறந்திருக்கலாம் என்று நினைத்துக்கொண்டாள் வேணி.

இவை மட்டுமல்ல, எப்போதாவது எங்கிருந்தாவது கண்களில் தட்டுப்படும் அந்த வீட்டுச் சின்னமருமகளும் அதிசயம்தான். பால் வெள்ளைநிறத்தில் இருப்பாள். மூங்கில் போல தோள்களும்சாட்டைவார் போன்ற சீரான கைகளும் நீண்ட விரல்களும் கருமைநிறப் பட்டுக்கயிறு போன்ற தலைமயிரும் எத்தனை அழகு அவள்.

"சோறு வாங்க பொன்னா வந்திருக்கறனுங்க சாமீ" என்று குரல்கொடுத்து வெகுநேரம் ஆகியும் சோறுபோட யாரையும் காணோம். இவர்களது வரவைச் சொல்ல முன்வாசலில் யாரும் தட்டுப்படவில்லை. வீட்டு ஆண்கள் யாரும் சாப்பிடாமல் இருக்கிறார்களோ என்னவோ. எல்லோரும் சாப்பிட்டானால்தான் ஊழியக்காரர்களுக்குச் சோறு போடுவார்கள். யாராவது இன்னும் சாப்பிடாமல் இருந்து, அதனால்தான் தாமத மாகிறதோ என்னவோ? யோசித்துக்கொண்டே காலை மாற்றி மாற்றி நின்றார்கள்.

அழகான சின்னாத்தா எங்காவது தெரிகிறாளா என்று எட்டிப் பார்த்தாள் வேணி. வெளியே அவளைக் காண வில்லை. கையில் வைத்திருந்த பாவாடைகளைச் சுருட்டிக் கக்கத்தில் வைத்து இடுக்கிக்கொண்டு அம்மாவின் கையைப் பற்றிக்கொண்டாள். வெய்யிலில் அலைந்து காடுமேடெல்லாம் உழைத்துக் காய்ப்புக் காய்த்துக் கிடந்தது அம்மாவின் உள்ளங்கை. அம்மாவிடமிருந்து தூக்குப்போசியை வாங்கிக் கொண்டாள். ஏறுவெய்யிலில் வீடுவீடாகப் போய் வந்ததால் வியர்த்துப்போய்க் கலைந்த தலையுடன் இருந்த அம்மாவை நிமிர்ந்து பார்த்தாள்.

"நீயும் அழகாத்தே இருக்கறேம்மா."

கொல்லைப்புறத்தை உற்றுப் பார்த்துக்கொண்டிருந்தாள் பொன்னா. அங்கே கையையுயர்த்திப் பேசிக்கொண்டிருந்த பண்ணாடியிடம் ஆறானும் தங்கமும் கெஞ்சிக்கொண்டிருந் தார்கள். அன்றைக்கு அந்த வீட்டில் சோறு வாங்குவதற்குக் கால் வலிக்க நிற்க வேண்டியிருந்தது. அங்கேயே குத்தவைத்து உட்கார்ந்துவிட்டாள் வேணி. நெடுநேரம் கழித்துச் சோறு வாங்கிக்கொண்டு திரும்பியபோதும் அவர்கள் கொல்லைப் புறத்தில் நின்று பேசிக்கொண்டிருந்தார்கள்.

எல்லாவற்றையும் மாடியறையின் சன்னல்வழியாகப் பார்த்துக்கொண்டிருந்தாள் சின்னமருமகள் அனுசுயாதேவி. கொல்லைப்புறத்தில் அவர்கள் பேசிக்கொள்வது தெளிவாகக் கேட்டது. கேட்காவிட்டாலும் என்ன பேசுவார்கள் என்று அவளுக்குத் தெரியும்.

"நீ ஊரெக் காலிபண்ணீட்டுக் கெளம்பீரு ஆறே."

"சாமீ."

"எசமாங்க சொல்லீட்டாங்க."

"சாமீ எம்பட பொழப்புங்கொ."

"என்னடா உம்பட பொழப்பு, பெரீய பொழப்பு, கழிச்சுட்ட மசுருமு, நாலு பன்னியுந்தேனொ."

"சாமீ."

"விதி முடிஞ்சு போச்சு, போறவ போயிட்டா. ஆராரு எப்புடிச் சாவோணும்முன்னு பொறக்கும்போதே தலையில எழுதியிருக்கும் பாத்துக்க, அதை தாரு நெனச்சாலு மாத்த முடியாது. நீயுமு உம்பட பொண்டாட்டியுமு இங்கிருந்தீங் கன்னா ஊருச்சனம் மறக்காது, பேசிக்கிட்டேதே இருக்கு."

"சாமீ."

"செத்தவளுக்கு நீச்சந் தெரியி, அவ உசுரோட பாழியிலெ உழுவுலென்னு சொல்றாளாமல்லொ உம்பொண்டாட்டி."

"சாமீ."

"போயிரு ஆறே, அதுதே எல்லாருக்கு நல்லது."

"சாமீ."

"வேற ஊரு போயி பொழப்பச் சுதாரிக்கிமுட்டு ஆவற காசெத் தாராங்கொ பெரியெசமாங்கொ, வாங்கிக்கிட்டுப் போயிப் பித்தியோட பொழைக்கற வழியெப் பாரு. எசமாங்கொ

அதையெல்லாந் தந்துதே போவச் சொல்லோணுமின்னு ஒண்ணுமில்லெ பாத்துக்கொ, என்னமோ உம்மேலெ ஈவுதளக்கப் பட்டுத் தாராங்கொ. கும்புட்டு வாங்கீட்டுப் போ" கணக்குப்புள்ளை வைத்திருந்த பணத்தை வாங்கி ஆறானிடம் கொடுத்தார் பண்ணாடி. தங்கம் தரையில் மண்டியிட்டபடி உட்கார்ந்து அழுதாள்.

"எங்காவது தொலவாப் போயி பொழச்சுக்கங்க. கங்காணாமப் போயரோணும் பாத்துக்க."

வனரோஜாவைச் சாம்பலாக வாங்கிக்கொண்டு ஓடிய நொய்யல்கரையில் நின்றுகொண்டிருந்தார்கள் தங்கமும் ஆறானும். எல்லாவற்றையும் பெயர்த்துக்கொண்டு போக வேண்டும். இனி அவர்களிடம் எதுவும் இல்லை.

எங்கே போவது? நொய்யலென்ன, அமராவதியென்ன, இரண்டுமே காவிரியில் கலப்பதுதானே ஓடும் நீரை பார்த்துக் கொண்டேயிருந்தார்கள்.

ஆற்றில் மிதந்துபோய்க்கொண்டிருந்தன ஆகாயத் தாமரைகள்.

●

9

சன்னலிலிருந்து திரும்பினாள் அனுசுயாதேவி. அவள் பிடித்துக்கொண்டிருந்த சன்னல் கம்பி, மத்தியானநேரத்து வெய்யிலேறி வெம்மையா யிருந்தது. இரும்புச்சன்னல்; சன்னல் மட்டுமல்ல, அந்த அறையில் எல்லாமே இரும்புதான். இந்த வீடுபோல இத்தனை விஸ்தீரணம் இல்லை யென்றாலும் எல்லா வசதிகளும் உள்ள வீடுதான் அவள் அப்பா வீடு. அங்கே எல்லாமே மரத்தால் செய்யப்பட்டவை. ஆனால் இங்கே இவள் அறையில் எல்லாமே இரும்புதான். கதவுகள், படுக்கும் கட்டில், துணிவைக்கும் அலமாரி, பணமும் நகையும் வைக்கும் பெட்டகம், இருக்கைகள், துணிமாட்டிகள், தாங்கிகள் என்று எல்லாமே இரும்புதான். அவளுடைய அக்காளுக்குக்கூட மரத்தால் செய்யப்பட்ட பொருட்களைத்தான் சீதனமாகக் கொடுத்திருந்தார் அப்பா. அவளுக்கு மட்டும் கொடுத்ததெல்லாம் இரும்பு. எதனாலும் அசைத்துவிட முடியாத உறுதியான இரும்பு. அவை யெல்லாம் கோடைக்காலத்தில் வெப்பத்தை உள்வாங்கிக் கொண்டு சகிக்கமுடியாத வெம்மையைக் காட்டியது. பனிக்காலமானால், மிகுந்த குளிரைக் கிரகித்துக்கொண்டு அசௌகரிய மான குளிர்ச்சியைக் கொடுத்தது. அவளுக்குப் பிடிக்கவேயில்லை. அப்பா ஏன் இப்படிச் செய்தார், அவள் பிறந்த யோகத்தில்தான் வீடு செல்வத்தில் செழித்ததாக அப்பாவால் எப்போதும் கொண்டாடப்படும் செல்லமகள் அல்லவா அவள்? அப்பா தனக்கு மட்டும் ஏன் இப்படிச் செய்தார், ஒருவேளை தன் செல்ல மகளின் வாழ்வு உறுதியாக இருக்க வேண்டும் என்ற எண்ணத்தில் இப்படிச் செய்துவிட்டாரோ? ஆனாலும் அப்பா சீதனமாகக் கொடுத்த இரும்புத் தளவாடங்களில் கொடிகளும் இலைகளும் பூக்களும்

மயிலும் அன்னமும் சேர்ந்திருக்கும் வேலைப்பாடுகள் இருந்தன. அவற்றிற்குப் பொருத்தமாகப் பல வர்ணங்கள் மேல்பூச்சாகப் பூசப்பட்டிருந்தன. அவை மட்டுமே அவளுக்கு ஆறுதலைக் கொடுப்பதாக இருந்தன.

படுக்கையில் தீராத போதையில் புரண்டுகொண்டிருந்தான் அவளது கணவன். மைனர் எசமானன். கொடுஞ்சாவொன்றுக்குக் காரணமானவன். தனது அல்பநேர சுகத்துக்காக, கனமான கனவுகளைக் காணக்கூடக் கணக்குப் பார்த்து வாழ்ந்துகொண் டிருந்த பலவீனமான சிறுபெண்ணின் மூச்சை நிறுத்தியவன். ஒரு குடும்பம் ஊரைவிட்டுப் பெயர்ந்து கண்காணாமல் போகக் காரணமானவன்.

முன்புபோல அல்ல. இப்போதெல்லாம் அவளுக்கு எல்லாமே தெரிகிறது. அவளுடைய அபூர்வமான அழகும் நல்ல குணங் களும் அவனால் ஆராதிக்கப்படாமலேயே அனுபவிக்கப் பட்டன. போதையில் மூடிய கண்களைத் திறக்காமலேயே அவளை அனுபவித்தான். அவனது வன்மையை எதிர்கொள்ள முடியாமல் திணறினாள். சிலநேரம் கதறினாள். அவள் கதறலைக் கேட்டுக் கொஞ்சமாய் கண்விழித்தவன் தன்னை ஆண்மைமிக்கவன் என்று வாய்விட்டுச் சொல்லிக்கொண்டு கோணலான சிரிப்போடு மீண்டும் கண்களை மூடிக்கொண்டான். முன்னிலும் மூர்க்கமாய் இயங்கினான்.

அடிவயிற்றைத் தடவிப் பார்த்துக்கொண்டாள். இன்னும் ஆறேழு மாதங்கள்தான். அதன்பிறகு, அவனுடைய பாவங்களைத் தனக்குள் தாங்கியபடி வளர்ந்துகொண்டிருக்கும் சிசுவைப் பெற்றெடுப்பாள். எதையும் மறக்காமல் எல்லாவற்றையும் நினைவு வைத்துக்கொண்டு, அந்த வீட்டில் ஏதேனும் தீமைகள் நடக்கக் காத்திருக்கும் ஊர். பின்பு எது நடந்தாலும் தகப்பனின் பல பாவங்களில் சிலவற்றைச் சுட்டிக் காட்டும். அவள் அழுதாள். தன் ஊனுக்குள் ஏதுமறியாமல் உறங்கும் அந்தச் சிசுவுக்காக அழுதாள். அந்தச் சிசு அனுபவிக்கப் போகும் துன்பங்களுக்காக அழுதாள். ஏதுமறியாத அந்தச் சிசுவின் மேல் கவியப் போகும் பழிகளை நினைத்து அழுதாள். ஒரு பாவியோடு கலந்து அந்தச் சிசுவைக் கருவாக்கியதில் தன் பங்களிப்பை நினைத்து அழுதாள்.

தன் அப்பாவையும் அம்மாவையும் நினைத்துக்கொண்டாள். அக்கா, அண்ணன், அப்பத்தா, அப்பாரய்யன், வெள்ளந்தியான சிரிப்போடு திரியும் ராசு, எல்லாரையும் நினைத்துக்கொண்டாள்.

ராசு.

அவனை நினைக்கும்போதே மனசுக்குள் தாழம்பூவின் மணம் கிளர்ந்தெழுந்தது. ஊஞ்சலூர் சந்தைக்கு வண்டிகட்டிப் போய்வரும்போதெல்லாம் காலிங்கராயன் வாய்க்கால்க்கரை ஓரத்திலிருக்கும் தாழம்புதரில் தேடிப் பிடித்துச் சில தாழம்பூக்களைப் பறித்து வருவான். அவளுக்காகவே. சில பூக்களைத் தலையிலும், சில பூக்களைத் துவைத்து மடித்து வைத்திருக்கும் பாவாடைதாவணியின் மடிப்புகளிலும் வைப்பது அவள் வழக்கம். உடுப்புகளில் படிந்த வாசம் அவற்றைக் கட்டும்போது அவள் உடலிலும் சூழ்ந்துகொள்ளும். அப்படிச் சூழ்ந்த வாசம் அவள் நடமாடும் இடங்களை அவனுக்குக் காட்டிக்கொடுத்துக்கொண்டேயிருக்கும். பின்பு தாழம்பூவின் வாசம் அவளிடம் நிரந்தரமாகத் தங்கிப்போனது.

ராசு அவள் வீட்டில் எடுபிடி வேலை செய்யும் பண்ணாடியின் மகன். அவளுடைய பால்ய நண்பன். அந்த வீட்டின் எந்தப் பகுதிக்கும் போய்வரும் நம்பிக்கையைப் பெற்றவன். வாசல்படியில் கால்வைக்கும் போதே அவனது வருகையை உணர்ந்துவிடுவாள் அனுசுயாதேவி. நேர்கொண்டு பார்க்காத போதும் அவன் பார்ப்பதை அவளால் உணர முடியும். அவன் கண்களுக்குள் என்ன இருக்கும் என்பதும் பார்க்காமலேயே தெரியும் அவளுக்கு. அவன் வராத நாட்களில் தவித்துக்கிடப்பாள். தின்பண்டங்களை எடுத்து வைத்திருந்து ரகசியமாகத் தருவாள். தன்னை நோக்கி நீளும் வளையல்கள் அணிந்த வெண்மையான கைகளைப் பார்த்துக் கொண்டே மிக ரகசியமாக வாங்கிக்கொள்வான்.

வளர்த்துக்கொள்ள முடியாமல் திணறும் நேசங்கள். இன்னது தானென்று பகர முடியாத ஆசைகள். சொல்லிக்கொள்ள முடியாத ஊமைப் பிரியங்கள்.

வெள்ளந்தியான மனசு அவனுக்கு. பாவங்களையோ அலும்பு அக்கிரமங்களையோ செய்ய வேண்டிய அவசியங்கள் இல்லாத எளிமையான வாழ்வு அவனுடையது. இந்நேரம் ராசுவுக்குக் கல்யாணம் ஆகியிருக்கலாம். அவனுடைய அத்தைமகளோ மாமன்மகளோ யாரோ ஒருத்தி, அவனை விடவும் வெகுளியான ஒருத்தி, மனைவியாய் வாய்த்திருக்கலாம். அவனைப் போலவே வெள்ளைச்சிரிப்போடு ஒன்றிரண்டு பிள்ளைகள் கூடப் பிறந்திருக்கலாம். அவன் வாழ்வை வறுமை சூழ்ந்திருக்கும், அதில் சந்தேகமேயில்லை. ஆனால் குற்றத்தின் நிழல்கூடப் படியாத வாழ்க்கை அவனுடையது.

கடைசியாய் அவன் கொடுத்த தாழம்பூ. அவளது கல்யாணக் கூறைப்பட்டுச் சேலையின் மடிப்புகளுக்குள் மகரந்தங்களைக்

கொட்டியபடி மணந்து கிடந்தது. யாராலும் தகர்க்க முடியாத இரும்பு அலமாரிக்குள் அதன் மணம் சுற்றிச்சுற்றி வந்தது. இறுக்க மாக அறைந்து சாத்தப்பட்டிருக்கும் அந்த இரும்பு அலமாரியைத் திறக்கும்போதெல்லாம் தாழம்பூவின் மணம் அவளைச் சூழ்ந்து ஆக்கிரமித்தது.

ஊஞ்சலூர் சந்தைக்குப் போகும் வழியில் இருக்கும் தாழம்புதரில் மலரும்பூக்களெல்லாம் இப்போது என்னவாகி யிருக்கும், அந்தப் பூக்களையெல்லாம் யாரோ ஒருவன் பறித்துக் கொண்டுபோய்த் தனக்குப் பிரியமான ஒருத்திக்குத் தருவானோ, அந்தப் பூக்களை வாங்கிக்கொண்ட யாரோ ஒருத்தி, அந்தப் பூவின் வாசத்தோடு சேர்த்து அவனையும் நேசிப்பாளோ. தாழம்பூவின் வாசத்தை நேசிக்கும் எந்தவொரு பெண்ணின் வாழ்வும் தன் வாழ்வுபோலவே துயரம் நிறைந்த தாக மாறிவிடுமோ.

கட்டிலில் உளறியபடியே கால்களை விரித்துக்கொண்டு மல்லாந்திருந்தான் அவளது கணவன். இன்னும் எத்தனை உயிரைப் பலிகேட்கப் போகிறதோ தெரியவில்லை, திமிராய் நின்றது அவனது ஆண்மை. கட்டிலை நெருங்கினாள். தன்னுடைய மானத்தை மறைப்பதைப் போல, விலகிக்கிடந்த வேட்டியை இழுத்து மூடிவிட்டாள்.

கட்டில் காலில் சரிந்து உட்கார்ந்தாள். மேற்குப்பக்க முகட்டின் கண்ணாடி அடைப்பை ஊடுருவிக்கொண்டு நுழைந்தது வெய்யில். வெய்யிலின் வெளிச்சக் கற்றைக்குள் ஓய்வின்றிச் சுழன்றுகொண்டிருக்கும் நுண்துகள்களை வெறித்துப் பார்த்துக்கொண்டிருந்தாள். திரைவிழுவதுபோல அங்கே மெதுவாகக் கவிந்தது. பின்பு, அவளது கண்களுக்குப் புலப்பட்ட எல்லாவற்றையும் வேகமாக மூடிமறைத்துக்கொண்டது இருட்டு.

●

10

ஆறானும் தங்கமும் ஊரைவிட்டுக் கிளம்பி விட்டார்கள். அந்தச் சிறிய ஊரின் மொத்தத்தையும் கண்காணித்தபடி உயர்ந்து நின்றுகொண்டிருந்தது செல்வக்குமாரசாமி கோயில் கோபுரம். தலைச்சுமை யோடு கோபுரத்தைத் திரும்பிப் பார்த்தாள் தங்கம். அதனுள்ளே குடிகொண்டிருக்கும் செல்லய்ய னிடம் இறுதியாக விடைபெற்றுக் கொண்டாள் .

பாத்திரம் பண்டத்தையெல்லாம் சாக்கில் கட்டித் தலைச் சுமையாகத் தூக்கிக்கொண்டு நடந்தாள். கனமாக இருந்த வலைப்பையைத் தோளில் தூக்கிப் போட்டுக்கொண்டு கூடவே நடந்தான் ஆறான். மொண்ணைவாலை ஆட்டிய படி இருவரையும் விதியைப்போல பின்தொடர்ந்து போனது மணி. மோப்பம் பிடித்து இடங்களைத் தேர்ந்து காலைத் தூக்கி மண்டுகொண்டே ஓடியது.

கிழக்குவீதி முச்சந்தி, கல்லால் ஆன விளக்குத் தூண். ஏற்றிய சுடரைக் காற்றிலும் மழையிலும் அணைந்துவிடாமல் காப்பாற்றிக்கொண்டிருந்த கண்ணாடிக் கூண்டு உடைந்துபோயிருந்தது. வேப்பெண்ணெய்யும் இலுப்பெண்ணெய்யும் வடிந்து ஒழுகியதில் தூண் முழுவதும் எண்ணெய்த் தாரை பாய்ந்திருந்தது. திறமான இருட்டை விரட்டிவிட, ஊமை வெளிச்சத்தோடு தன்னால் ஆன வரைக்கும் போராடிப் பார்த்துவிட்டு, இப்போது ஊனங்களோடும் பலவீனங்களோடும் ஓய்ந்து போய் ஒதுங்கி நின்றுவிட்டது அந்த விளக்குத் தூண். துயர்மிகுந்த வாழ்க்கையை வறுமையோடு வாழ்ந்துவிட்ட ஒரு முதிர்ந்த மனிதனைப் போல. மணி விளக்குத்தூணை முகந்துபார்த்துவிட்டு அதைப் புறக்கணித்து விலகியோடியது. அதன் பக்கத்திலேயே மின்கம்பம், விளக்குத்தூணை விடவும் செல்வாக்கான உயரத்தில், பகட்டான

வெளிச்சத்தைத் தரும் குழல்விளக்கோடு, மிதப்பாய் நிமிர்ந்து நின்றது. அந்த மின்கம்பத்தில் காலைத் தூக்கியது மணி.

அடுத்திருந்தது மாடுநோஞ்சிக்கல். மேய்ந்து விட்டுத் தினவெடுத்து வரும் மாட்டுமந்தைகள் தொடர்ந்து நோஞ்சிப் போனதில் தனது சொரசொரப்பை இழந்து மொழுக்கேறி யிருந்தது. மாடுநோஞ்சிக் கல்லில் காலைத் தூக்கி ஈரமாக்கி விட்டு நகர்ந்தது. முன்னால் நடந்துபோய்க்கொண்டிருந்தவர் களை நெருங்கிவிட வேகத்தைக் கூட்டி ஓடி, அவர்களை அடைந்தவுடன் மெதுவாக நடந்தது. பள்ளிக்கூடம். பள்ளிக் கூடம் தாண்டி அரசமரம், அங்கிருந்து நான்காய்ப் பிரியும் வீதிகள். கிழக்கிலும் மேற்கிலும் நடுவிலுமாக ஊருக்குள் நுழைந்து ஓடும் மூன்றுவீதிகளையும் ஒன்றாக வாரிக்கொண்டு வெளியேறித் தெற்குநோக்கிப் போகும் சாலையில் திரும்பி நகர்ந்துகொண்டிருந்தார்கள் ஆறானும் தங்கமும். மணி அவர்களோடு போகாமல் பின்தங்கியது.தங்கம் சந்தைக்குப் போனாலும் ஊருக்கு வெளியே கிளம்பிப் போனாலும் அரசமரம் வரைக்கும் பின்னாலேயே போய் நின்றுவிடும். எப்போதும் அதன் எல்லை அவ்வளவுதான். அதற்குமேல் நகராமல் நாக்கைத் தொங்க விட்டபடி அரசமரத்தடியில் நின்றது.

நாற்சந்தி.

தெற்குத் திருப்பம். யாரும் தாகத்தைத் தீர்த்துக்கொண்டு, களைப்பாறி ஊருக்குள் நுழையட்டுமென்ற அக்கறையில் வைக்கப்பட்ட குடிதண்ணீர் நிரம்பிய பானை, அதிலிருக்கும் குளிர்ந்த தண்ணீரைக் குடித்துவிட்டு நீட்டிப் படுத்து இளைப் பாற ஆசாரம், இளைப்பாறி முடித்து எழுந்து உட்கார்ந்தால் மனத்தைக் களிப்பாக்க வரையப்பட்டிருக்கும் தாயக்கரமும் அஞ்சாங்கரமும், இத்தனையும் வைத்திருக்கும் பொதுச்சாவடி. அதற்குப் பக்கத்தில், சுமையை இறக்கிவைக்காமல் வயிற்றுப் பிள்ளையோடு இறந்துபோன கர்ப்பிணிப்பெண் ஒருத்தியின் நினைவாக நிறுவப்பட்டிருக்கும் சுமைதாங்கிக்கல். அடுத்துப் பூசாரியய்யன் குவை. அதையடுத்து முக்கன்னியர்களின் குவை; அத்தாத்தா, முத்தாத்தா, செல்லாத்தா. மூவரும் பூசாரியின் பெண்மக்கள். காமுகன் ஒருவனிடமிருந்து தங்களது மானத்தைக் காத்துக்கொள்ளச் சிதை வளர்த்து நெருப்புக்குள் பாய்ந்து உயிரை மாய்த்துக் கொண்டவர்கள். பலநூறு ஆண்டுகளாகத் தணிய முடியாமல் கனன்று, குமைந்துகொண்டிருக்கும் மூன்று உயிர்களின் சாம்பலை உள்வைத்து எழுப்பிய குவை. யாரும் ஊருக்குள் நுழைந்தாலும்ஊரைவிட்டு வெளியேறினாலும்

இத்தனையையும் தாண்டித்தான் செல்லவேண்டியிருக்கும். எல்லாவற்றையும் கடந்து இருவரும் முன்னேறிப்போய்க் கொண்டிருந்தார்கள்.

மணி அங்கேயே நின்று, இருவரையும் பார்த்துக் கொண்டிருந்தது. வாவிக்கிணற்றுவளைவில் திரும்பினார்கள்; மறைந்தே போனார்கள். ததும்பிக்கொண்டிருந்த வாவிக்கிணறு அதிர்ச்சியில் சற்றுநேரம் சலனமின்றிக் கிடந்தது. இருவரையும் விழுங்கிவிட்ட வளைவிலிருந்து இனியொருபோதும் அவர்கள் மீளப் போவதில்லை.

திரும்பி மெதுவாக நடந்தது மணி.

●

11

இனி அதற்கு இலக்கு ஏதுமில்லை; அவசரம் இல்லை; போகும் பாதையும் இதுதானென்று இல்லை; அழைப்பார் இல்லை; குப்பையில் பொறுக்கித் தின்று வாழலாம்; யாராவது இரக்கத் துடன் சோறிடலாம்; மீந்துபோனதை அதன்முன் கொட்டிச் செல்லலாம். ஆனால் வளர்த்தவளின் அன்பும் அவளது உள்ளங்கைச் சூடும் இனி ஒரு போதும் கிடைக்கப்போவதில்லை. "மணியனெக் காணாமே, சோறு திங்காமப் போயிருச்சே" என்று அங்கலாய்த்துப் பரிவுகாட்ட ஒருவரும் இல்லை.

இனி அது அனாதை.

தளர்வாக நடந்து வீட்டை அடைந்தது. பட்டியையும் வாசலையும் உள்ளடக்கி மின்னப்படல் போட்டுக் கட்டுமானம் செய்திருந்த கூரைவீடு. சில நாட்களாகவே சாணி கரைத்துத் தெளிக்காமல் பராமரிப்பின்றிக் கிடந்தது. 'உர்ரும் உர்ரும்' என்று எப்போதும் உருமியபடித் திரியும் பன்றிகள் இல்லாமல் பட்டி வெறிச்சோடிக் கிடந்தது. குட்டி களோடு சேர்த்துப் பன்றிகளையெல்லாம் ஒரே நாளில் வந்த விலைக்கு விற்றுக் காசாக்கியிருந்தான் ஆறான். பட்டித் தரையெங்கும் குழைவாகச் சதசதத்துக் கிடக்கும் சேறு. இறுதியாக மிதிபட்ட பாதச்சுவட்டுத் தடங்களை, விட்டுவிடாமல் பிடிவாதமாக இறுக்கிப் பிடித்துக்கொண்டு, கெட்டித்துப் போயிருந்தது. அதன் மேடுபள்ளங்களில் சவுரிகட்டும்போது கழிபட்ட மயிர்கள் சில சிக்கிக்கொண்டிருந்தன. வாசலின் வடக்குப்பக்கம் சலதாரையில் கடைசியாகக் கழுவிய கரிச்சட்டியின் கரி, மிளகாய்த் தோலோடு தாரை படர்ந்திருந்தது.

இத்தனை நாளாகத் தன் சொந்தங்களோடு கூடிவாழ்ந்திருந்த வீட்டைப் புதிதாகப் பார்ப்பது போல பார்த்தது மணி. பந்தக்காலில் கட்டப்பட் டிருந்த கயிறு, தும்போடு கிடந்தது. பக்கத்தில்

இருந்த கல்சட்டியை முகந்துபார்த்தது. தங்கம் கடைசியாகப் போட்டுப் போயிருந்த சோறு வறண்டுபோய்க் கிடந்தது. அங்கிருந்து நகர்ந்து வாசல்படியில் நின்று கதவுகளற்ற வீட்டி னுள்ளே எட்டிப் பார்த்தது. யாருடைய அசைவையேனும் வாழும் அரவங்களையேனும் ஏக்கத்துடன் எதிர்பார்த்துத் தன் மொண்ணை வாலை மெதுவாக அசைத்தது.

தங்கம் வீட்டைக் காலிசெய்யும்போது மண்விளக்கு ஒன்றை ஏற்றிவைத்துவிட்டுப் போயிருந்தாள். அது எப்போதோ எரிந்து அணைந்து போயிருந்தது. சாங்கியத்திற்காகச் சற்றே இடிக்கப் பட்டிருந்த அடுப்பு, அதனருகே தேங்காய்த் தொட்டி ஒன்றில் உப்பு நிரப்பிவைக்கப்பட்டிருந்தது. சாந்துப்பொட்டுக் குப்பியும் பவுடரும் வைப்பதற்காக வனரோஜா பயன்படுத்திய சுவரின் மாடத்தில் எப்போதோ தவறிப்போய்க்கொட்டிய சிவப்புநிறச் சாந்து ஒரு கண்ணீர்த்துளிபோல ஒழுகி உறைந்துகிடந்தது.

வேகமாக அடித்த காற்று எங்கிருந்தோ மேகங்களைத் திரட்டிக்கொண்டு வந்தது. பெரிய இடியுடன் மழை பெய்யத் தொடங்கியது. துளி விழுந்தவுடன் வீட்டின் ஒட்டுத் திண்ணை யில் ஒதுங்கியது மணி. அந்தக் கூரை வீட்டின் சிறிய திண்ணை யில் மழையும் வெய்யிலும் உள்ளே வராமல் இருக்கக் கட்டப் பட்டிருந்த சாக்குப்படுதாவைக் காணோம். அதைத் தாங்கி யிருந்த சூட்டிக்கயிறு மட்டும், அடித்த காற்றுக்கு ஊசலாடிக் கொண்டிருந்தது. சுழற்றியடிக்கும் சாரலில் நனையாமலிருக்க மணி உடலைக் குறுக்கிக்கொண்டது. நேரம் ஆகஆக மழை யின் வேகம் கூடிக்கொண்டேயிருந்தது. நனைந்த உடல் நடுங்கத் தொடங்கியது. அத்தனை மழைக்கும் யாரும் இல்லாமல் கைவிடப்பட்ட கதவுகளற்ற வீட்டிற்குள் மணி நுழைய வில்லை. தன் உறவுகள் அங்கே எப்பொழுதேனும் வந்து விடுவார்கள் என்று நம்பியது. ஆனால் இரக்கமற்ற மழையோ, ஒரு பெருவெள்ளத்தைக் கொடுத்து அவர்கள் வாழ்ந்த தடயங்கள் எதையும் மிச்சம்விட்டுவைக்காமல் ஒரேவாங்கில் வாரியடித்துக்கொண்டுபோய் நொய்யலில் சேர்த்துவிட்டுத் தான் மறுவேலை பார்த்தது.

●

12

மணியன்.

ஒரு மழைநாளில் கள்ளிப்புதருக்குள் கத்திக் கொண்டிருந்த குட்டிகளில் கடுவன்குட்டி ஒன்றைத் தேர்ந்தெடுத்துத் தூக்கி வந்திருந்தாள் வனரோஜா. இன்னும் கண்விழித்திருக்காத வெள்ளை நிற நாய்க்குட்டி. குளிரில் முனகியபடிப் பரிவையும் ஆதரவையும் அவளிடம் தேடியது. அவளது கைச்சூட்டில் சுகம் கண்டுகொண்டு கதகதப்பாகத் தூங்கியது. அதற்கு மணியன் என்று பெயரிட்டாள். மணியன் வாயைத் திறந்து கொட்டாவிவிட்ட போது வறுபடும் கடலைக்காயின் வாசம் வருவ தாக வனரோஜா சொன்னாள். அதன் மூக்குப் பரப்பின் நம்பமுடியாத குளிர்ச்சி அவளுக்குப் பிடித்தமானதாக இருந்தது. "வூட்டுக்குத் தூரமானவ நாயெத் தொட்டா சோறெடுக்காது, நலங்கிப் போயிரும்," என்ற தங்கத்தின் எச்சரிக்கையை அவள் பொருட்படுத்தவே மாட்டாள். "மணி மணி மணீ ..." என்று அவள் கூப்பிடும் குரல் கேட்டு விட்டால் போதும், எங்கிருந்தாலும் தாண்டிக் குதித்து ஓடி வந்து அவளிடம் வாலை ஆட்டிக் கொண்டு நிற்கும்.

மணி பெரிதாக வளர்ந்தபோது அதன் வாலும் வளர்ந்தது; வளைந்து முதுகைத் தொட்டது. அதனால் மணிக்கு ஒன்றும் அசௌரியம் இல்லை யென்றாலும், வளர்ப்பவர்களுக்கு ஆகாதாம். அதை வீட்டில் வைத்திருக்கக் கூடாதாம். ஆறானிடம் யாரோ போகிற போக்கில் சொல்லிவிட்டுப் போய் விட்டார்கள். வீட்டிற்கு வந்ததும் விசயத்தைச் சொன்னான். தங்கமும் வனரோஜாவும் அவன் சொன்னதைப் பதைபதைப்போடு கேட்டார்கள். பின்னர் மூன்றுபேரும் கவலையடைந்தார்கள். வேறு எந்த நாய்க்காவது இப்படி வால் வளர்ந்திருக்கக்

கூடாதா, மணிக்குத்தானா இப்படியெல்லாம் நேர வேண்டும். எனப் பலவாறு யோசித்தான் ஆறான். இறுதியாக ஒரு தீர்வைக் கண்டுபிடித்தான்.

மணியின் கழுத்தில் கட்டிய கயிற்றை இழுத்துப் பந்தக்காலில் நெருக்கிக் கட்டினான். சுப்பை தரிக்கும் வெட்டுக் கட்டையையும் பன்றிக்கறி வெட்டும் அரிவாளையும் எடுத்து வந்தான். வனரோஜா ஆனவரைக்கும் தடுத்துப் பார்த்தாள். வீட்டிற்குள் ஓடிப்போய் மூலையில் உட்கார்ந்து அழ ஆரம்பித்தாள். ஆறான் மணியை நெருங்கி உட்கார்ந்தான். அதன் வாலைக் கட்டையில் வைத்து தங்கத்தைப் பிடித்துக் கொள்ளச் சொன்னான். மணி ஈனஸ்வரத்தில் முனகியது. தனக்கு ஏதோ நேரப் போவதை உணர்ந்து, தலையைத் திருப்ப முயன்றது. குறுகக் கட்டிய கயிறு அதன் முயற்சிக்குத் தடையாக இருந்தது. கண்களைத் தாழ்த்திக்கொண்டு தனக்கு எந்தத் தீங்கையும் இழைத்துவிட முடியாத எஜமானனை, நம்பிக்கை யோடு பார்த்தது.

ஓங்கிய அரிவாள் இப்போது வேகமாக இறங்கியது. மணி வீலென்று அலறியது. வால் துண்டாடி விழுந்து ஒரேயொரு முறை துடித்துவிட்டு அடங்கியது. தங்கத்தின் சேலையெல்லாம் ரத்தம் தெறித்திருந்தது. கைகளில் ஒட்டியிருந்த ரத்தத்தையும் அரிவாளையும் கழுவிவிட்டு வந்த ஆறான், மணியை அவிழ்த்து வந்து வெட்டுப்பட்டிருந்த வாலில் பழைய துணியைச் சுற்றிக் கட்டுப் போட்டான். ஓடிவந்து மணியை அணைத்துக் கொண்டாள் வனரோஜா. கண்களில் வேதனையைத் தேக்கியபடி அவளைப் பார்த்தது. அவளது கைகளுக்குள் ஒரு குழந்தையைப்போல ஒடுங்கிக்கொண்டு அனத்தியது.

●

13

மணி இப்போது குறத்தெருவைச் சுற்றிச்சுற்றி வந்தது. தங்கமோ ஆறானோ வனரோஜவோ எங்கிருந்தாவது வந்துவிட மாட்டார்களா என்று தேடியது. அவர்களது உடல் வாசனையை அதன் அறிவில் பொதித்துவைத்தபடி மோப்பம் பிடித்துக் கொண்டு அலைந்தது. ஒவ்வொரு வீட்டின் வாசலுக்கும் போய் வந்தது. வீதியெங்கும் திரிந்தது. கிடைத்ததைத் தின்றது. கிழக்கு வீதிக்குப் பொதுவில் வாழ்ந்தது. இரவானால் வீட்டிற்குப் போய் அது எப்போதும் கட்டப்படும் இடத்தில் படுத்துக் கொண்டது. சாணிப்பத்து பொரிந்து, மண பரந்து கிடந்தது வாசல். கூரை இற்றுப்போய்ச் சரிந்து விழுந்திருந்தது. சுவர்கள் கரைந்து தன் உருவத்தை இழந்து மண்திட்டுக்களாக நின்றன. சுவரின் மூலையில் வேகமாக வளர்ந்துவிட்ட எருக்கஞ்செடி ஏகத்துக்கும் பூக்களைக் கொத்துக் கொத்தாக அரும்பியிருந்தது. கொஞ்சம்கொஞ்சமாகக் குட்டிச் சுவராக மாறிக்கொண்டிருந்தது அந்தவீடு. தரையெங்கும் தோண்டிய வளைகளில் பெருக்கான்களும் எலிகளும் ஏராளமான குட்டிகளோடு அலைந்தன. அவற்றை வேட்டையாடி விழுங்கிவிட்டு உடலை நெளித்துக்கொண்டு நகரமாட்டாமல் கிடந்தன பாம்புகள்.

நடுச்சாமம். நிலா வெளிச்சம். ஆறான் வீட்டு வாசலில்ஒரு தழைகூட இல்லாமல் முழுவதையும் உதிர்த்துவிட்டுக் கிளையெல்லாம் பூக்களாகப் பூத்திருந்தது மாவலிங்கமரம். நிமிர்ந்து பார்த்தது மணி. பின்பு வனரோஜா கலந்துகரைந்துவிட்ட காற்றில் அவளைத் தேடுவதைப்போல முகத்தைச் சுழற்றி உயர்த்தியது. "ஊ ஊ"வென விகாரமாக ஊளையிடத் தொடங்கியது.

தூங்கிக்கொண்டிருந்த வேணி விழித்துக்கொண்டாள். நள்ளிரவில் கேட்ட ஊளைச் சத்தம் அவளுக்கு நடுக்கத்தைத் தந்தது. கலைந்து சூழ்ந்த தூக்கத்திற்கு நடுவே தன் தாயைப் பயத்தோடு இறுக அணைத்துக்கொண்டாள்.

இரவென்பது இருளென்றால் அது எல்லாருக்கும் ஒன்று தான். இரவென்பது பொழுதென்றால் அது எல்லாருக்கும் ஒன்றல்ல.

●

14

'ஐய் நீலக்கலர்' வீட்டுப்பாடம் எழுதிக் கொண்டிருந்த வேணி புத்தகத்தை உதறிவிட்டு ஓடி வந்தாள். நீலக்கலரில் ஒரு ரிப்பன் இருக்குமென்பதை வேணியால் நம்பவே முடியவில்லை. வழக்கமாக மாரான் கொண்டுவரும் மொட்டைக்காணிக்கை முடியோடு சிவப்புநிறத்திலும் மஞ்சள்நிறத்திலும் தான் ரிப்பன் கிடைக்கும். முன்பொரு முறை மாரான் மிட்டாய்ரோஸ் நிறத்தில் ரிப்பன் கொண்டு வந்திருக்கிறான். ஆனால் நீலக்கலரில் ரிப்பன் இப்போதுதான் கிடைத்திருக்கிறது.

மாரான் வேட்டிமடியைப் பிரித்து ஒரு மிட்டாயை எடுத்துக் கொடுத்தான். மிட்டாயைப் பார்த்த வேணிக்குச் சந்தோசம் தாங்கமுடிய வில்லை. அது வழக்கமாகக் கொண்டு வரும் ஆரஞ்சு மிட்டாய் அல்ல, பச்சை நிறத்தாள் சுற்றிய நியூட்ரின் சாக்லேட். காதுகுத்துக்குப் பிறகு உறவு களுக்கு விநியோகித்துக் காலியாகிக்கொண்டிருந்த தட்டத்திலிருந்து குழந்தைக்கு மொட்டையடித்த மாரானுக்குக் கிடைத்த சாக்லேட். அதை மகளுக் கென்று மடியில் பத்திரப்படுத்திக் கொண்டு வந்திருந் தான். வேணி மிட்டாயை வாயில் போட்டு அதக்கி னாள். பச்சைநிற சாக்லேட் தாளை அக்குளில் அழுத்திக்கொண்டு ரிப்பன் நுனியை முக்கோண மாகச் சாய்த்துச் சாய்த்துப் பட்டாம்பூச்சியாக மடித்தாள். மலர்ச்சியோடிருந்த மகளின் முகத்தைப் பூரித்துப்போனவனாகப் பார்த்தான். "அல்லாமே உனக்குத்தேஞ் சாமி" நெகிழ்ந்து போய்க் கரகரத்த குரலில் சொன்னான்.

"மவளுக்குத்தேங் கொண்டாந்தையா எனுக்கொன்னையுங்காணமா?" விசேசவீட்டிலிருந்து வெற்றிலைபாக்கு கொண்டு வருவான் என்று எதிர்பார்த்திருந்த ஆத்தா மகனின் வெறுங்கையைப் பார்த்துவிட்டு ஏமாற்றமடைந்தாள். "ஒறம்பர

மொப்பா?" கேட்டுக்கொண்டே திண்ணை மாடத்திலிருந்த தட்டக் கூடையை உட்கார்ந்த வாக்கில் எட்டி எடுத்தாள். அதில் வாடிக் கிடந்த வெற்றிலையை எடுத்து நீவி இரண்டாகக் கிழித்தாள். ஒரு பாதியைப் பத்திரமாகவைத்துவிட்டு மீதியை உரலில் இட்டு இடிக்கத் தொடங்கினாள்.

மேல்துண்டில் கட்டிக்கொண்டு வந்திருந்த சோற்றையும் தூக்குப்போசியில் கொண்டு வந்திருந்த கெடாக் கறிக்குழம்பை யும் எடுத்துப்போய் பொன்னாளிடம் கொடுத்தான். 'கருகருன்னு சல்லையாட்ட நல்ல மசுரு' அடைப்பத்திற்குள் திணித்து வைத்திருந்த மொட்டைமயிரை எடுத்தான். ஏற்கெனவே மொட்டைமுடிகளை வைத்திருந்த பையில் பத்திரப்படுத்தி விட்டு ஆட்டுத்தோலை எடுத்துக்கொண்டு கைச்சாளைக்குப் போனான். தோலைத் திருப்பிப் போட்டு ஒட்டியிருந்த சவ்வையும் கொழுப்பையும் சூரிக்கத்தியை வைத்துக் கவனமாகச் சுரண்டி வீசினான். அதற்குள் வேணி உப்புத் தொட்டியை எடுத்துக்கொண்டு ஓடி வந்தாள். விரித்துப் போட்டிருந்த தோல்மீது உப்பைத் தூவிக்கொண்டிருக்கும் மகளைப் பெருமிதத்தோடு பார்த்தான் மாரான். வேணி அப்படித்தான். கூப்பிடாமலேயே உதவிக்கு வருவாள். சில வேலைகள் அவளது பொறுப்பாகவே இருந்தன.

பண்ணாடிகள் மாரான் வீட்டிற்குச் சவரத்துக்கு வந்து விட்டால் போதும். மாரான் அடப்பத்தை எடுத்துக்கொண்டு வருவதற்குள் பண்ணாடி உட்காரச் சாக்கை விரித்துப் போட்டு விடுவாள். கத்தரிக்கோல், சிறியதாகவும் பெரியதாகவும் இரண்டு சவரக்கத்திகள், சீப்பு, சிறிய சாணைக்கல், தேய்ப்புத் தோல், மூக்குமுடிவாங்கி, கிண்ணம் என்று எல்லாவற்றையும் அடப்பத்திலிருந்து வெளியே எடுத்து வைத்துக்கொண்டிருக்கும் போதே சவரக் கிண்ணத்தில் தண்ணீரை ஊற்றி நிறைத்திருப் பாள். பிறகு பண்ணாடியின் தலைமயிர் கத்தரித்துத் தள்ளப் படுவதைக் கையைக்கட்டி, வேடிக்கை பார்த்துக்கொண்டு நிற்பாள். சீப்பு, முடியை எடுத்துக் கொடுக்கக் கொடுக்கக் கத்தரிக்கோல் கத்தரித்துத் தள்ளும். கத்தரிக்கப்பட்ட மயிர் சரசரவென உதிரும். பெருவிரலுக்கும் ஆள்காட்டிவிரலுக்கும் இடையே கத்தரிக்கோல் தன்னிச்சையாக இயங்குகிறதா என்ன. அதன் வேகம் ஆச்சரியப்படத் தக்கதாக இருக்கும். 'க்கரச்' 'க்கரச்' 'க்ளக்' 'க்ளிங்' என ஓயாத சத்தம் வேறு. ஒருவேளை அடப்பத்தை விட்டு வெளியே வந்துவிட்டால் இந்தக் கத்தரிக்கோலுக்கு உயிர் வந்துவிடுமோ? ஒரு மாயவித்தையைப் பார்ப்பதைப் போல இருந்தது வேணிக்கு. அப்போது மாரா னுடைய முகத்தை உற்றுக் கவனித்தால் ஒரு மிதப்பும் கம்பீரமும்

தெரியும். பண்ணாடியின் தலையை, தான் ஆளும் தேசம் என்று நினைத்துக்கொள்வானோ? எப்போதும் அவனிடமிருக்கும் பவ்யம் அப்போது மட்டும் காணாமல் போயிருக்கும். வெட்டி முடித்துவிட்டு முதுகிலும் முகத்திலும் விழுந்துகிடக்கும் மயிரைத் தட்டிவிடுவான் மாரான். அடுத்ததாக கிண்ணத்திலிருக்கும் தண்ணீரைத் தொட்டெடுத்துத் தடவி, தாடைகளை ஈரமாக்கி விட்டு முகத்தைச் சிரைக்கத் தொடங்குவான். இது வேணிக்கு வித்தையல்ல. தாங்க முடியாத சிரிப்பைத் தரும் கூத்து. வெகு சிரத்தையோடு இருக்கும் தன் தகப்பனின் முகத்தையும் அவன் முகத்திற்கு மிக நெருக்கமாகச் சிரைப்பதற்கு ஒத்துழைத்துக் கொண்டிருக்கும் பண்ணாடியின் முகத்தையும் மாறிமாறிப் பார்ப்பாள். சவரக்கத்தியில் மழித்த பொடிமயிரை அவ்வப் போது உள்ளங்கையில் தடவிக்கொள்வான். மீசையைச் சிரைத்து விட்டுக்கத்தரித்துச் சரிசெய்வதுதான் உச்சம். பண்ணாடி முகத்தைத் திருப்பியும் சாய்த்துக்கொண்டும் வாட்டம் காண்பிப்பார். அப்போதெல்லாம் வாயைப் பொத்திக்கொண்டு சிரிப்பை அடக்கிக்கொள்வாள் வேணி. அப்புறம் மூக்குமுடி பிடுங்கும் போது முகத்தை அண்ணார்த்தி மேல்உதட்டை உள்ளுக்கு இழுத்துக்கொள்வார் பண்ணாடி. வேணிக்கு அது கடைசிக் கட்ட வேடிக்கை. பண்ணாடிக்கு முகத்தைத் துடைத்துவிட்டு விட்டு சிறிய சவரக்கத்தியை எடுத்துச் சாணைக்கல்லில் தேய்த்துக்கொண்டிருக்கும்போது, பண்ணாடி எழுந்துவிடுவார். தன்மீது விழுந்துகிடக்கும் பொடிமயிரைத் தட்டிவிட்டபடியே படலால் ஒதுக்கியிருக்கும் மறைப்பிற்குப் போவார். "கூட்டி அள்ளீரு கண்ணு" வேணிக்குச் சொல்லிவிட்டுச் சவரக்கத்தியோடு அவரைப் பின்தொடர்ந்து போவான் மாரான். பண்ணாடி கட்டியிருந்த வேட்டி இப்போது படல்மீது கிடக்கும். கிண்ணத்தில் மிச்சமிருக்கும் தண்ணீரைக் கீழே ஊற்றிவிட்டுக் கழுவி வைப்பாள். சாக்கை உதறி எடுத்து மடித்து வைப்பாள். விழுந்துகிடக்கும் மயிரைக் கூட்டியள்ளிக் கொண்டிருக்கும்போது, வேட்டியைக் கட்டிக் கொண்டு ஒதுக்கு மறைப்பிலிருந்துவெளியே வருவார்பண்ணாடி. அவருக்குப் பின்னால் வரும் மாரானுடைய கையில் கத்தியும் இன்னொரு கையில் சிரைத்துக் கழித்த மயிரும் இருக்கும். அப்போது அவனுடைய முகம் பாறைபோல இறுகியிருக்கும்.

ஆட்டுத்தோலுக்கு உப்புவைக்க உதவிசெய்வதும் வேணிதான்.

முதல்நாள் உப்புவைப்பது ஒன்றும் வேணிக்குப் பிரச்சினை யில்லை. இரண்டாம்நாள் கூடப் பரவாயில்லை. மூன்றாவது உப்புவைக்கும்போது எழும் நாற்றத்தைத்தான் அவளால்

சகித்துக்கொள்ளவே முடியாது; முகத்தைச் சுளித்துக் கொண்டு உப்பைத் தூவுவாள்.

இது மட்டுமல்ல. சிதைக்காசுகளைக் கரிபோகத் தேய்த்துக் கழுவித் தருவதும் வேணியுடைய வேலைதான்.

குடிசெய்யும் வீடுகளில் இழவு விழுந்துவிட்டால் நாடி பிடித்துப் பார்த்து இறப்பை உறுதிசெய்வதில் தொடங்கிப் பிணத்தை எரித்துமுடித்து, சிதையிலிருந்து அங்கம் பொறுக்கி யெடுத்துவந்து ஆற்றில்விடுவதுவரைக்கும் செய்யவேண்டிய சீர், செய்முறை என்று எல்லாவற்றையும் வரிசையாக முறைப் படுத்துவது மாரானுடைய பொறுப்பு. பிணத்தைச் சிதையில் கிடத்திக் கொள்ளி வைத்தபின்பு பங்காளிகளும் மாமன் மைத்துனர்களும் பிணமாகக் கிடப்பவருக்குக் கடைசிக் கொடையாகச் சில்லறைக் காசுகளைப் பற்றியெரியும் சிதையில் வீசியெறிவார்கள். அடுத்தநாள் பாலூற்றிக் காடாற்றிவிட்டு, ஆற்றில் விடுவதற்காக எலும்புகளைச் சேகரிக்கும்போது பிணத்தோடு வெந்துகிடக்கும் சில்லறைக் காசுகளையெல்லாம் சாம்பலைக் கிளறித் தேடி ஒன்றுவிடாமல் எடுத்து வந்து விடுவான் மாரான்.

சிதைக்காசுகளில் படிந்த கரி அத்தனை லேசில் போகாது. வேணி ஒவ்வொரு காசாக எடுத்து ஈர மண்ணில் வைப்பாள். தன் குதிகாலைக் காசுமீது ஊன்றி நின்று வட்டமடிப்பாள். இப்படிப் பலமுறை செய்தால்தான் பாதிக் கரியாவது போகும். பின்பு அவற்றை நல்ல காசுகளோடு ஒன்றிரண்டாகச் சேர்த்துக் கொடுத்துச் செல்லுபடி செய்வார்கள்.

○

தோலைச் சுருட்டிக் கட்டி, கைச்சாளையின் உத்திரத்தில் தொங்கவிட்டான் மாரான். கீழே சொட்டுப் போட்ட நிணத்தை மொய்த்துக்கொண்டு ஈக்கள் கூடின. சுருட்டிக் கட்டிய தோலை யும் எடுத்துவைத்திருந்த மொட்டை மயிரையும் பார்த்துக் கொண்டே வெற்றிலையை அதக்கிக்கொண்டிருந்தாள் ஆத்தா.

வெகுநேரமாக ஒற்றைக் காக்கை கரைந்துகொண்டிருந்தது. பிறகு காக்கைகள் சூழ்ந்துகொண்டன. தத்தித் தத்தி முன்னேறின. சுரண்டி வீசிய தோல்சவ்வுகளைக் கொத்திக் கொண்டு ஒவ்வொன்றாகப் பறந்தன. கடைசியாக வந்து எதுவும் கிடைக்காமல் ஏமாந்த காக்கை ஒன்று கூரைமீது உட்கார்ந்து கொண்டு சத்தமாகக் கரையத் தொடங்கியது.

"ஆத்தா . . . காக்கா கத்துது. நம்ம வூட்டுக்கு யாரோ ஒறம்பற வரப்போறாங்கொ" வேணி சந்தோசத்தில் கூவினாள்.

"உங்கத்ததேம் வருவா பாரு."

"ஐய்யா அத்தெ வரும் அத்தெ வரும்."

"ஏப்பா . . . நேத்து வாரத்துல நம்ப ரச்சுமி வந்தப்ப வூட்டுக்கூரெ இத்துப்போயி வுழுந்துருச்சு, மேயோணும்னு சொன்னா, ஒரெட்டுப் போய்ட்டு வந்துரப்பா. என்னமோ நாம இருக்கறமுட்டுந்தே அவ ஆஞ்சுஓஞ்சு வாறா, இல்லைன்னு சொல்லி அழுவறா. வேற ஆருகிட்டப்போவா" கள்ளமடைக்குக் கட்டிக்கொடுத்திருந்த மகள் லட்சுமிக்குப் பரிந்து பேசினாள் ஆத்தா.

"நம்ம புள்ளையெ மூக்குப்பொட்டு ஒண்ணோட கட்டிக் குடுத்துருக்கறம். ஒரு வருசத்துல காதுத்தோடு போட்றன்னு சொல்லியிருக்கறம், அவெொ மாமியாக்காரி நித்தமொரு நொணப்பு நொட்டெ சொல்லிக்கிட்டு இருக்கறா. நெனப்புல இருக்குட்டு. கட்டிக் குடுத்தா போயிப் பொட்டாட்டப் பொழைக்கோணு. இன்னைக்கு நேத்தா, நாளெல்லா இதே தட்டுக்கரையந்தே. தொட்டதுக்கெல்லா இன்னமுந்தே இந்த வூட்டெ அரிச்செடுத்தா அந்த மனுசெந்தே எங்கீனு போவு, பெத்த புள்ளைக்கின்னு பாக்குமா பொறந்தவளுக்குன்னு பாக்குமா. வூடு வுழுந்துருச்சா வூடு. எங்கிருக்குது, காசு கேக்கறப்ப வெல்லாங் குடுக்கறதுக்கு" போகிற போக்கில் சொல்லிவிட்டுச் சோற்றுச்சட்டியைக் கழுவிக்கொண்டிருந்தாள் பொன்னா.

லட்சுமியைக் கட்டிக்கொடுத்த விசயத்தில் மாரானுக்குக் குற்றவுணர்வு உண்டு. வீடும் ஆசாரமும் கைச்சாளையும் என்று இந்த வீட்டில் சுழன்றாடிக்கொண்டு திரிந்தவள் வாழ்க்கைப் பட்டுப் போனதென்னவோ ஒரு வட்டக் குடிசைக்கு. குடிசை யின் நடுவிலிருந்த சாம்பல் பரந்துகிடந்த அடுப்பையும், உப்பும் கடுகும் போட்டு வைத்திருந்த தேங்காய்த்தொட்டிகளையும் பார்த்துவிட்டு லட்சுமி அழுத அழுகை இன்னும் ஓய்ந்த பாடில்லை. எப்போதும் ஏதாவது குறையோடுதான் வந்து நிற்பாள், "ஒழுங்காச் செரைக்கக்கூடத் தெரியாதவனுக்குக் கெட்டிக் குடுத்துட்டியே அண்ணா" என்ற ஒருமூச்சு புலம்பியழுது விட்டுத்தான் வேறு பேச்சை ஆரம்பிப்பாள்.

குடிசெய்யும் வீட்டில் கல்யாணம். பை நிறைய கல்யாணப் பத்திரிக்கைகளோடு, ஒரு பொட்டலம் மஞ்சள்தூளையும் அழைக்கப்பட வேண்டியவர்களின் பெயரையும் ஊரையும் எழுதிக் கொடுத்திருந்தார்கள். வீட்டிற்குக் கொண்டு வந்ததும்

ஒவ்வொரு பத்திரிகையாய் எடுத்து நான்குமுனைகளுக்கும் மஞ்சள் தடவத் தொடங்கினாள் வேணி. அழைக்க வேண்டியவர் களின் முகவரியைப் பார்த்து ஊர்வாரியாகப் பத்திரிகைகளைப் பிரித்துவைத்துக்கொண்டு அடுத்தடுத்த ஊர்களுக்கு எப்படிப் போவதென்று திட்டமிட்டுக்கொண்டான் மாரான்.

இனி கல்யாணம் முடியும்வரைக்கும் நிற்க நேரமிருக்காது. அழைப்பு அழைப்பதிலிருந்து கல்யாணம் முடிந்து மறுவீட்டுக்குச் சீர்தூக்கிப் போய்வந்து, மாப்பிள்ளைக்கு எண்ணெய்த் தேய்ப்பு வரைக்கும் எல்லாமே மாரானுடைய கைக்கொண்டுதான் நடக்கும். கட்டுக்கட்டாகப் பத்திரிகைகளை எடுத்துக்கொண்டு ஊர்ஊராக அலைய வேண்டும். ஒரு பத்திரிகைகூட விட்டுப் போய்விடாமல் அழைக்க வேண்டும். பல மைல் தூரத்தைக் கடந்து அழைப்புச் சொல்ல வரும் நாவிதனை 'ஒறம்பற நாசுவெம் வந்திருக்கறே' என்று தன் உறவுகளை உபசரிப்பது போலவே நடத்தினார்கள் குடியானவர்கள். சோற்று நேரத்துக்கு வந்து சேர்ந்துவிட்ட நாவிதனைப் பசித்த வயிற்றோடு அனுப்பு வதை இழிவான விசயமாக நினைத்தார்கள். கையிலிருக்கும் வேலைகளை அப்படியே போட்டுவிட்டு அவசரஅவசரமாகச் சோறாக்கி முடித்து, இலையை அறுத்து வந்து பசியாற்றி அனுப்பினார்கள். "இன்னம் போடுங்கன்னு கேட்டு வாங்கி வயிறு நெறக்க உண்ணு, உங்கூருப் பண்ணைக்காரிச்சி வெக்கற கொழம்பாட்ட இருக்குதா, என்னமோ எனக்குத் தெரிஞ்சாப்பல வெச்சுருக்கறெ, அப்பறமா நல்லா இல்லீன்னு அங்கபோயிச் சொல்லீறாதெ ஆமா" என்று உரிமையோடு பேசினார்கள். அவன் அடுத்ததாகப் போகவிருக்கும் ஊரைக் கேட்டுக்கொண்டு அந்த ஊரிலிருக்கும் தங்களது உறவுகளுக்கு வீட்டிலிருக்கும் காய் களையோ பயிறுபச்சைகளையோ பழங்களையோ 'நம்ப சம்பந்தி கிட்டக் குடுத்துரு" என்றோ "எங்க அக்காளுக்குக் குடுத்துரு" என்றோ நாவிதனிடம் கொடுத்தனுப்பினார்கள்.

ஒருமுறை கல்யாண அழைப்பிற்குப் போன இடத்தில், மகள் வீட்டில் சேர்க்கச் சொல்லி, நான்கு சீப்புப் பச்சைநாடன் பழங்களை மாரானிடம் கொடுத்தனுப்பியிருந்தார்கள். அழைப்பு முடிந்து வீட்டுக்குத் திரும்பிய மாரான் அதை அட்டாரியின் மேல் வைத்துவிட்டு, ஒரு அவசரச் சவரத்திற்குப் போய்விட்டான். விளையாடி விட்டு வந்த வேணி அட்டாரி மேலிருந்த பழங்களைப் பார்த்துவிட்டாள். ஒன்றுவிடாமல் எல்லாப் பழங்களையும் தின்று தீர்த்துவிட்டாள். மாரான் வந்து பார்த்தபோது பழத்தோல்கள் மட்டுமே கிடந்தன. விழித்துக் கொண்டு நின்ற வேணியைப் பார்த்த மாரானுக்குச் சிரிப்பே நிற்கவில்லை. பொன்னாளும் ஆத்தாளும் வேணியை வசை

பாடத் தொடங்கினார்கள். "சின்னப்புள்ளெதானெ, தின்னாத் திங்கறா போ" எனச் சமாதானப்படுத்தினான். சொன்னபடிப் பழத்தைச் சேர்க்காவிட்டால் பிரச்சினையாகிவிடும் என்பதால் நான்கு சீப்புப் பழங்களைச் சம்பாதித்து விட தோட்டந்தோட்டமாக ஓடினான் மாரான். இரண்டு சீப்புப்பழங்கள்தான் கிடைத்தன. அதுவும் பச்சைநாடன் பழமல்ல; பூவன்பழம். அதைக் கொண்டு போய்க் கொடுத்து எப்படியோ சமாளித்து விட்டான். மாங்காய்களையும் தேங்காய்களையும் கொடுத்து விடும்போது அவற்றில் இரண்டை எடுத்துவைத்துக்கொள்வாள் பொன்னா. அதைப் பார்த்துப் பதற்றப்படும் மாரானிடம் "எத்தனெ காயி இருந்துதுன்னு கேக்கவா போறாங்கொ" எனச் சமாதானம் சொல்வாள். கொடுத்து விடுபவர்களும் "நாசுவெம் பத்துக்கு ரெண்டெ எடுத்துக்கத்தேஞ் செய்வே" என்று அனுசரித்துத்தான் கொடுப்பார்கள்

அதுமட்டுமல்ல. "எள்ளுக்கா தட்டுனதுக்கப்பறமா ஊருக்கு வாரம்முன்னு எங்கண்ணனுக்குத் தாக்கல் குடுத்துரு" "மாடு கெடாரிக்கன்னுப் போட்டுருக்குதுன்னு தங்கச்சிகிட்டச் சொல்லீரு" "எங்க நங்கையாளெ ஒரெட்டு வந்துட்டுப் போவச் சொல்லு" என்றெல்லாம் தகவல்களைச் சொல்லியனுப்புவார்கள். "நம்ம தோட்டத்துக் காயி, உனக்குத்தேங் கொண்டு போ" எனப் பிரியத்தோடு எதையாவது கொடுத்தனுப்புவார்கள். "அழப்புக் கொணாந்தவனெ வெறுங்கையோட தாட்டப் படாது' எனக் கொஞ்சம் சில்லறைக்காசுகளை அவன் கையில் தருவார்கள். இத்தனையும் இருந்தாலும் சிரமமான வேலை அது. பனியிலும் வெய்யிலிலும் எதிர்க்காற்றிலும் சைக்கிளில் அலைய வேண்டியிருக்கும். எதாவது ஒரு பத்திரிகை விட்டுப் போய்விட்டாலும் அவ்வளவுதான். ' நாசுவனெ வுட்டு அழப்புக் குடுத்துமுவருல பாரு, இன்னொரு தேவைக்கி கூப்படப் போறதில்ல" என கல்யாணக்காரரும், "எங்குளுக்கு அழப்புச் சொல்ல நாசவெம் வரக்காணமா, நம்மூட்டுத் தேவைக்கு என்னத்துக்கு அழைக்கோணு . . ." என உறவுமுறைக்காரரும் குறைபட்டுக் கொள்வார்கள். அதற்குப் பிறகு உறவில் விரிசலே வந்துவிடும். அப்படி எதுவும் நடந்துவிடாமல் குடியானவர்களின் உறவுகளைக் கட்டிக் காப்பாற்றுவது ஒரு நாவிதனுடைய பெரும் பொறுப்புக்களில் ஒன்றாக இருந்தது.

அப்படியொரு கல்யாணத்திற்கு அழைப்புச் சொல்ல தங்கச்சியைக் கட்டிக் கொடுத்த ஊரைக் கடந்து போக வேண்டியிருந்தது. கல்யாணம் முடித்துத் தாட்டிவிட்ட பிறகு இப்போதுதான் தங்கச்சியைப் பார்க்கிறான். "லட்சுமியா இது"

ஆறே மாதத்தில் அவள் உடம்பில் இருந்த பிறந்த வீட்டின் மெருகெல்லாம் காணாமல் போயிருந்தது. புருசன்வீட்டின் போதாமைகளும் இல்லாமைகளும் அவள் முகமெங்கும் படர்ந்துகிடந்தன. அண்ணனைப் பார்த்தவள் பரபரத்தாள். எண்ணெய் காணாத தலைமயிரைத் தண்ணீரை அள்ளித் தெளித்துப் படிய வைத்துக்கொண்டாள். சாய்த்துவைத்திருந்த கட்டிலைப் போட்டு மேலே சாக்கை விரித்து உட்காரச் சொல்லி விட்டு, நிலைகொள்ளாமல் குடிசைக்கும் வாசலுக்கும் ஓடினாள். "சித்தெங்கூரொ இரண்ணா காப்பித் தண்ணி வெச்சுத் தாரெ" என்றபடி உள்ளே போனாள். அண்ணனைப் பார்த்த வேகத்தில் அப்படிச் சொல்லிவிட்டாள். வீட்டில் காப்பிவில்லையும் இல்லை, கருப்பட்டி சர்க்கரையும் இல்லை. கையைப் பிசைந்துகொண்டு யோசித்தாள். எதிர்ச்சந்திற்குள் ஓடினாள். நாலைந்து வீடுகளில் நுழைந்து வெளியேறினாள். கடைசியில் குறியாப்பாக வாங்கிய காப்பிவில்லையையும் கருப்பட்டியையும் முந்தானைச் சேலைக்குள் மூடிக்கொண்டு ஓடிவந்தாள். "இதா அஞ்சு சீக்கரம் அண்ணா" என்றபடிப் பன்னாடையை வைத்து அடுப்பைப் பற்ற வைத்தாள். தண்ணீர் கொதித்துவந்தபோது காப்பிவில்லையை யும் கருப்பட்டியையும் போட்டு காப்பி வைத்துக் கொடுத்தாள்.

'நல்லா இருக்கறயா புள்ளே' எனக் கேட்கத் தோன்றியதைக் கேட்கவேயில்லை மாரான். தகர்ந்துகிடக்கும் படல் குச்சிகளை யும் தொங்கிப்போய்க்கிடக்கும் கயிற்றுக் கட்டிலையும் பார்த்த போதே தங்கச்சி புருசனின் கையாலாகாத்தனம் தெரிந்து விட்டது. தொட்டிலைப்போல குழிந்து போய்க் கிடந்த கட்டில் சட்டத்தில் கைகளை அழுத்தி ஊன்றி எழுந்தான். பொழுது விழுவதற்குள் அவன் கொடுக்க வேண்டிய பத்திரிகைகள் பை நிறைய இருந்தன.

அடுத்தமுறை தங்கையின் ஊர்வழியே போக நேர்ந்த போது பெரியபுத்தூர் ஆத்தாமளிகைக் கடையிலேயே காப்பிப் பொடியும் சீனிச்சர்க்கரையும் பொட்டலங் கட்டி வாங்கி வலைப்பைக்குள் போட்டுக்கொண்டான். லட்சுமியிடம் கொடுத்த போது, மறுக்காமல் வாங்கிக்கொண்டாள். நிமிர்ந்து அண்ணனைப் பார்த்த பார்வையில் பிரியமும் பெருமையும் நம்பிக்கையும் இருந்தது. அடுப்புப்புகை வாசத்தோடு காப்பிவைத்துக் கொடுத்தாள். அவளோடு பேசிக்கொண்டே தட்டிப்படலைச் சந்தில்லாமல் ஊன்றி நெருக்கிப் போட்டான். கட்டில்கயிற்றை இறுக்கிக் கட்டிக் கொடுத்தான். "அடுத்த தடவெ வாரபோது செல்லையங்கோயல்லெ இருந்து வாழப்பழங் கொண்டாண்ணா, சாம்ப வாசத்தோட பழந்திங்க ஆசையா இருக்குதுண்ணா" என்றாள் லட்சுமி.

அன்றைக்கு மட்டுமல்ல, தங்கையின் வீட்டிற்குப் போகும் ஒவ்வொருமுறையும் தவறாமல் காப்பிப்பொடியோடும் சீனிச் சர்க்கரையோடும் போனான் மாரான்.

பிறகு வந்த நாட்களில் காடுமேடாக அலைந்து வேலை செய்வதைக் கைவிட்டாள் லட்சுமி. தேவைகளை அண்ணனிடமே கேட்டாள். ஆகவேண்டிய காரியம் எதுவானாலும் அண்ணனைக் கூப்பிட்டாள். ஒன்றுக்கு மூன்றாகப் பிள்ளைகளைப் பெற்றுக் கொண்டாள். அண்ணனைப் பற்றிக்கொண்டே வாழ்க்கையை நகர்த்தினாள்.

ஆரம்பத்தில் பொன்னாளுக்கு அவள்மேல் அனுசரனண இருக்கத்தான் செய்தது. லட்சுமியும் நங்கையாளிடம் உயிராக இருந்தாள். லட்சுமி வந்துவிட்டுக் கிளம்பும்போதெல்லாம் சோளத்தையும் கம்பையும் தட்டப்பயிற்றையும் முடிந்து கொடுத்தனுப்பினாள். ஆனால் அதற்குப் பிறகும் அடுக்கு மொடாவில் நிறைத்துவைத்திருக்கும் தானியமும் பயிறும் குறைந்துகொண்டே வந்தது. பின்பு மொடாவில் கிடந்த தானியத்தின் மேல் குறிகள் வரைந்துவைத்தாள். அவள் சந்தேகம் சரிதான். லட்சுமிக்கு எவ்வளவு கொடுத்தாலும் அவள் மனசுக்குப் பத்தாது. பொன்னா வேலைக்குக் கிளம்பிப் போனபிறகு, அடுக்குமொடாவிலிருந்த தானியங்களை அள்ளியெடுத்துப் பெரிய துண்டுச்சேலையில் போட்டுக் கட்டி எடுத்துப் போனாள். பொன்னா தெரிந்துகொண்டாள். என்ன செய்வது என்று தெரிய வில்லை. கண்டுகொள்ளாமல் விட்டுப் பார்த்தாள். நிற்காமல் தொடர்ந்தபோது பொறுத்துக்கொள்ள முடியாமல் புருசனிடம் சொன்னாள்.

“எடுத்தா எடுத்துட்டுப் போறா போ, உங்கப்பனூட்டுல இருந்து நீ கொண்டாந்ததயா எடுத்துப் போனா” தன் உடன்பிறந்தவள் செய்யும் காரியம் பிடிக்காதபோதும் விட்டுக் கொடுக்காமல் பேசினான் மாரான்.

“இந்தக் கெரவொ, ஒண்ணெ வுட்டு வெக்கறதில்லெ ரச்சி, காயக் காய எல்லாத்தையுங் கொண்டு போயிருது.” வாசலில் காயும் சோளத்தைக் கொத்த வரும் பறவைகளை விரட்டுவது போல லட்சுமியிடம் சாடை பேசினாள் பொன்னா.

பொன்னா இன்னும் சொன்னாள். “காஞ்சுக்கிட்டுருக்கற சோளந்தேம் போகுதுன்னா, அடுக்குமொடாவுல இருக்கறதும் மல்லோ காணாமப் போவுது.”

நங்கையாளின் சாடையைப் புரிந்துகொண்ட லட்சுமி, ‘எப்படிக் கண்டுபிடித்திருக்க முடியும்’ என்று யோசித்தாள்.

ஒருவழியாகக் கண்டுபிடித்த சாரியைக் கண்டுகொண்டாள். மொடாவிலிருந்த தானியங்களின் மீது பொன்னா வரைந்த குறிகளைக் கவனித்தாள்; எடுத்துவிட்டு அதே குறிகளைப் போட்டு வைத்தாள். அவள் சாமர்த்தியம் எல்லாம் பொன்னாளுக்குத் தெரிந்துதானிருந்தது. மனத்திற்குள் வெதும்பிக்கொண்டு இருந்தாள். புருசனிடமும் சொல்ல முடியவில்லை. சுற்றி வளைத்துக்கொண்டு எதையாவது பேசி அவனைச் சண்டையிழுத்து நிம்மதியில்லாமல் அலைய வைத்தாள். பின்பு அப்படிச் செய்ததற்காக வருத்தப்பட்டாள்.

தொடர்ந்து தன் புருசன் சுரண்டப்படுவதில் எரிச்சலுற்றிருந்தாள் பொன்னா. இப்போதெல்லாம் லட்சுமியின் பெயரைக் கேட்ட மாத்திரத்தில் வெறுப்பு மண்டிக்கொண்டு வந்தது. பொங்கிவரும் ஆத்திரத்தை மறைத்துக்கொண்டு "வாரச்சி" என்று மெப்புக்கு வரவேற்றுச் சொம்புத்தண்ணீரைக் கொடுத்தாள்.

இப்படி அரையுங்குறையுமாக இருந்த உறவு, ஒரு பெரிய சண்டைக்குப் பிறகு முழுவதுமாக அற்றுப்போனது.

●

பிறப்பொக்கும்

15

அன்றைக்கு, பள்ளிக்கூடம் விட்டு வீட்டுக்கு வந்த வேணிக்கு ஒரே ஆச்சரியம். எதிர்பாராத நாளில் அத்தை வந்திருந்தாள். ஆத்தாளோடு பேசிக் கொண்டிருந்த அத்தையை ஓடிப்போய்க் கட்டிக் கொண்டாள்.

"உனக்கொண்ணும் வாங்கியாறாமெ வெறுங் கையோட வந்துட்டனே கண்ணு" என்று வேணியை அணைத்துக்கொண்டு வருத்தப்பட்டாள் லட்சுமி.

அத்தை வரும்போதெல்லாம் பட்டாணிக் கடலை வாங்கிவருவாள். அதில் நன்றாகப் பொரிந்த பட்டாணியைத் துளாவி எடுத்து வாயில் போடுவாள். மாவு மாதிரி மெதுமெதுப்பாகக் கடி படும். சில கடலை கெட்டியாக இருக்கும். அதைக் கடைவாய்ப் பல்லுக்குக் கொடுத்து அசாதாரண மான அழுத்தத்தைத் தரவேண்டியிருக்கும். 'கடுக்' என்று கடிபடும். அதையெல்லாம்விட சுவை யானது அத்தை சொல்லும் கதைகள். அத்தைக்கு எப்படித்தான் இத்தனை கதைகள் தெரியுமோ? போனமுறை வந்தபோது 'மருவலம் சாப்பிட வந்த மாப்பிள்ளைகதை'யைச் சொன்னாள். பட்டாணிக்கடலையின் தொலியை ஊதிவிட்டுத் தின்றபடியே அந்தக் கதையைக் கேட்டாள் வேணி.

"ஒரு ஊர்ல..."

"ம்."

"ஒரு புது மாப்பளெ இருந்தானாமா..."

"ம்."

"அவெம் பொண்ணுக் கட்டுன வூட்டுல..."

"ம்."

"பரிசம் போட்டப்பவே, மாப்பளைக்கி ஒரு வருசத்துக்கு மருவலம் போடறதா பேச்சாமா . . ."

"மருவலமுன்னா என்னங்கத்தே."

"கண்ணாலத்துக்கப்பறொ, மாப்பளெ, பொண்ணூட்டுக்குப் போயறவேண்டீது. எந்தவேலைமு செய்யவேண்டீது இல்லெ, அவுனுக்கு மூணு நேரமுஞ் சோத்தெப் போட்றோணு, கண்ணாலத்தும்போது பேசுனபடிக்கு. வசதிக்கித் தக்கன படிக்கி மாசக்கணக்குல வருசக்கணக்குல சோறு போடுவாங்க. நல்லாத் தின்னுபோட்டுத் தூங்கலாம் பாத்துக்க, அதுதே மருவலங்கறது."

"ச்செரிச் செரி சொல்லுங்க."

"அவெ மாமியாவூட்டுக்கு மருவலத்துக்குப் போய்ட்டே . . ."

"ம்."

"மாமியா சோறு போட வந்தாளாமா, இவுனுக்கு நெறக்கச் சோறு வாங்கித் திங்க வெக்கமா இருந்திருக்குமாட்ட . . ."

"ம்."

"சோத்தப் போடறதுக்குள்ளெ இவெ 'போதுமுங்கத்தே' 'போதுமுங்கத்தே' ன்னு சொல்லிப் போடறது."

"ம்."

"அப்பறஞ் சித்தெ நேரத்துக்கெல்லா அவனுக்குப் பொறுக்கமாட்டாத பசியாயிருமா . . ."

"ம்."

"அவிய வூட்டுல பட்டிப் படப்பெக் காவக்காக் கறதுக்கு ஒரு செவலெ நாயி இருந்துது, கிணுக்குன்னு கல்லுக் குண்டாட்ட . . ."

"ம்."

"மாமியாக்காரி, அன்னாடுமு, அதுக்குச் சோறு ஊத்தீட்டுத்தே காடுகரைக்கிப் போவாளாமா . . ."

"ம்."

"மருவலத்துக்குப் போனதுக்கப்பற நாயிக்கிச் சோறூத்தற வேலையெ மாப்பளெ பாத்துக்கறம்முன்னு சொல்லீட்டே,

'நீங்க போசியில ஊத்தி வெச்சுட்டுப் போங்கத்தே, நாயிக்கிச் சோத்தெ நாம்போட்டுக்கறென்னு சொல்லீருவானாமா . . ."

"ம்."

"மாமியாக்காரி தாட்டிப் போனதீம்மு நாயிக்கி வெச்ச சோத்தெ அவந் தின்னுபோடுவானாமா . . ."

"ம் அப்பறொ . . ."

"இப்புடியே நாளுங்கெழமையும் போச்சு, நாயெப் பாத்த மாமனாருக்குப் பவீர்னு ஆயிப்போச்சு. எலும்புந்தோலுமாச் சாவறாப்பல கெடக்குது. குண்டுகுண்டுன்னு இருந்த பட்டி நாயி என்னத்துனால இப்புடி வத்தி வறண்டு போச்சுன்னு பாத்திருக்கறே . . ."

"ச்செரி."

"இதெ எப்புடியுங் கண்டு போடோணுமுன்னு நெனச்சே . . ."

"ம்."

"ஒருநா ஒளுஞ்சிருந்து மருமவெம் பண்ற காரியத்தெக் கண்டுபுட்டே . . ."

"அய்யய்யோ அப்பறொ."

"என்னத்தச் சொல்றது, மாப்பளயாப் போய்ட்டானே, ஒண்ணுஞ் சொல்ல முடியாதல்லொ."

"ம்."

"சோத்துநேரத்துக்கு முன்னால பொண்ணாட்டியெக் கூப்புட்டுப் பேசுனே, 'இங்கெ பாருலே, இன்னைக்கி நீயி மாப்பளைக்கிச் சோறுபோடப் போவையிலெ, கும்பா நெறையாப் போட்ரு, மாப்பள வேண்டான்னு சொன்னாலுமு நீ கேக்காமப் போட்று' ன்னு சொல்லீட்டே மாமனாரு."

"ம்."

"மருமவெஞ் சோறு திங்க உக்காந்தே, மாமியா சோத்தப் போட்டா, பழையபடிக்கு 'வேணமுங்க அத்தே, அய்யோ இத்தனையெப்போடாதீங்க அத்தே, என்னால திங்க முடியாதுங்க அத்தே'ன்னு கையெ வெச்சுக் குறுக்காட்டிச் சொன்னானாமா."

"ம்."

“புருசந்தே முந்தியே சொல்லீருக்கறானல்லொ, அதும் படிக்கி மாமியாக்காரி நிறுத்தாமெச் சோத்தெப் போடப் போனா.”

“ம்.”

“‘நா வேண்டாமுன்னு சொல்லிக்கிட்டே இருக்கறெ, நீங்கொ மறுக்காலுஞ் சோத்தெப் போட வாறீங்களே அத்தே, என்னால இத்தனையுங் திங்க முடியாதுங்கத்தே’ன்னு வெரசாச் சொன்னவெ, கும்பாவுக்கு மேல குப்பறப் படுத்தாப்பல குறுக்காட்டியிருக்கறே.”

“ம்.”

“மாமனாருக்கு கோவம் வந்துருச்சாமா, ஆனாலுமு, கோவத்தெ மட்டுப் படுத்திக்குட்டு மொல்லமாச் சொன்னானாமா ‘போடற சோத்தெ வேண்டான்னு சொல்லாதீங்கொ, மாப்பளே . . . சும்மா சாப்புடுங்கொ, நாயி எளெச்சுப் போச்சு’ அப்புடீன்னானா . . .”

“அப்பறொ.”

“அப்பறம்மென்ன, மருமவனுக்குச் சங்கடமாப் போச்சாமா. அன்னையிலிருந்து ஒழுங்கா வவுறு நெறையா சோத்த வாங்கித் தின்னானாமா. நாயிமு பழையபடிக்குச் சோறு குடிச்சு கிணுக்குன்னு தேறிக்கிச்சாமா.”

லட்சுமி சொன்ன கதையைக் கேட்டுவிட்டு வேணி சிரித்தாள். பலநாட்களுக்குச் சிரிப்பைத் தந்துகொண்டிருந்தது அந்தக் கதை. “அடுத்த தடக்கா வாரப்பொ உனக்கு ‘அழுத புள்ளெயெ நரிக்கிக் கண்ணாலங் கெட்டிக் குடுத்த கதெயெச் சொல்றெ” என்று சொல்லிவிட்டுப் போயிருந்த அத்தை இன்றைக்கு வந்திருக்கிறாள். சாயந்திரம் பள்ளிக்கூடம் விட்டதும் கதை கேட்கலாம் என்று ஆசையோடு ஓடிவந்தாள் வேணி. ஆனால் அத்தை கதை சொல்லும் நிலையில் இல்லை. ஏதோ பிரச்சினை. ஏமாற்றமாக இருந்தது வேணிக்கு.

திண்ணையில் முந்தானைச்சேலையை விரித்து, தலைக்குக் கையை அணைக் கொடுத்துப் படுத்துக் கிடந்த லட்சுமி, மாரான் வந்ததைப் பார்த்துவிட்டு எழுந்தாள்.

“எப்ப வந்தே ரச்சி” தங்கச்சியைப் பார்த்துக் கேட்டுக் கொண்டே பொன்னாளைப் பார்த்தான் மாரான். அவன் வந்ததைப் பொருட்படுத்தாமல் பாசிப்பயிற்றை முறத்தில் போட்டுப் புடைத்து நேம்பிக்கொண்டிருந்தாள் பொன்னா.

அவள் முகத்தில் நல்லதனம் தெரியவில்லை. லட்சுமி என்ன பிரச்சினையோடு வந்திருக்கிறாளோ என்று கலவரப்பட்டான். அவள் வந்து போனாலே பொன்னாளுக்கும் அவனுக்கும் சண்டை மூண்டுவிடுகிறது. பல நாட்களுக்கு நல்ல பேச்சு இருக்காது.

"கஞ்சி காச்சக் கூட ஒருபுடி தெவசங் கெடையாது, அந்தத் துப்புக் கெட்ட வூட்டுல பொழப்புத்தனம் பண்ண முடியாது, நித்தமும் எரந்துக்கிட்டுத் திரியறதுக்கு ஒரேடியாடப் போய்ச் சேந்தரலா, நானுமு எம்பட பசவளுமு ஆத்துலயோ கொளத்த லயோ வுழுந்து சாவறோ" என இருந்திருந்தால் போல அழுதாள் லட்சுமி.

மூஞ்சியைச் சுழித்துக்கொண்டு எழுந்து போனாள் பொன்னா.

அத்தையைப் பார்க்கப் பாவமாக இருந்தது வேணிக்கு. அம்மாவிற்குப் பின்னால் ஓடினாள்.

"அத்தெ ஏம்மா அழுவுது, நாங் கதை கேக்கலாமுன்னு ஆசையா வந்தெ, அத்தெ கதை சொல்லாதா?"

"உங்க அத்தெக்காரிக்கி, உனக்குமட்டுமா கதெ சொல்லத் தெரியி, அவெ உங்கப்பனுக்குங் கதெ சொல்லுவா."

"உனக்கென்ன நங்கெ, தாட்டிக்கமான புருசனைக் கெட்டினவெ, என்னையெச் சொல்லு. நா வாங்கி வந்த வரெ, நாயி பேயி ஏசற பொழப்பா இருக்குது, எம் பிருசனுந் தெறமா யிருந்தா நானெனத்துக்கு இந்த வூட்டு வாசலுக்கு வாரெஞ் சொல்லு."

"நாயி பேயின்னு தாரெச் சொல்ற, நல்லாப் பொழைக்க வேண்டாமுன்னு தாரு சொன்னது, கை காலுக்கென்ன பெருநோக்காடு, நல்லாத்தேனெ இருக்குது, காடுகரைன்னு போயிப் பாடுபடவேண்டீதுதேனெ, இங்கென்னெ முடிஞ்சா வெச்சுருக்குது, நீ கேக்கறப்பவெல்லா அவுத்துக் குடுக்கறதுக்கு."

பொன்னா பேசியது லட்சுமிக்கு ஆவேசத்தைத் தந்தது. அவள் அண்ணனை நோக்கிச் சீறினாள்.

"நீ வூடு வாசெ வெச்சிருக்கறவானா, தாட்டிக்கமானவனாப் பாத்துக் கெட்டிவெச்சிருக்கலாமல்லெ, கடங் கழிஞ்சாப் போதுமுன்னு கையாலாவாதவனுக்கு, வவுசியத்தவனுக்குக் கெட்டிக் குடுத்துட்டயல்லெ" எப்போதும் அண்ணனைத் தாக்கும் ஆயுதத்தைப் பலமாக எடுத்து வீசினாள் லட்சுமி.

எதுவும் பேசாமல் நின்றான் மாரான். தன் புருசனிடம் அவள் வார்த்தைகள் வேலை செய்ய ஆரம்பித்ததைக் கண்டு வெகுண்டாள் பொன்னா.

“ஆமாலே, நீயி இருந்த நறுவுசு மயிருக்கு உனக்கு மாப்பள வந்து வரிசெ கட்டி நின்னானுவொ, அதையெல்லா வுட்டுப் போட்டு, எம்பட பிருசெ, இவனெ உம்பட தலையில போட்டு வுட்டுட்ருச்சாக்கு? பழமெ பேசறா பாரு பழமெ, மானங் கெட்டவொ. இட்டேறி இட்டேறியா அந்த வண்டிக்காரனோட சுத்திக்கிட்டுத் திரிஞ்செ. ஊரே, சந்தி சிரிச்சுப் போச்சு. என்னமோ இந்த மனுசனுங்காட்டி, சொல்லாத பொய்யெச் சொல்லி மானமருவாதியோட தலையெ மறைச்சு உன்னையெக் கெட்டித் தாட்டியுட்டுது. அவங் கெடச்சதே பெருசாப் போச்சு, எந்நேரமு ‘என்னைய தெறமில்லாமக் கட்டிக் குடுத்துட்டே’ன்னு ஒப்பாரி வெக்க வேண்டீது.”

இதுநாள்வரைக்கும் அவள் மறைத்துவைத்திருந்த ரகசியத்தை, நினைத்துப் பார்க்கவே சங்கடப்படும் சங்கதியை, யாரும் அதுபற்றிப் பேசிவிடக் கூடாதென்று வெகுசுதாரிப்பாய் ஒளித்துவைத்திருந்த அந்தரங்கத்தை இப்போது பொன்னா பொத்தாம் பொதுவில் போட்டு உடைத்துவிட்டாள். அடிபட்டவளைப் போல ஆத்திரம் அடைந்தாள் லட்சுமி. அவளைத் திருப்பித் தாக்க அதைவிடப் பலமான வார்த்தைகளைத் தேடிப் பிடித்தாள்.

“உம்பட வண்டவாளமெல்லா எனக்குத் தெரியாதுன்னு நெனச்சியா? எச்சக்கலைக்கிப் பொறந்தவதானொ நீயி. உங்கோயாளெப் பத்தி தெரியாதா, அந்தக் கண்டாரோலி பவுசுதே ஊருக்கே தெரீமே. ஆயா பித்தி மவளுக்கும் வந்துரும்னு ஒருத்தனுஞ் சீந்த வருலெ. மூலைலெ போட எவுனுஞ் சிக்குலெ, ஈவுதளக்கப்பட்டு எங்கண்ணனுங்காட்டி உனக்குத் தாலியெக் கட்டுச்சு, இன்னைக்கி நீயெல்லாஞ் செரிமனுசியாகி என்னெயெப் பேச வந்துட்டே. உன்னையெப் பெத்து வுட்டுப் போட்டு ஓடிப் போனவதானொ உங்கோயா ”

லட்சுமியின் இந்த வார்த்தைகளுக்குப் பின்பு நடந்த சம்பவங்களில் நெஞ்சடைத்துப் போனான் மாரான். ஒருவரையொருவர் வார்த்தைகளால் குதறிக்கொண்டார்கள். அதற்கப்புறம் உறவாடிக்கொண்டு லட்சுமியால் அந்த வீட்டிற்குள் வர முடியவில்லை. லட்சுமி ஒருமுறை பேசிய வார்த்தைகளை நினைவுக்குக் கொண்டுவந்து திரும்பத் திரும்பப் பலமுறை சொல்லியபடிக் கொந்தளித்து அலைந்துகொண்டிருந்தாள் பொன்னா. அதன்

பிறகு அந்த வார்த்தைகள் எல்லாம், அவளே மறக்க நினைத்தாலும் முடியாதபடிக்கு அழியாமல் நிலைத்துவிட்டன.

இதுநாள்வரைக்கும். ஊருக்குள் வாங்கித் தன் மேல் துண்டில் முடிந்துகொண்டுவரும் சோற்றைக் கூட தங்கச்சிக்குக் கொண்டுபோய்க் கொடுத்துவிட்டு வரும் மாரான் இதையெல்லாம் தாங்கிக்கொள்ள முடியாமல் தவித்துப் போனான். ஒரு வாய்வார்த்தைக்கு இத்தனை வலுவா? திகைத்துப் போனான். மனசொடிந்து கிடந்தான்.

●

16

வேணி பட்டாம்பூச்சிபோல மடித்த ரிப்பனையும் பச்சைநிறச் சாக்லேட் தாளையும் சின்னச் சொப்பிற்குள் பத்திரப்படுத்தி வைத்தாள். ஏற்கெனவே அதில் நிறைய ரிப்பன்கள் இருந்தன. தன்னிடம் நீலநிற ரிப்பன் ஒன்று வந்து சேர்ந்திருப் பதை சரசத்தையிடம் உடனே சொல்லிவிடத் தெருவைக் கடந்து எதிர்ப்புறமாக ஓடினாள். ஊர்ஊருக்கு வண்ணார்வீடும் நாவிதர்வீடும் தலைக்கட்டுக்கும் சேர்ந்து நான்கைந்து வீடுகள் இருந்தாலே அதிகம். அதனாலேயே இந்த இரண்டு வீடும் தாயாய்ப் பிள்ளையாய் முறைவைத்துக் கொண்டு உறவு சொல்லிக்கொள்வார்கள்.

ஓடிப்போன வேகத்தில் வெள்ளாவியடுப்பில் சாம்பலை வழித்துக்கொண்டிருந்த பெரியம்மாயி யுடைய குடுமியை அவிழ்த்துவிட்டாள் வேணி. இது அவளுடைய வழக்கமான விளையாட்டு.

“அலெ சின்னக்கொமுரி” என்றபடி அவளை எட்டிப் பிடிக்கக் கைகளைக் காற்றில் வீசினாள். சிக்காமல் ஓடிய வேணியின்மீது, வெள்ளாவிப் பானையில் நிறைந்துகிடந்த தண்ணீரை அள்ளி வீசினாள் பெரியம்மாயி.

வாசல் முழுவதும் அழுக்குத்துணி இறைந்து கிடந்தது. பிரித்துஉதறிவிட்டிருந்த துணிகளில் மையைத் தொட்டு அடையாளக்குறி போட்டுக் கொண்டிருந்தான் சின்னான். ஒவ்வொரு குடும்பத்துத் துணிகளுக்கும் ஒவ்வொரு அடையாளக்குறி போட்டு வைத்திருப்பான்.

“மாமா மாமா தாமரப்பூவு போட்டுவுடுங்க” அவனிடம் உள்ளங்கையைக் காட்டினாள் வேணி.

“மாமனெக் கண்ணாலங் கட்டிக்கறென்னு சொல்லு போட்டுவுடறென், சொல்லு புள்ளெ கட்டிக்கறயா.”

“போட்டுவுட்டுருங்க புள்ளெ கேக்குதல்ல.”

குறியிடப்பட்ட துணிகளைச் சாரைமண் கரைத்த தண்ணீரில் நனைத்தெடுத்து முறுக்கிப்போட்டுக்கொண்டிருந்த சரசு, வேணிக்குச் சிபாரிசு செய்தாள்.

“சொல்லு புள்ளெ கட்டிக்கறயா.”

“வேணிக்கண்ணுக்கு மூஞ்சி பொக்குன்னு போகுது போங்க. நீ சொல்லீரு கண்ணு, நாம் பெருசாவறதுக்குள்ள நீங்க கெழவனாப் போயிருவீங்க மாமான்னு.”

மாமனுடைய பெரிய மீசைக்காகவும் அவன் அடையாள மையில் வரைந்துவிடும் தாமரைப்பூவுக்காகவும் அவனிடம் வீசும் டினோப்பால் ரோஸ்பவுடர் வாசத்திற்காகவும் ‘கட்டிக்கறேன்’ என்று சொல்ல வேணிக்குப் பிரியம்தான். ஆனாலும் வெட்கத்துடன் ‘நா மாட்டெ’ என்றாள்.

சின்னானுடைய இரண்டுவயது மகன் குவிந்துகிடந்த அழுக்குத்துணிகளின்மேல் விழுந்து புரண்டு விளையாடிக் கொண்டிருந்தான். வெளுக்க வந்திருந்த பனியன்களில் ஒன்றை எடுத்துக் குழந்தைக்குப் போட்டுவிட்டிருந்தாள். பெரியதாகவும் உயரமாகவும் இருந்த பனியனைப் பின்புறமாக இழுத்து முடிந்து கட்டிவிட்டிருந்தாள் சரசு. அப்படிக் கட்டிவிட்ட போதும் குழந்தையின் கால்வரைக்கும் இருந்தது. அதைப் போட்டுக் கொண்ட சந்தோசத்தில் குழந்தை சுற்றிச் சுற்றி ஓடினான்.

“அலெ அத அவுத்துவுடு, தட்டிவுட்டு வுழுந்தறப் போறே.”

“உடுங்கொ, பெரியூட்டு மைனரு எசமாங்களுது. சவ்வாது வாசத்தோட சித்தெ நேரம் போட்டுருக்குட்டு.”

“ஆமா உம்பட பயெ அதப்போட்ட மாத்தரத்துல மைனராவீருவே.”

“அவுனுக்கென்னொ ராசாவாட்ட” பெருமிதமாகச் சொன்னாள்.

“ராசாதே, கழதெ மேய்க்கற ராசா.”

“மாமா, தாமரெப்பூ போட்டுவுடுங்க” வேணி மீண்டும் மன்றாடத் தொடங்கினாள்.

●

17

சரசு அத்தைக்குத் தண்ணிச்சடை, சைக்கிள்சடை, ஆயிரங்கால்சடை, கோணைச்சடை, தேள்சடை, குதிரைவால்கொண்டை என்று வித விதமாய்ச் சடைப் பின்னிவிடத் தெரியும். நெருக்க மாகப் பூத்தொடுக்கத் தெரியும். கிழக்கு வீதியில் இத்தனையெல்லாம் தெரிந்தவர்கள் யாரும் கிடையாது.

வேணி மயிரை விரித்துப்போட்டுக்கொண்டு சரசு அத்தையிடம்தான் சடைப் பின்னிக்கொள்ள ஓடி வருவாள். "எங்க காலத்துல ரிப்பனெல்லா ஏது, உல்லாஞ்சரடுதேம் வெச்சுக் கட்டுவெொ, இப்ப வெல்லா நாவரீகம் பெருத்துப் போச்சு" என்று சொல்லிக்கொண்டே பின்னிவிடுவாள்.

சின்னாமாமன், சரசு அத்தையைக் கல்யாணம் முடித்துக் கூட்டிவந்த நாளை வேணிக்கு ஞாபக மிருந்தது.

"சின்னேம் புதுப்பொண்டாட்டியோட வந்திருக்கறே" என்று பேசிக்கொண்டார்கள்.

பள்ளிக்கூடம்விட்டு வந்தவுடன் புத்தகப் பையைத் திண்ணையில்வீசிவிட்டு சின்னான் வீட்டுக்கு ஓடினாள் வேணி. முகத்தை யாரும் பார்த்துவிட முடியாதபடிக்குக் குனிந்துகொண் டிருந்தாள் புதுப்பெண். எப்படியாவது பார்த்து விட வேண்டுமென்ற ஆசையில் அடுத்தநாள் போன போதும் குனிந்த தலை நிமிராமல் இருந்தாள். வேணியால் அவள் முகத்தைப் பார்க்கவே முடிய வில்லை. 'இவள் எப்போதும் இப்படித்தானா, யாரா வது வரும்போது மட்டும் குனிந்துகொள்கிறாளா' என்ற யோசனையோடு கைகளை முழங்காலில் ஊன்றியபடி அண்ணார்ந்து அவள் முகத்தைப்

பார்த்தாள். அப்போது முதல்முதலாகத் தலையை உயர்த்திப் பளீரெனச் சிரித்தாள் சரசு. அந்த வெள்ளைச் சிரிப்பு அவளது உடல்நிறத்தை வென்று பின்னுக்குத் தள்ளிவிட்டு சரசுவை அழகியாக மாற்றியிருந்தது. அப்போதிருந்தே சரசு அத்தையைப் பிடித்துப்போனது வேணிக்கு.

"சரசாளாட்ட துணி வெளுக்க ஆராலயும் ஆவாது, பொட்டி போடறதென்ன வேலெ படிமானமென்ன ஆம்பளை யாட்டப் பாட்டாளி, நம்பொ சின்னேம் பொழச்சுக்குவே."

ஊரே அவளை மெச்சிக்கொண்டிருக்கிறது. வீட்டிலும் அவள் பண்ணாட்டுத்தான். அவள் பேச்சுக்கு மறு பேச்சிருக்காது.

•

18

“குற்றவாளிக் கூண்டில் நிற்கும் மைனர் ராதா.”

“ஐயெம் அப்ஜக்சன் யுவர் ஆனர் எமது கட்சிக்காரரை எதிர்த்தரப்பு வக்கீல் . . .”

பக்கவாட்டிலிருந்த பண்ணாடி வீட்டின் பின்புறச் சன்னல்வழியாக ‘விதி’ ஒலிச்சித்திரம் ஒலிக்க ஆரம்பித்தது.

“சின்னக்கவண்டரு வந்துட்டாங்களாட்ட” காய்ந்த துணிகளை உதறிமடித்துக்கொண்டிருந்த சின்னான் சொல்லிக்கொண்டான்.

வீட்டுக்குள் நுழைந்தவுடன் முதல் வேலையாக டேப்ரிக்கார்டரை ஒலிக்கவிடுவான் செல்லமுத்து. மற்ற வேலையெல்லாம் பிறகுதான். பெரிய பள்ளிக்கூடம் போய்ப் படித்தவன். பெரியூட்டுவளவில் கணக்குப்பிள்ளையாக வேலைக்குச் சேர்ந்திருக்கிறான். கிழக்குவீதியில் அழகாக உடுத்திக்கொள்வது அவன் மட்டும்தான். பவுடரை அள்ளித் தாராளமாகப் பூசிக்கொள்வான். அதற்காகவே பான்ட்ஸ்பவுடர் அரைக்கிலோ டின் ஒன்றை வாங்கிவைத்திருக்கிறான். மாலைமதியும் ராணிமுத்துவும் மாதம் தவறாமல் வாங்கி வந்து படிப்பான். கிழக்குவீதியின் தீவிர வாசகன் அவன்தான். டேப்ரெக்கார்டர் இருப்பதும் அவனிடம்தான். எப்போதும் பாட்டும் ஒலிச்சித்திரமும் கேட்டுக்கொண்டிருப்பான். கேசட்டுக்கும் கதைப்புத்தகத்துக்கும் அவன் கணிசமான தொகையைச் செலவிட்டுக்கொண்டிருப்பதை பண்ணாடியும் அவர் மனைவியும் பெருங்குறையாகச் சொல்லிப் புலம்புவார்கள்.

“சின்னக்கவண்டுருங்கோவ்” சின்னான் சத்தமாகக் குரல் கொடுத்தான்.

அழைப்பு சன்னல்வழியாகக் கேட்டிருக்க வேண்டும். சட்டென்று ஒலிச்சித்திரத்தின் சத்தம் தேய்ந்தது.

“ஏஞ்சின்னு.”

“சின்னக்கவண்டரு வந்தாச்சுங்களா, பீடியிருந்தா ஒண்ணு குடுங்க” உடனே சன்னல்வழியாக வந்து விழுந்தது.

“சித்தெ இரு சின்னு, சோத்தத் தின்னுட்டு வந்தர்ற, ஒங்கிட்டப் பேசோணுஞ் சின்னு, விசியமிருக்குது.”

பண்ணாடிவீட்டு முன்வாசலுக்குப் போக வேண்டு மென்றால் தெருவுக்கு வந்து மூன்றுவீடு தள்ளிப்போய்ச் சந்தில் நுழைந்து போகவேண்டும். அவனுடன் பேசிக்கொள்வதற்கும் பீடி தீப்பெட்டி வாங்கிக்கொள்வதற்கும் பின்பக்கச் சன்னலே போதும் சின்னானுக்கு.

“சின்னக்கவண்டருங்கோவ்” மீண்டும் கூப்பிட்டான்.

“அட, பீடி வுழுந்துருச்சா இல்லையா சின்னு.”

“அதெ எடுத்துக்கிட்டனுங்க. இந்த ஒலிச்சித்திரத்தெ மாத்துங்கோவ். நல்லாவா இருக்குது? கெரவ, இதெயே போட்டுக் கேக்கறீங்க. ‘உரிமைக்குரல்’ போட்டுவுடுங்க, சித்தெ கேப்பொ.”

சின்னானுக்கு இப்படியெல்லாம் கேட்கும் உரிமையைப் பெற்றுக் கொடுத்திருந்தது செல்லமுத்துவுக்கும் மரகத வள்ளிக்கும் இருந்த காதல். மரகதவள்ளி நடுவளவு எசமானர் வீட்டுப்பெண்.

“நம்ப ஈரோடு சாந்தீல ‘மூன்றுமுடிச்சு’ பாத்தஞ் சின்னு, அதுல ஸ்ரீதேவி வந்தா பாரு, அப்புடியே அச்சா நம்ப மரகதாளாட்டவே. அவுளுக்காகவே படத்த மூணுவிசெபாத்தந் தெரீமா” செல்லமுத்து சொல்லியிருக்கிறான்.

“சின்னு . . . நாமளும் ஆண்ட பரம்பரதே. தெக்கெ பழனிப் பக்கம் வந்து எங்கொ பாட்டம்பூட்டம் பேரெச் சொல்லிக் கேட்டுப் பாக்கோணுமாக்கு. அப்பத்தெரியி நாங்க ஆருன்னு. மிட்டாமிராசு வகையறா சின்னு. என்னமோ, காலக்கொடுமெ முச்சூட்டெயுமு வித்தொழுச்சுப்போட்டு பஞ்சத்துக்குப் பண்ணயம் பாக்க மம்பட்டியத் தோளுல போட்டுக்குட்டு வடக்கெ வந்துட்டொ, பெரும்பொழப்புப் பொழச்ச வமுசஞ் சின்னு” சின்னான் வீட்டுச் சாவடியில் அழுக்குமோளியின் மேல் சாய்ந்துகொண்டு பேசிக்கொண்டே இருப்பான் செல்லமுத்து.

சின்னானிடம் இப்படியெல்லாம் சொல்லி மரகதவள்ளி யின் அந்தஸ்துக்குத் தன்னை எக்கிஎக்கி இணைகட்டிக் கொள்ள முயற்சிசெய்வான். தான் சொல்வதையெல்லாம் சின்னான் நம்புகிறானா என்ற சந்தேகம் ஒருபோதும் அவனுக்கு வந்ததில்லை.

'அதானுங்க' 'அதானுங்க' என்று கேட்டுக்கொண்டிருக்கும் சின்னானுக்குத் தெரியும் உச்சத்தில் ஏறிக்கொண்டிருக்கும் செல்லமுத்துவிடம் எந்த இடத்தில் நிறுத்திக் கேட்க வேண்டும் என்று. செல்லமுத்து தலைக்கட்டுப் பெருமையை மும்முரமாகப் பேசிக்கொண்டிருக்கும்போது இடைமறித்துச் சரியாகக் கேட்பான், 'சின்னக்கவண்டருகிட்ட 'சிஸரு' மொப்பாத் தட்டுப் படுதாட்ட, ஒண்ணு தாரது.' உடனே கிடைத்துவிடும்.

பத்தாம்நெம்பர் பீடியைப்போல கன்னத்தை ஒடுக்கிக் கொண்டு இழுக்க வேண்டியதில்லை. 'சிஸர்' சிகரெட்டைப் பற்றவைத்து மென்மையாக உள்ளிழுத்து அனுபவித்துப் புகைக்கலாம். நிறுத்தாமல் பேசிக்கொண்டிருக்கும் செல்ல முத்துவுக்கு 'ஆமாமாமுங்கொ' என்றோ 'சரிதானுங்கொ' 'அதானுங்கொ' என்றோ மாற்றிமாற்றிச் சொல்லிக்கொண்டிருக்க வேண்டும். அப்படிச் சொல்வதற்கெல்லாம் பாட்டன் பூட்டன் முப்பாட்டன்களிடம் இருந்து பெற்ற பரம்பரைப் பழக்கம், ரத்தத்திலேயே ஊறிக் கிடந்தது சின்னானுக்கு.

●

19

மரகதவள்ளி நாளுக்கு இருமுறை வீட்டை விட்டு வெளியே வருவாள். காலையில் கருக்கலிலேயே வாசல்கூட்டிப் பெருக்கவரும் பொன்னாளின் துணையோடு பொதுமந்தைக்குப் போவாள். நடுவளவிலிருந்து நேராக வந்தால் கிழக்குவீதி; அதைத் தாண்டிக் குறத்தெரு; அதையடுத்து பிள்ளைக் குழிமேடு. சிறுகுழந்தைகள் இறந்து போனால் புதைக்கும் இடம். அதற்குப் பக்கவாட்டில் இருந்தது பொதுமந்தை. பெண்களுக்கு மேற்குப் பக்கமும். ஆண்களுக்கு கிழக்குப் பக்கமும். மந்தையை அடுத்துப் பேய்ப் புளியமரமும் முனிவேப்ப மரமும் இருந்தது. அங்கிருந்து இரண்டாகப் பிரியும் பாதையில், வலப்பக்கமாகப் போனால் சக்கிலி வளவு, இடப்பக்கமாகப் போனால் பறை வளவு. பேய்ப்புளியமரத்தில் இருக்கும் பேய்கள் அண்டாமல் இருப்பதற்காகத் தீட்டுநாட்களில் இரும்பு மயிர்கோதியைக் கையோடு எடுத்துக் கொண்டுபோவாள். அவள் கிழக்குவீதியைக் கடக்கும்போது, பாதைக்கு வடக்கே நடப்பட்டிருக்கும் மாடுநோஞ்சிக் கல்லில் சாய்ந்து நின்று கொண்டு பல்விளக்க ஆரம்பிப்பான் செல்லமுத்து. திரும்பிவரும்வரைக்கும் பல்குச்சியைக் கடித்துக் கடித்துத் துப்பிக்கொண்டிருப்பான். காலைப் பொழுதுகளில் அவளிடமிருந்து எந்தவிதமான சமிக்ஞையும் கிடைக்காது. அவனைப் பார்க்காமல் தலையைத் தொங்கப்போட்டபடிப் போய்விடுவாள். ஆனால் மாலைநேரம் அப்படியல்ல. அந்தி சாயும் நேரத்தில் நடுவீதியில் இருக்கும் பெருமாள் கோவிலுக்குத் தவறாமல் தினமும் தீபம் போடப் போவாள் மரகதவள்ளி.

'நம்ம சின்னாத்தாளுக்கு, இப்பொக் கெரவொஞ் சாதகமா யில்லீங்கொ சாமீ. கெட்ட தெசெ தீவரமா இருக்குதுங்க. அதுதேம் பாருங்க எட்டி வெச்ச காலெ தட்டிவுட்டுத் தடுதலெப் பண்ணிக்கிட்டு இருக்குதுங்கொ, நம்பொ பெருமாள் கோயலுக்கு, வுடாம நாப்பத்தெட்டு நாளைக்குத் தீவம் போட்டா எல்லாஞ் செரியாவீரும்முங்கொ."

சோசியமும் பார்த்துக்கொண்டு பெருமாள் கோயிலில் பூசையும் பண்ணிக்கொண்டிருந்த வடிவேல்பண்டாரம், மரகத வள்ளியின் ஜாதகத்தைக் கணித்துப் பார்த்துவிட்டு அதிலிருந்த பிரச்சினையையும் விடுபடும் பரிகாரத்தையும் சொல்லியிருந்தான்.

மரகதவள்ளி கோயிலுக்குப் போகும்போது துணைக்கு யாரையும் கூட்டிப் போக மாட்டாள். அப்படித் தனியாகப் போகநேர்ந்ததற்கான அச்சத்தையும் படபடப்பையும் பாசாங் காகக் கைக்கொள்வாள். யாராவது எதிர்ப்பட்டுவிட்டால் அரைவார்த்தை, கால்வார்த்தை என்று தயக்கத்தோடு உடைத்து உடைத்துப் பேசக் கற்றிருந்தாள். அடிக்கடித் தாவணியைச் சரிசெய்தபடிப் பதற்றத்துடன் இருப்பதாகக் காட்டிக் கொள்வாள். முடிந்தவரை தலையைத் திருப்பாமல் கண்களை மட்டும் உருட்டி அவன் நின்றிருக்கச் சாத்தியப்பட்ட இடங்களி லெல்லாம் நோட்டம் விடுவாள். இந்த வித்தையெல்லாம் காதலிக்க ஆரம்பித்த நாளிலிருந்து அவளுக்குத் தானாகவே கைகூடியிருந்தது. அவன் இருப்பது உறுதியானால் அவள் நடையே மாறிவிடும். பின்னலை முன்னால் தூக்கிப்போட்டுக்கொண்டு சற்றே குதித்தாற்போல இடுப்பை வெட்டிக்கொண்டு நடப்பாள். அப்போதெல்லாம் அவளிடமிருந்து கள்ளத்தனமாக வழிந்து விழும் புன்னகை, வில்வமரத்தினடியிலும் பொதுமண்டபத்தி னருகிலும் தண்ணீர்ச்சாவடியிலும் பள்ளிக்கூடத்திற்குப் பின்னால் இருக்கும் மரமல்லி மரத்தினடியிலும் கொஞ்சமேனும் சிதறிக் கிடக்கும். இங்கெல்லாம் நின்றுகொண்டு தன்னையே நோக்கிக்கொண்டிருக்கும் அவன் கண்களுக்கான பரிசு அது.

மரகதவள்ளியும் செல்லமுத்துவும் பேசிக்கொண்டதை ஊருக்குள் யாரும் இதுவரைக்கும் பார்த்ததில்லை. பெருமாள் கோயில் நந்தவனத்தில் வனப்பாக வளர்ந்திருந்த செம்பருத்தியை யும் மரமாக முதிர்ந்துவிட்ட நந்தியா வட்டையையும் அடுத்து, மதில்சுவரையொட்டிப் பெரும்புதராக அடர்ந்துகிடக்கும் செவ்வரளிச்செடி மட்டும், அவர்களது ரகசியப் பேச்சுக்களையும் நடவடிக்கைகளையும் யாருக்காவது சொல்லிவிடும் தவிப்போடு மதில்சுவரைத் தாண்டிக்கொண்டு தெருவில் போவோர் வருவோரையெல்லாம் கிளைகளை அசைத்துக் கூப்பிட்டபடி யிருக்கும்.

யானை நுழைந்தாலும் மறைத்துக்கொள்ளும்படியாகப் பரந்து வளர்ந்துநிற்கும் செவ்வரளிச்செடி. அதனருகில், நந்தவனத்தின் நடுவில் நடப்பட்டிருக்கும் இரட்டை நாகபடக் கல், தெற்குவளவு எசமானருடைய ஜாதகத்தில் ராகுவும் கேதுவும் எக்குத் தப்பாய் உட்கார்ந்திருந்ததால் அவருக்குப் பிடித்திருந்த நாகதோசத்தைப் போக்கிவிடும் பொருட்டு, கருங்கல்லில் அடித்து வைக்கப்பட்டிருந்த நாகபடம் அது. இந்தப் பரிகாரம் கூட வடிவேல்பண்டாரம் சொன்னதுதான்.

செம்பு அண்டாவில் ஊற்றிவைத்த தண்ணீரெல்லாம் ஒழுகி வீணாகப் போய்க்கொண்டிருந்தது. ஓட்டையை அடைப்பதற்காக, எண்ணெய் மொழுக்கு எடுத்துவரச் சொல்லியிருந்தாள் ஆத்தா. நந்தவனத்திற்குள் போன வேணி, பின்னியிருக்கும் இரட்டைநாகங்களின் மீது அப்பியிருக்கும் எண்ணெய் மொழுக்கைச் சுரண்டிக்கொண்டிருந்தபோது பக்கத்திலிருந்த செவ்வரளிப்புதர் வேகமாகச் சலசலப்பதும் அடங்குவதுமாக இருந்தது. சாயங்கால வேளையில் அசைந்து கொண்டிருந்த அரளிப்புதரைப் பார்த்ததும் அப்படியே நின்றுவிட்டாள். அது பேயாக இருக்குமோ எனப் பயத்தோடு யோசித்தவள் ஒரேவாங்கில் வீட்டுக்கு ஓடினாள்.

பேய் என்றாலே வனரோஜாதான் நினைவிற்கு வருகிறாள்.

வனரோஜா.

பச்சைக்காரி. அழகி. கிழக்குவீதியில், அந்தக் கொஞ்ச வயசுக் காரியிடம் பச்சைக் குத்திக்கொள்ளாதவர்களே கிடையாது. பச்சையால் தன் நினைவுகளை ஊரெல்லாம் நிறைத்துவிட்டு அற்பஆயுளில் போய்ச் சேர்ந்துவிட்ட வனரோஜா.

புறங்கையின் மேல்புறத்தில் வனரோஜா குத்திவிட்ட பச்சையைக் குறையாத அச்சத்தோடு பார்த்துக்கொண்டாள் வேணி. வீட்டுக்குப் போனவுடன் முதல்வேலையாக முன்னீட்டுக்குப் பயணன் கோயிலில் இருந்து கொண்டுவந்து வைத்திருக்கும் பூசைச் சாம்பலை எடுத்து நெற்றியில் அழுத்தமாகப் பூசிக்கொண்டாள்.

●

20

முன்னீட்டுக் குப்பையயணன்.

செல்வக்குமாரசாமியின் காவல் தெய்வம்.

ஊருக்கு வடக்குப் பக்கத்தில் காவலிருக்கும் முன்னீட்டுக் குப்பயணனிடம் குண்டுத்தடியும் கம்பளிக்கயிறும் இருக்கிறது. கோயில் குறட்டு வாசற் படியிலிருந்து பார்த்தாலே தெரியும். சாமிக்குப் பக்கவாட்டில், பொட்டும் பூவும் சாத்திப் பூசைக்கு வைத்திருக்கும் தடியும் கயிறும். பூசாரி, மணி யடித்துப் பூசைசெய்துவிட்டு ஒரு நெமி சாம்பலை எடுத்து குண்டுத்தடியின் மீதும் கம்பளிக் கயிற்றின் மீதும் தூவிவிட்டுத்தான் சூடத்தட்டத்தை வெளியே கொண்டுவருவான். முன்னீட்டுக் குப்பயணனின் உருட்டும் கண்களையும் பெரிய மீசையையும் பார்த்தால் மனசு நடுங்கிவிடும். பூசாரி, மணியை அடித்துக்கொண்டு, பூசைத் தட்டத்தை அசைக்கும் போது காட்டும் சூடவெளிச்சம், முன்னீட்டுக் குப்பயணன் எப்போதும் குறையாத கோபத்தோடு இருப்பதைத் துல்லியமாகக் காட்டும்.

“முன்னீட்டுக் குப்பயணா நீயே பாத்துக்க” எனப் பணத்தையோ பண்டத்தையோ பறிகொடுத் தவர்களின் முறையீட்டுக் குரல் கேட்டுவிட்டால் போதும், தவறுசெய்தவர்களை உடனே தண்டித்து விடுவான்.

“எம்பட பொருளெ ஆரு எடுத்திருந்தாலு வெடியறதுக்குள்ள வூட்டு வாசலுக்கு வந்தரோணு, இல்லாட்டி முன்னீட்டுக் குப்பயணனுக்கு ஒரு சூடத்தெப் பத்தீட்டு வந்துருவெ, அவனே கேக்குட்டு.”

பொருளைத் திருட்டுக் கொடுத்தவள் முச்சந்தியில் நின்று ஒருமூச்சுக் கத்திவிட்டுப் போவாள். விடிவதற்குள் சொன்னபடியே, திருட்டுப் போன பொருள் வாசலில் கிடக்கும். முன்னீட்டுக் குப்பயணனுடைய தண்டனைக்குப் பயந்துபோய் திருடிய பொருள் திரும்ப வந்து சேர்ந்துவிடும். ஊர் எல்லையைத் தாண்டி எட்டுத்திக்கிலும் இருக்கும் பேய்களெல்லாம் குலை நடுங்கிப்போய்க்கிடக்கும். அவன் காவலை மீறி ஊருக்குள் எதுவும் நுழைந்துவிட முடியாது. மீறி நுழைந்துவிட்டால் கம்பளிக் கயிற்றில் கட்டிவைத்துக் குண்டுத்தடியில் விளாசிவிடுவான் முன்னீட்டுக் குப்பயணன்.

ஆடிச்சாட்டிற்குப் பொங்கலிடும்போது அடுப்பெரிக்கும் சாம்பலைப் பக்குவமாகச் சூடாற்றி, கரிசுப்பையில்லாமல் பார்த்துச் சலித்துவைத்துக் கொள்வான் பூசாரி. அடுத்த வருடம் பொங்கல் சாட்டும்வரைக்கும் அந்தச் சாம்பலைத்தான் சூடங்காட்டி அள்ளியள்ளித் தருவான். ஊர்ச்சனமெல்லாம் பூசைச்சாம்பலைக் கண்களில் ஒற்றிக்கொண்டு நம்பிக்கை யோடு வாங்கிப்போய் பொட்டலம்கட்டி வைத்திருப்பார்கள். காய்ச்சல் வந்தாலும், பேதி பிடுங்கினாலும், விஷக்கடியென் றாலும், இருட்டுக்குப் பயந்தாலும், தூக்கத்தில் உளறினாலும் எறவானத்தில் செருகியிருக்கும் பொட்டலத்திலிருந்து ஒரு நெமி சாம்பலை எடுத்துத் தலையில் தூவிவிட்டு, கொஞ்சம்போல வாயில் போட்டுக்கொண்டு மிச்சத்தை நெற்றியில் தீற்றி விட்டால் போதும். எல்லாவற்றையும் முன்னீட்டுக் குப்பயணன் பார்த்துக் கொள்வான்.

அப்படியாகப்பட்ட முன்னீட்டுக் குப்பயணனே அசந்த நேரத்தில்தான் ஊருக்குள் ஏழெட்டுப்பேரைப் பிடித்துக் கொண்டாள் வனரோஜா. அநியாயமாகச் செத்துப்போன வளுக்கு மனமிரங்கி அவனே வழியை விட்டுவிட்டானோ என்னவோ?

சித்திரைமாதக் கோடையில் சுழன்றடிக்கும் சூறைக் காற்றில் பேய்ப் புளியமரம் பயங்கரமாக ஆடும். அது வன ரோஜாவே விஸ்வரூபமெடுத்துத் தலையை விரித்து ஆடுவது போலிருக்கும். சிலிர்த்துக்கொண்டு ஆடும் அடர்ந்த புளியஞ் சிமிரைப் பார்த்தால் வனரோஜாவுடைய சுருள்சுருளான தலைமயிர்தான் நினைவுக்கு வரும்.

தாய்,தகப்பனில்லாத தங்கத்தை ஆறான் கல்யாணம் கட்டிக் கூட்டி வந்தபோது போக்கிடமின்றித் தன் அக்கா ளுடன் இந்த ஊருக்கு வந்துசேர்ந்தாள் வனரோஜா. நிறம்

கொஞ்சம் மட்டம்தான் என்றாலும் அவள் நல்ல அழகி. வாகான உடலும் லட்சணமான முகவெட்டும் அலட்டலான நடையும் யாரையும் ஒருமுறை திரும்பிப்பார்க்கவைக்கும். அப்படிப் பார்க்கவேண்டும் என்று நினைப்பவர்கள் தயக்கமே யில்லாமல் "கொறத்திதானொ சித்தெ நின்னு பாத்தாக் கெடக்குது" என்று அலட்சியத்தோடு செழித்துக்கொண்டிருக்கும் அவளது உடலை அக்கக்காய்ப் பார்த்துவிட்டு அவளிடம் இரட்டை அர்த்தத்தில் பேச்சும் கொடுப்பார்கள். அப்படிப் பட்ட வக்கிரம் பிடித்த விசமக்காரர்கள் இரண்டு மூன்று பேராகக் கூடி நிற்கும்போது ஆறான் எதிர்ப்பட்டுவிட்டால் அவனை வம்புக்கிழுக்காமல் விடமாட்டார்கள். அவர்களிடம் வசமாக மாட்டிக்கொள்வான்.

"அப்பறொ ஆறெ எங்கெ இந்தெட்டுக்குத் தட்டுப்படவே காணமா."

"சாமீ கரூருச் சந்தைக்கு மயிரு கட்டீட்டுப் போய்ட்டனுங்கொ."

"அப்பறொ நல்லாருக்கறீல்லொ."

"சாமீ நம்பொ புண்ணியத்திலீங்கொ."

"அவுனுக்கென்னொ நல்லால்லாம."

"சாமீ."

"அதெப்பட்றா புடிச்சே, நல்லா நெகுநெகுன்னு சோடிப் பசுமாடா? அப்பறொ . . . சின்னதையுமு பொழங்கீட்டையா."

"சாமீ என்னொ சொல்றீங்கொ."

"அட கெரவத்தெ, நீவேற, இதப்போயி ஆறாங்கிட்டக் கேட்டுக்குட்டு, கூறுகெட்டவன்டா நீயி, இன்னமுமா பொழங்காம உட்டுவெச்சுருப்பே. சின்னவளுக்கு நடை யெல்லா மாறிப்போச்சு போ."

"அய்யோ, சாமி கூட்டொமெல்லா இப்புடிச் சொல்றீங் களே" பதறிப்போவான் ஆறான்.

"அட என்னொ, ஊரு நாட்டுல நடக்காததயா நாங்க சொல்லிப் போட்டொ, ஏன்டா ஆறே, கொழுந்தியாளையுஞ் சேத்துக் கெட்டிக்க வேண்டீதுதானொ."

"உனக்கென்னடா ஆறாம்மேலெ அத்தனெ அக்குசு."

“அட, அவுனுக்கு ஆனா, அப்பறமா, எடங்கா மடங்கா, ஒரு நாளைக்கி நமக்குமு ஒதவுமல்லொ.”

“சாமீ அவ, நாம் பெத்த புள்ளையாட்டவுங்க. நாலூருக்கு மாப்பளப் பயெனுக்குச் சொல்லிவுட்டுருக்கறனுங்க” பணிவோடு சங்கடமாகப் பதில் தருவான்.

“கிறுக்குக் கொறவனுங்கறது செரியாத்தேம்போச்சு போ.”

அபவாதமாகப் பேசியவர்கள்மீது உள்ளுக்குள் கனலும் கோபத்தை அன்றைய நாள் முழுவதும் சுமந்து திரிவான் ஆறான்.

●

21

குடியானவர்களின் தோட்டங்களில் பண்ணையம் பார்க்கும் வேலையாட்கள், தேவைகளின் பொருட்டுக் குறத்தெருவை நோக்கி வந்து கொண்டேயிருந்தார்கள். பயிறும் நெல்லும் சோளமும் அள்ள கூடைகள் வேண்டுமென்று, தூற்றிப் புடைக்க முறம் வேண்டுமென்று, பிறந்த கன்றுக்குட்டிகள் மண்ணைத் தின்னாமல் இருக்க வாய்க்கூடை வேண்டுமென்று, ஆட்டுக்குட்டிகளையும் கோழிகளையும் அடைக்க கொடாப்பு வேண்டுமென்று, வீடுவாசல் கூட்ட சீவைமாரும் ஈர்க்குமாரும் வேண்டுமென்று, சட்டியும் பானையும் மொடாவும் சாயாமல் நிற்கத் திருவை வேண்டுமென்று, ஆடு மாடு எருமை கட்டக் கயிறு வேண்டுமென்று.

தங்கமும் வனரோஜாவும் கூடைமுறம் பின்னினார்கள். வாய்க்கூடை பின்னினார்கள். தேங்காய் மட்டைகளிலிருந்தும் கற்றாழைகளிலிருந்தும் மஞ்சியைப் பிய்த்து எடுத்துக் கயிறு திரித்தார்கள். கயிறு திரித்து எஞ்சியவற்றைச் சேர்த்துத் திருவை முடிந்தார்கள். ஈச்சந்தோகையை இணுங்கி வந்து கீறி எடுத்து சீவைமார் கட்டினார்கள். தென்னங்கீற்றுகளைக் கிழித்து ஈர்க்குமார் உரித்தார்கள். பூலாங்குச்சிகளை வெட்டிவந்து கொடாப்புக் கட்ட ஆறானுக்கு உதவினார்கள். இத்தனை வேலைகளுக்கும் நடுவே ஆறான் வாங்கி வரும் மயிரைப் பிரித்துக் கற்றையாகச் சேர்த்துச் சாயம்கட்டிச் சவுரிமுடி கட்டினார்கள். பட்டிபோட்டுச் பன்றிகளை மேய்த்தார்கள். வேலைகளெல்லாம் கொஞ்சம் ஓய்ந்த நாட்களில் ஒவ்வொரு தெருவாகப் பச்சை குத்தப்போனார்கள். "ஆத்தா பச்செ குத்திக்கறீங்களா" வீடுவீடாகக் கேட்டுவிட்டு வருவாள் வனரோஜா.

கிழக்குவீதியில் பச்சை குத்தும் வேலையென்றால் ஒரு சாக்கை விரித்துப் போட்டுக்கொண்டு அக்காளும் தங்கையும் கெடாவேப்பமரத்தடியில் உட்கார்ந்துவிடுவார்கள். சனம் வரும்வரைக்கும் வெளியே புடைத்துத் தெரியும் வேப்பமர வேரை நிமிண்டிக்கொண்டும் விழுந்துகிடக்கும் வேப்பங்குச்சிகளை எடுத்து மண்ணில் கோலம் வரைந்துகொண்டும் காத்திருப்பார்கள்.

அங்கே விளையாடிக்கொண்டிருக்கும் வேணிக்கும், அவள் சோட்டுக்காரிகளுக்கும், சிதறிக் கிடக்கும் வேப்பஞ்சிமிர்களைச் சேகரித்து அரி சேர்த்துக் கட்டிச் சிறிய ஈர்க்குமாரைச் செய்து தந்தாள் தங்கம். அதை வைத்துக்கொண்டு தரையைக் கூட்டிக் கோயில் கட்டி விளையாடினார்கள். கிழக்குவீதிப் பெருசுகள் எந்நேரமும் கிடை போட்டிருப்பது கெடா வேப்ப மரத்தினடியில்தான். மத்தியான நேரத்தில் அங்கே தூக்கம் போடுபவர்களும் உண்டு. காலை நீட்டி உட்கார்ந்துகொண்டு, இரண்டு விரல்களை உதட்டின் மேல் விரித்துவைத்து எச்சிலைத் துப்பியபடி, அதக்கிக்கொண்டிருக்கும் குரங்குப் புகையிலையின் சாரம் தீரும்வரைக்கும், ஊர்க்கதை பேசிக்கொண்டிருப்பார்கள். அதிலும் ரெங்கு நாயக்கன் பெண்டாட்டி மயிலாத்தா, பெரியம்மாயியிடம் "நெமெ பொவீலக்குச்சியிருந்தாக் குடுங்கொ" என்று கேட்காமல் இருக்க மாட்டாள். பெரியம்மாயியைத் தவிர வேறு யாரும் அவளுக்குப் புகையிலை தர மாட்டார்கள். அவளைப் பார்த்தாலே இடுப்புமடியை இறுக்கிக்கொள்வார்கள். புகையிலையோடு வெற்றிலையைச் சேர்த்துப் போட்டுவிட்டால், அவ்வளவு லேசில் துப்பிவிட மாட்டாள் மயிலாத்தா. சேர்ந்த எச்சிலைக் கூட்டிக்கொண்டு அண்ணாந்த வாக்கில், "நேட்ட சண்டையில சீடெ வாண்டுனியே என்ட வெடெ" எனக் கேட்பாள். கூட உட்கார்ந்து பேச்சுக் கொடுத்துக்கொண்டிருக்கும் கருப்பமூப்பன் வீட்டு நாச்சாத்தா அதைச் சரியாய்ப் புரிந்துகொண்டு, "நாலு ஓவா, வெல கொஞ்சொ எச்சுமுச்சாத் தேம் போச்சு போ" என நேற்றைய சந்தையில் வாங்கிய சேலையின் விலையைச் சொல்வாள். பெரியம்மாயி வெற்றிலை போட்டுக்கொள்ளும் நேரத்தில் வேணி போனால் அவளுக்கு வெற்றிலைக் காம்பைக் கிள்ளித் தருவாள். எச்சிலைச் சுரக்கவைக்கும் இளங்காரச் சுவையோடிருக்கும் வெற்றிலைக்காம்பு தின்பது வேணிக்குப் பிடிக்கும். பெரியம்மாயியிடம் வேணிக்குப் பிடித்தமான இன்னொரு விசயமும் உண்டு. அவளது பெரிய முலைகள். கீழே வழிந்து விழுவதைப்போல சரிந்து இறங்கி, அவள் ரவிக்கை அணியாததால் பக்கத்திற்கு ஒன்றாகச் சாய்ந்து கிடக்கும். பெரியம்மாயிக்குப் பருமனான உடல்வாகு. அவள் மடியில் உட்கார்ந்து மார்மீது சாய்ந்துகொள்வது மெத்தையில் உட்கார்ந்து

தலையணையில் தலைசாய்ப்பதைப் போல சொகுசாக இருக்கும் வேணிக்கு. இந்த சொகுசெல்லாம் சின்னப் பிள்ளையாக இருக்கும்போதுதான் வாய்த்தது. வேணி பெரியவளாக வளர்ந்து விட்டாள். இப்போதெல்லாம் அவள், மடியில் உட்காரப் போனால் "வெடிஞ்சாச் சமைஞ்சுருவாளாட்ட, சின்னக் கொமுரி, மடிமேல ஏற வாறதப் பாரு" என்று தள்ளிவிட்டு விடுகிறாள் பெரியம்மாயி.

கெடா வேப்பமரத்தடிக்கு, பெரியம்மாயி வந்த பிறகு, ஒவ்வொருவராக வந்து சேர்ந்துகொண்டார்கள். ஊரையும் உறவையும் சொல்லிச்சொல்லி விசாரித்துக்கொண்டார்கள்; அக்கறை கொண்டார்கள்; கோபப்பட்டார்கள்; விசனப் பட்டார்கள்; அங்கலாய்த்தார்கள்; குமைந்தார்கள்; குழைந்தார்கள்; அழுதார்கள்; சிரித்தார்கள்; இல்லாமைகள் இயலாமைகள் என்று எல்லாவற்றையும் பொதுவில்போட்டுவைத்தார்கள்.

எல்லாம் பேசி முடித்தபிறகு. வேலைகளின் பொருட்டும், பொறுப்புகளின் பொருட்டும், அழைப்புகளின் பொருட்டும் ஒவ்வொருவராகக் கலைந்துபோனார்கள். எல்லாரும் போன பிறகும் பெரியம்மாயி மட்டும் வெகுநேரம் தனியாக உட்கார்ந் திருந்தாள். பின்பு அவளும் எழுந்து போனாள்.

வானையும் மண்ணையும் ஒருசேர அளந்துவிட வேண்டும் என்ற எத்தனிப்போடு, கிளையும் வேரும், மேலும் கீழுமாக எதிரெதிரில் ஓடிக்கொண்டேயிருக்கும் கெடா வேப்பமரத்தடியில், அவர்கள் உதறிவிட்டுப்போன எல்லாமே இறைந்துகிடந்தன. வெண்ணிறப் பூக்களையும் பழுத்த தழைகளையும் உதிர்த்து அவற்றையெல்லாம் மூடிவைத்துக்கொண்டது கெடா வேப்பமரம்.

●

22

நல்ல சந்தம் வீராளுக்கு. அவளைப்போல நீட்டி இழுத்து, இழவுப்பாட்டுப் பாட யாராலும் ஆகாது. இழவு வீடுகளில் பெண்கள் பாடியழுவதை உற்றுக் கவனிப்பாள். பாட்டின் நடுவில் வந்து விழும் அரிதான சொற்களைப் பிடித்துக்கொண்டு, திரும்பத் திரும்பச் சொல்லிப் பார்த்து நினைவில் இருத்திக்கொள்வாள். இழவுவீட்டிலிருந்து அவ்வளவு சீக்கிரமாகக் கிளம்பிவிட மாட்டாள். வெகு நேரம் காத்திருப்பாள். ஒவ்வொரு உறவும் வந்து விதவிதமாகப் பாட்டுச் சொல்லி அழுவதை உன்னிப்பாகக் கேட்டுக்கொண்டிருப்பாள். திரும்பி நடந்துவரும் வழியெங்கும் நினைவில் இருத்திக் கொண்ட ஒப்பாரிப் பாடல்களின் சொற்களை மீட்டெடுத்து ராகத்தோடு பாடிக்கொண்டே வருவாள். “அவ அக்காக்காரி வந்து பாடியழுதா பாரு” “அவ பொறந்தவம் பொண்டாட்டி பாட்டுச் சொன்னா பாரு” “அவ அத்தெக்காரி பாடுனா பாரு ஒரு பாட்டு” என்று ஒவ்வொரு பாட்டாகப் பாடுவாள். அவள் நினைவிலிருந்து சில வார்த்தைகள் சிக்கிக்கொண்டு வர மறுக்கும். சில வார்த்தைகள் இடறும். மீண்டும் மீண்டும் நினைவைக் கிளறி, அந்தச் சொற்களைச் சாமர்த்தியமாகத் தன் பாட்டுக்குள் இழுத்துக்கொண்டு வந்துவிடுவாள்.

“எங்கொ பெரியாயி ஒண்ணு இப்பவோ பொறவோன்னு கெடக்குது. அதுக்கொரு பாட்டுச் சொல்லித் தாங்கொ.”

“எங்க மாமங் கெடையாக் கெடக்குது. போயிருச்சுன்னா நல்ல சொல்லாச் சொல்லிப் பாடோணு. நாலே நாலு சொல்லு, நல்லதாச் சொல்லித் தாங்கொ” என அவளைச் சூழ்ந்து கொண்டு நச்சரித்தார்கள்.

"அலெ, மாமியாக்காரி நாஞ் செத்தன்னா என்னலே பாட்டுச் சொல்லி அழுவீங்கொ."

"சொல்லித் தாங்கொ, நல்லாப் பாடி அழுவறொ."

"ம் . . . மருமவளெல்லா நல்லா அழுவாளுக, கையெ நீட்டி நீட்டி, வத்து வத்துன்னு குதிமாரடிச்சு அழுவாளுக. வாசலுக்குச் சாணி போட்டா கெட்டி . . . மாமியாளுக்குச் சோறு போட்டா வெட்டீ . . .ன்னு பாடுவாளுக. மூக்கச் சிந்தி பொணத்தும்பேர்ல தொடச்சுப் போட்டுப் போயிருவாளுக" பெரியம்மாயி குறுக்கிட்டாள்.

"மருமவொ நாங்கெல்லா அப்புடிப் பண்டுனா, வண்டி வண்டியா வந்து நிக்கற உங்க மவளுக கூட்டமெல்லா வுட்ருவாங்களா சும்மா. பாட்டொண்ணு சொல்லித் தாங்கன்னா, மாமியா பித்தியெக் காட்றீங்களே."

"அலெப் போங்கலே, சொன்னாப் பாடீருவீங்களா. எழவுப் பாட்டா பாடறீங்கொ, எவுளுக்கும் சந்தங்கூட்டிப் பாடத் தெரீல. நீ பாடுனா, ஓட்டப் பானைக்குள்ளார கருங்கொழவி பூந்தாப்பல இருக்குது, இதாஇவொ பாடுனா, 'ங்கே' 'ங்கே'ன்னு வெள்ளாட்டுங்கெடா அணப்புக்கு அனத்தறாப்பல."

பாடத் தொடங்கினாள் வீராள்.

இல்லாமல்போன உறவொன்றை நினைத்துக்கொண்டு, இறக்காத இறப்புக்காக, எங்கோ வெறித்துப் பார்த்தபடி ஒப்பாரி பாடியழுதாள்.

அவள் பாடி முடித்தபோது, எதற்கும் கலங்காத நாச்சாத்தாளுடைய கண்களிலும் கண்ணீர் ததும்பியிருந்தது.

கிழக்குவீதிப் பொதுச்செக்கு. கெடா வேப்பமரத்தடியில் தான் கிடக்கிறது. செக்குக்குழவியை ஒருத்தியாகப் பிடித்துச் சுற்றிவிட முடியாது. இரண்டுபேராகச் சேர்ந்து கம்பு குத்திக் கொண்டும், அம்பிலி காய்ச்சுவதற்குச் சோளம் அரைத்துக் கொண்டும் இருப்பார்கள். அகன்று கிடக்கும் பொதுச்செக்கில் குத்தவும் அரைக்கவும், விசேச நாட்களில் பெரும் போட்டியே இருக்கும். மாவாட்டுவதற்கும் கோழிக்குழம்புக்கு மிளகரைப் பதற்கும் முறைவைத்துக்கொண்டு, வரிசைகட்டி நிற்பார்கள். "நீதே முன்னெ அரெச்சக்குட்டுப் போ, புதுச் சம்முந்தியூட்டு ஒறம்பறெ வூடு நெறக்க இருக்குமாட்ட" என்றபடிப் பிரியமாகத் தன் முறையை விட்டுக் கொடுத்துக்கொள்வார்கள். சிலசமயம் தெருவே கூடும்படிச் சண்டை வந்துவிடும். சேரம்பாளையத்து மாரியம்மன் கோயில் சாட்டுப்பொங்கல் முடிந்திருந்த

நாள் ஒன்றில் பண்ணாடி வீட்டு ஆச்சியாத்தாளுக்கும் எதிர் வீட்டிலிருக்கும் ரங்கம்மாளுக்கும் கறிக்குழம்புக்கு மிளகரைக்க வந்ததே ஒரு சண்டை.

கிழக்குவீதி அதுவரைக்கும் அப்படியொரு சண்டையை பார்த்ததில்லை. ஆச்சியாத்தாளும் ரங்கம்மாளும் நங்கை கொழுந்தி உறவுமுறை. என்னதான் உறவென்றாலும் சண்டை யென்று வந்துவிட்டபின்பு அதையெல்லாம் பொருட்படுத்திக் கொண்டிருக்க முடியாது.

"நீ ஒருத்தனுக்கே முந்தானி போட்டவளா இருந்தா வந்து பாருலே."

"அலெ அஞ்சுல அவுசாரியாம் பத்துல பத்தினியா . . . பள்ளம்பறையன்னு பதனாறுபேரெ மாறுனவொ தானொ நீயி."

"அட ஆமாலே, நாந்தே பதனாறு பேரெ மாறுனவொ. நீ நேரு நின்னு பாத்தைன்னா, பச்செ மரமே பத்தியெரியும் பாத்துக்க. பத்தினிக் கம்பொ நீயி, ஏலே, நீயி எத்தினிபேருகூட போனீன்னு நாஞ் சொல்லுட்டா. எம்பட பிருசனும் வேணுமின்னா வாலே, இந்தாலே எம்பட தாலி, இதெப் போட்டுக்குட்டு எம்புருசங்கூட வந்து படுத்துக்கலே" என்றபடிக் கழுத்தில் கிடந்த தாலிக் கயிற்றைக் கழற்றித் தெருவின் நடுவில் வைத்துவிட்டாள் ரங்கம்மா.

நடுத்தெருவில் கழற்றிவைக்கப்பட்ட தாலியைப் பார்த்த வுடன் கூட்டமாகவேடிக்கைபார்த்துக்கொண்டிருந்த சனமெல் லாம் அதிர்ந்துபோய், சட்டென்று ஓரடி பின்வாங்கிக் கொண்டது. ஆண்கள் எல்லாம் வார்த்தை வசவுகளுக்கு நடுவே தலைகாட்ட முடியாமல் தெறித்து ஓடினார்கள். வேடிக்கை பார்த்துக்கொண் டிருந்தவர்களுக்குக் கைகாலெல்லாம் உதறலெடுத்தது. கெடா வேப்பமரமே பெயர்ந்துவிடுவதைப் போலவும் கிழக்கு வீதியே புழுதி மூடி அழிந்துவிடுவதைப் போலவும் தோன்றியது. இனி அவ்வளவுதான் எல்லாம் தூர்ந்துவிடும் என்று நினைத்துக் கொண்டிருக்கும் வேளையில், அந்தச் சண்டைக்கு, இறுதிக் கட்டத்தை எட்டவேண்டிய கட்டாய நிலை வந்தது.

அந்த நேரம் பார்த்து இழவுச்சேதி சொல்ல பக்கத்து ஊர் மாதாரி வந்துவிட்டான். யாராலும் முடிவுக்குக் கொண்டுவர முடியாத சண்டையை, அவன் கொண்டுவந்து சொல்லிய இழவு சேதி முடித்து வைத்தது.

செத்துப் போனது ஆச்சியாத்தாளுடைய அப்பாரய்யன்.

சேதியைக்கேட்டவுடன் "அய்யோ அய்யோ அய்யோ" என்று மாரடித்துக்கொண்டு கதறியழுதாள் ஆச்சியாத்தா. தெற்கிலும்

வடக்கிலுமாகக் கைகளை ஆட்டிக்கொண்டு ராகமிழுத்து ஒப்பாரி பாட ஆரம்பித்தாள். இப்போது ரங்கம்மாளுக்கு ஒரே அதிர்ச்சி. அடுத்து என்ன செய்வது என்று தெரியாமல் திகைத்துப் போனாள். பின்பு சுதாரித்து எழுந்து விரித்துப் போட்டிருந்த தலைமயிரை முடிந்துகொண்டு, நடுத்தெருவில் கழற்றி வைத்திருந்த தாலியை எடுத்து வேகமாகக் கழுத்தில் போட்டுக்கொண்டாள். இன்னும் பாடி அழுதுகொண்டிருக்கும் ஆச்சியாத்தாளுக்கு அருகே போனாள். "இந்தா புள்ளெ ஆச்சி எந்திரி, நீயி எந்திரி சொல்லற, உங்கண்ணனுக்குச் சொல்லி வுட்டுட்டு நாம முன்னெ கெளம்புவம் வா புள்ளெ," ஆச்சியாத்தாளைக் கைத்தாங்கலாகப் பிடித்துக்கொண்டு இழவு வீட்டுக்குக் கிளம்பிவிட்டாள் ரங்கம்மா.

கருப்பு காரியமெல்லாம் முடித்துவிட்டு, இருவரும் ஒன்றாகத் திரும்பி வந்தார்கள். சேந்து கிணற்றில் தண்ணீர் சேந்தி ஒன்றாகவே தலை முழுகினார்கள்.

"ஆச்சீம்மா நீ அழுது சலிக்காத, வயசான கட்டெ, வாந்து முடுச்சுட்டு மேனாடு போயாச்சு. நாங்கெல்லா இருக்கறமல்லொ, எனுத்துக்கு மருவுறது, நீ சும்மா நெனச்சு நெனச்சு அழுவாதெ. சோத்துக்கு அடுப்பெப் பத்த வெக்க வேண்டா, நானே ஆக்கியாந்து தாறெ."

நடந்த சண்டைக்கான சுவடுகளை, இப்போது அவர்களிடம் எப்படித் தேடிப் பார்த்தாலும் கிடைக்காது.

•

23

பச்சை குத்திக்கொள்ள வருபவர்களை எதிர்பார்த்துக்கொண்டு உட்கார்ந்திருந்தார்கள் தங்கமும் வனரோஜாவும்.

பெரியம்மாயி உடம்பெல்லாம் பச்சை குத்தியிருப்பாள். ரவிக்கை அணிந்திருக்காத உடம்பெங்கும், அடர்பச்சை நிறத்தில் கோலங் கோலமாகப் படர்ந்திருக்கும். அவளுடைய தோள்பட்டை, கெண்டைக்கை எல்லாம் வேணி ஆச்சர்யமாகத் தடவிப் பார்ப்பாள். அவளுடைய பருத்துச் சிவந்த உடம்பு, பச்சையின் நிறத்தையும் அழகையும் கூடுதலாக்கிக் காட்டும். உடம்பிலிருக்கும் ஒவ்வொரு பச்சைக்கும் ஒவ்வொருவரை நினைவு கூர்ந்து சொல்வாள் பெரியம்மாயி.

“இந்தப் பச்சைக்கு, பொங்கலுக்கு வந்த எங்க எரசனம்பளைத்து பெரியாயி காசு குடுத்தது. இது எங்க தும்பலப்பட்டி நங்கையா, பச்சக்காரிக்கு ஒரு வெடக்கோழியக் குடுத்துக் குத்திவுட்டுது. இதுக்கு, என்னையெக் கட்டிக்கற ஆசையில எங்க பச்சாபளையத்து முருகம்மாமெங் காசு குடுத்தது. இந்தக் கங்கணப் பச்செயெக் குத்தறதுக்கு, எங்க அப்பியபளைத்துக் கோயிந்தக்கா விடுபருத்திப் பஞ்சு வித்துக் காசு குடுத்துது. இந்தப் பாதசரத்தெக் குத்திக்கறதுக்கு, எங்க செலமானம்வலசு சின்னண்ணெங் காசு குடுத்துது” என ஒவ்வொரு பச்சையையும் தொட்டுக் காட்டி, அதைப் பரிசாகத் தந்தவர்களை நினைவில்கொண்டுவந்து சொல்லிக் கொண்டிருப்பாள்.

“பொம்பளையாப் பொறந்தா நெத்தியில பொட்டுப் பச்செ குத்திக்கோணு. காடுமேடெல்லா வேலெ வெட்டின்னு போனாலு அழிஞ்சு போவாது. அப்பறொஞ்சொல்றங்கேளு,முண்டச்சியாப்போனா, எல்லாத்தையமு புடுங்கி அழிச்சுப்புடுவாங்கொ, பச்செயெ அழிக்க முடியாதல்லொ” என குரலைத் தாழ்த்திக்கொண்டு சொல்வாள்.

“தங்கந் தங்கமா நவெயெப் போட்டாலு, உசுரு மேலோகம் போனப்பறொ ஒடம்போட வாற நவெ பச்சையொன்னுதேம் பாத்துக்க.”

“பச்சையில்லாத கையில பிச்செ போட்டா தோசம் புடுச்சுக்கு, அலெ வந்து குத்திக்கொ” என்று வேணியைக் கூப்பிட்டாள் பெரியம்மாயி.

நடுநெற்றியில் பொட்டுப்பச்சை, கண்களின் பக்கவாட்டில் மைமயில் பச்சை, தோள்பட்டையில் ஏழு சுத்துக்கோட்டை, சோடிக்கிளி, பல்லக்குராணி, கெண்டைக்கையில் குத்தும் வங்கிப் பச்சையில் அன்னப்பட்சி, பலகாரத்தட்டம், சுத்துப்பாம்பு, கையில் மணிக்கட்டுவரை வெற்றிலைக்கொடி, கங்கணப் பச்சையில் நெல்லுச்சரம், புறங்கையில் நிலாவட்டம், மிட்டாய்ப் பொட்டணம், கணுக்காலில் முல்லையரும்புச் சரம், மல்லியரும்புச் சரம், பூரான்பச்சை, கீழே பாதத்தில் தண்டைப் பச்சை, பாதசரம், புறங்காலில் நித்தவட்டம் மூணுசுத்துக்கோட்டை என்று பரம்பரையாகக் கற்ற கலையை நுட்ப நுணுக்கமாகக் குத்தி விடுவாள் தங்கம். பச்சைகுத்தும் மையில் புதுமையாக எதை வரைந்துகொடுத்தாலும் நெளிவு சுழிவோடு நேர்த்தியாகப் பச்சை குத்துவதில் வனரோஜா தேர்ந்தவளாக இருந்தாள்.

கருப்பமூப்பன் மருமகள் ஈஸ்வரி, கையில் கணவன் பெயரைப் பச்சையாகக் குத்தியிருந்தாள். இந்த விசயம் பெண்களிடையே அதிசயமாப் பேசப்பட்டது. பெயரைப் பச்சை குத்திக்கொள்வது என்பது கணவன்மீது இருக்கும் காதலையும் பக்தியையும் காட்டுவதாக இருந்ததால் ஊருக்குள் வனரோஜாவுக்குச் செல்வாக்குக் கூடியது. பெண்களின் கையில் எழுத்துப் பிழைகளுடன் அவரவர் கணவன் பெயர் இடம் பிடித்துக் கொண்டது. சுருக்குப்பை நிறைய சேர்ந்துவிட்ட சில்லறையில், வனரோஜா நீண்ட நாட்களாக ஆசைப்பட்டிருந்த இளமஞ்சள்நிறத் தாவணியை வாங்கிக் கொள்ள முடிந்தது.

வனரோஜா மைக் குப்பியை எடுத்துவைத்துத் தயரானாள். சம்மணம் கட்டி உட்கார்ந்துகொண்டு வலது கையை முன்னால் நீட்டினாள் வேணி. புறங்கையின் பெருவிரலுக்கு மேலே அமுத்தித் துடைத்துவிட்டு மையைத் தொட்டெடுத்து, முதலில் ‘திருகிணிச் சொம்பு’ ஒன்றை வரைந்தாள். வேணியின் கையை உயர்த்திச் சரிபார்த்தாள். கோணலாக இருந்ததை அழித்துவிட்டு நேர்ப் படுத்தினாள். மீண்டும் கையை உயர்த்திப் பார்த்தாள். சரியாக வரைந்திருப்பதில் திருப்தியடைந்த பின்பு ஊசியால் மையைத் தொட்டுக் குத்தத் தொடங்கினாள். வரையும் வரைக்கும் உற்சாகமாக இருந்த வேணி, குத்தத் தொடங்கியவுடன்

வலியைத் தாங்கிக்கொள்ள முடியாமல்அனத்தினாள். வலி அதிகமாக, ஒரு கட்டத்தில் அழ ஆரம்பித்தாள். தங்கம் பச்சை குத்தினால் முருகக் கடவுளை நினைத்துக்கொண்டு கீச்சுக் குரலில் பாடுவாள். ஆனால் வனரோஜாவோ "அழுதீன்னாப் பாரு, தொறந்த வாயிலெ எச்சியத் துப்பி விட்ருவென்" என்று மிரட்டினாள். வாயைத் திறக்காமலேயே முனகினாள் வேணி.

"அலெ அழுவாத குத்திக்க, பொம்பளயாப் பொறந்து போட்டு வலிக்கறதுக்கு அழுவலாமா. இதுக்கே இப்புடி அழுவுறியே, ஒருத்தி ரவிக்கைப் பச்செ குத்தின கதெ தெரீமா" காலை நீட்டிக்கொண்டு பக்கத்தில் உட்கார்ந்திருந்த பெரியம்மாயி, ஒரு சுவாரசியமான கதைக்கு அச்சாரம் போட்டாள்.

வேடிக்கை பார்க்க வந்தவர்களும், பச்சை குத்திக்கொள்ள வந்தவர்களும் பெரியம்மாயியைச் சூழ்ந்துகொண்டு, கதை கேட்க ஆவலானார்கள். சற்றுத் தள்ளியிருந்தவர்கள் அவளை நெருங்கி வந்து உட்கார்ந்தார்கள். சாதாரணமான விசயத்தைக்கூட, முக பாவத்தை மாற்றி மாற்றி எல்லாரும் அவள் வாயையே பார்ப்பது போல கதையாக உருவங் கொடுத்துச் சொல்லும் சாமர்த்தியம் கிழக்கு வீதியில் பெரியம்மாயிக்கு மட்டுமே வசப்பட்டிருந்தது. சூழ்ந்திருந்த எல்லாரும் அவள் முகத்தையே பார்த்துக்கொண் டிருந்தார்கள். வெகுநேரமாக மென்று அதக்கியிருந்ததில் சக்கை யாகிப்போன புகையிலையை எட்டித் துப்பினாள். இடுப்புச் சேலைமடியைப் பிரித்து, புதிதாக ஒரு துண்டுப் புகையிலையை எடுத்துப் போட்டுக்கொண்டாள். புகையிலையின் காரம் பரவியதில் லயித்துப்போய்த் தலையை உயர்த்திக்கொண்டு கண்களை மூடியவள், சுரந்த எச்சிலை உறிஞ்சிக் கூட்டியபடிக் கதைசொல்லத் தொடங்கினாள்.

"எலந்தெக் கனியாட்டச் செவந்த நெறத்துல இருந்தாளா ஒருத்தி. அவளுக்குப் பச்செ குத்திக்கறதுல கொள்ளெ ஆசையாமா, ஒடம்பெல்லா விதவிதமாப் பச்சை குத்தி அழகு பார்த்தவளுக்கு ரவிக்கெப் பச்செ குத்திக்கோணும்னு ஆசெ வந்துருச்சு, அப்பறொ நம்பொ தங்கமாட்ட ஒரு பச்செக்காரியக் கூட்டியாந்தா. விசியத்தெச் சொன்னா. கேட்டுக்குட்டு இருந்த பச்செக்காரிக்கு, அப்புடியொரு பச்சையெக் குத்தியுட முடீமான்னு ஒரே ரோசனெ. குத்தவெச்சு உக்காந்த தினுசுல ரோசிச்சா. அந்தச் செவந்த நெறத்துக்காரி, சிலுப்பின வாசத்தோட நொரெ அடங்காத மோர்ல, வெண்ணெ மொதக்கறாப்பல ஒரு சொப்பு நெறக்கக் கொண்டாந்து ஊத்துனா மவராசி. அதெக் குடிச்சு முடிச்சுப் போட்டுமு பச்செக்காரி ரோசிச்சா. சொலையாட்ட முழுசா ஒத்தெ ஓவா தாரேன்னா. அப்பறமு பச்செக்காரிக்கு ரோசனெ தீர்ந்த பாடில்லெ. வுட்ருவாளா செவந்த நெறத்துக்காரி,

மஞ்சளும் நீலமுங் கலந்து கட்டம் போட்ட 'பாலும் பழமும்' சீலை ஒண்ணெத் தாரேன்னு சொன்னா. அந்தச் சீலை என்னமோ கண்ணப் பறிக்கறாப்பல நெறமும் நெகுநெகுப்புமா அப்புடியொரு ரகம்னாப் பாத்துக்க. பச்செக்காரிக்கு அந்தச் சீலையக் கண்ணுல காங்கறதே அவுரூவமாப் போச்சு. அதுக்கப்பறொ அவொ ரோசிக்கறதுக்கு என்ன இருக்குது, ஆனது ஆவுட்டும்னு ஒரு முடுவுக்கு வந்துட்டா. அப்பவே வூட்டுக்கு வெரசா ஓடுனா. போனவ கொஞ்சொ உண்டுனா பச்செ மையெ எடுத்தாந்துட்டா. வாச நடையெச் சாத்தித் தாழ்ப் போட்டுட்டு பச்செக் காரி வேலையெ ஆரம்பிச்சா. நம்ம மேனி செவத்தவ, மாராப்பெத் தூக்கி அக்கட்ட போட்டுப்போட்டுப் பச்செ குத்த வாட்டங் குடுத்து உட்கார்ந்துக்குட்டா. பொறத்தால பொடனியில ஆரம்பிச்சு கழுத்து முதுகெல்லா ஏகத்துக்குமு குத்தி முடிச்சா. வலியெப் பொறுத்துக்குட்டுக் குனிஞ்சிருந்தவ, இப்பொ, தோள்பட்டையில குத்த வசதியா கழுத்தெச் சாய்ச்சுக் குடுத்தா. அப்பறமா பின்னுக்குக் கையெ ஊனி முட்டுக் கொடுத்து மல்லாந்த வாக்குல சாய்ஞ்சு மாரெ நிமித்திக் கிட்டா. பச்செக்காரியும் சளிக்காம மாரெல்லாம் பச்சையப் படம்படமாப் போட்டா. எப்புடித்தேந் தாங்குனாளோ காணா, வலிச்ச வலியெ மென்னுக்குட்டு, மவராசி வங்கியாவரமா 'ம்'ன்னு மொனகுல 'இ'யின்னு அனத்துல. கடைசியா ரெண்டு மாருக்கும் நடுவுல பச்சையிலயே முடிச்சுப் போட்டு வுட்டாளாம் பச்செக்காரி. அப்போங்கப் பார்த்து அப்புடியே சாய்ஞ்சுட்டா ளாம் மலையாட்ட. 'ஆயா எந்திரிங்கொ ஆயா எந்திரிங் கொ'ன்னு எழுப்பியிருக்கறா பச்செக்காரி. எழும்புன பாட்டக் காணாமா. பேச்சுமில்ல மூச்சுமில்ல. பதறிப் போயி நாடியப் புடிச்சுப் பாத்திருக்கறா. அது எப்பவோ அடங்கிப் போயிருந்துச் சாமா. பச்செக்காரி வேலைய முடிக்கறதுக்குள்ள அவ சோலி முடிஞ்சு போச்சு போ. ரவிக்கெப் பச்சைக்கு ஆசெப்பட்டு உசுர வுட்டான்னா பாத்துக்க.

கதையைச் சொல்லி முடித்துவிட்டு, வாயில் ஒதுக்கி வைத்திருந்த புகையிலைச் சக்கையை எட்டித் துப்பினாள் பெரியம்மாயி.

கண்ணுக்குள் கதகதவென்று நின்ற கண்ணீரைத் துடைத்துக்கொண்டு கையில் 'திருகாணிச்சொம்பு' வடிவம் பெற்றிருந்த பச்சையைச் சிரிப்போடு பார்த்தாள் வேணி. அவரை இலைச் சாற்றைப் பூசினால் பச்சை நன்றாக நிறக்கும். அவள் வீட்டுத் தட்டிப் படலில் ஏகத்துக்கும் படர்ந்திருந்த அவரைக் கொடியில் இலை பறிக்க ஓடிப் போனாள்.

•

24

பச்சை குத்திக்கொள்ளும்போது வனரோஜாவிடமிருந்து பவுடர் வாசனையடித்தது. மையைத் தொட்டுப் புள்ளிவைத்ததைப்போல மோவாயில் இருந்த மச்சத்தின் நிஜத் தன்மையை ஆராய்ந்துகொண்டிருந்ததில் வேணிக்கு வலி கொஞ்சம் மட்டுப் பட்டுத்தான் உறைத்தது. வனரோஜாவுடைய நீளமான சடையைப் பார்த்தவர்கள் ‘சவுரி கட்றவளுக்கென்ன நல்லா நீளச் சவுரியா வெச்சுப் பின்னியிருப்பா’ என்று தங்களுக்குள் பேசிக்கொண்டார்கள். ஆனால் சவுரியெல்லாம் வைத்துப் பின்ன வேண்டிய அவசியமேயில்லாமல் அவளுக்கு நீளமான தலைமுடி இருந்தது. விரித்துப் போட்டுத் தலை சீவிப் பின்னும் போது,அலையலையாக முதுகெல்லாம் பரந்து இடுப்பைத் தாண்டி நீண்டு கிடக்கும். தலைமுடி சுருள்சுருளாக இருந்தால் நீண்டு வளராது. அதென்னவோ வனரோஜாவுக்கு மட்டும் அது விதிவிலக்காக இருந்தது. எப்போதாவது தன் அக்காளைத் தலைசீவிவிடும்படிக் கேட்பாள் வனரோஜா. பின்னிமுடிக்கும்போது “சடெ, சீவக் கட்டையாட்டப் புடிக்கு அடங்காமக் கெடக்குது” என்று அலுத்துக்கொள்வாள் தங்கம்.

நாணப்பாழியில் அவள் செத்துமிதந்தபோது, அடர்ந்து நீண்ட முடி பாழியெங்கும் கருநிழலைப் போல பரந்துகிடந்தது. மயிர்க்கற்றைகள் பாறையின் ஓரத்தில் வளர்ந்திருந்த நாணப்புற்களைப் பற்றி விடத் துடிப்பதைப்போல மெதுவாக அசைந்து கொண்டிருந்தன.

வேணி ஒருமுறை, குறத்தெருவுக்குப் போயிருந்த போது வனரோஜா அலங்கரித்துக்கொண்டிருந்தாள். பார்த்துக்கொண்டிருந்த வேணி வாயைப் பிளந்து கொண்டு நின்றுவிட்டாள். கழுவிய முகத்தை அழுந்தத் துடைத்துக்கொண்டாள். பவுடரைக்

கொட்டி உள்ளங்கையில் தேய்த்து, முகத்தில் சொட்டை யில்லாமல் பூசினாள். கண்மை டப்பாவிலிருந்து மையைச் சன்னமான குச்சியில் தொட்டு எடுத்துக் கவனமாகத் தீட்டிக் கொண்டாள். மைத்தீட்டல் ஒரு மாயத்தை நிகழ்த்துவதைப் போல கண்களின் பக்கவாட்டில் மேலெழும்பி நீண்டிருந்தது. வளைத்து வளைத்துப் புருவம் வரைந்தாள். குச்சியில் மிச்சமிருந்த மையால், மோவாயில் ஒரு புள்ளியை வைத்து, மீண்டும் பவுடரை ஒற்றிக்கொண்டாள். சாந்தைத் தொட்டெடுத்து, திருத்த மான பொட்டு ஒன்றை வைத்தாள். அலங்காரம் முடிந்தது. கண்ணாடியை எடுத்து, நேராகவும் மேலே தூக்கியும் பக்க வாட்டிலும் மாற்றிமாற்றிப் பிடித்து அழகைச் சரிபார்த்தாள். சள்ளையாக நீண்டிருந்த சடைப் பின்னல் நுனிக்கு ரிப்பனைச் சேர்த்துக் கட்டி, குஞ்சம் வைத்தாள். உள்ளங்கையகலத்திற்கு விரிந்த செம்பருத்திப்பூவைப் போல இருந்தது குஞ்சம். பவுடர் டப்பாவையும் சாந்துக் குப்பியையும் எடுத்து மாடத்தில் வைக்கப் போனவளிடம் வேணி கெஞ்சலாகக் கேட்டாள், “எனக்குக் கொஞ்செசா மையி தாரயா”கூரையிலிருந்த பனை ஓலையை ஒடித்து அதில் கொஞ்சம்போல மையை இழுக்கியெடுத்துத் தந்தாள் வனரோஜா. மை இழுக்கிய பனை ஓலையைச் சூதான மாகக் கையில் பிடித்துக்கொண்டு வீடு வந்து சேர்ந்தாள்.

கண்ணாடியை எடுத்துக்கொண்டு திண்ணைக்கு வந்த வேணி, காலை நீட்டிப் பின்னுகால் போட்டு உட்கார்ந்து கொண்டாள்.

•

25

வேணி பனையோலையிலிருந்த கண் மையைத் தொட்டுத் தீற்றத் தொடங்கினாள்.

எதிர்த் திண்ணையில் படுத்திருந்த ஆத்தா அவளை நிமிர்ந்து பார்த்துவிட்டுக் கண்களை மீண்டும் மூடிக்கொண்டாள். எத்தனை கவனமாகப் பூசியும் மை பூனைக்கண் மாதிரி அப்பிக்கொண்டது. இப்போது என்ன செய்வதென்று தெரியவில்லை வேணிக்கு. எட்டக்கிடந்த துண்டுச் சேலையை எடுத்துத் துடைத்துச் சரிசெய்ய முயன்றாள். துடைத்த பிறகு இன்னும் விகாரமாய் மாறியிருந்தது. திரும்பிப் படுக்கப் போன ஆத்தா வேணியின் ஒப்பனையை வியப்பாகப் பார்த்தாள். விரித்துப் படுத்திருந்த முந்தானைச் சேலையை வழித்து வாரிக்கொண்டு எழுந்து உட்கார்ந்துகொண்டாள்.

"என்னுலே அது."

"மையி ஆத்தா."

"மையா."

"ஆமா, கண்ணுமையி."

"ஆருலே குடுத்தா."

"வனரோசா."

"அவ வூட்டுக்குப் போனயா" வேணி அதற்குப் பதில் சொல்லாமல், மையைத் துடைத்தெடுத்துச் சரிசெய்ய முயற்சிசெய்துகொண்டிருந்தாள்.

"அடி செருப்புல போடு, கொறத் தெருவுக்குச் சாவகாசம் பண்ணப் போறயா, இருலே உங்கோயி வருட்டுஞ் சொல்றெ, அடி செமக்கத் திங்கறே பாரு" ஆத்தா கத்தத் தொடங்கினாள். கண்மையின்

விகாரமும் ஆத்தாவுடைய ஆங்காரமும் வேணியைப் பதற்றங் கொள்ளச் செய்தன. வேகமாக எழுந்து கண்ணாடியை ஓரமாக வைத்துவிட்டு எறவாணத்திலிருந்த கதர்க்கடைசோப்பைத் துழாவி எடுத்துக்கொண்டு பொடக்காணிக்கு ஓடினாள்.

ஆத்தா சொன்னபடிதான் நடந்தது.

“கொறத்தெருவுக்குப் போவயா, போவயாலே, எந்தக் காலு போவுது? ஒடச்சு அடுப்புலெ போடறெ, பொட்டச்சிங்கறது நெனப்புல இருக்குதா? பச்சக்காரியாட்ட எந்நேரமு சிங்காரிச்சுக் கறயா நீ, தழுக்கிக்கிட்டுத் திரிஞ்சு நாளைக்கு ஊர்ப்பல்லுல வுழுவறதா” என்று ஊஞ்ச விளாரில் விளாசி விட்டுத்தான் ஓய்ந்தாள் பொன்னா. உடம்பெல்லாம் தடித்துவிட்டது வேணிக்கு. விம்மியழுதபடித் தன் தகப்பனிடம் சொல்லி ஆறுதல் தேடக் காத்துக்கொண்டிருந்தாள்.

இருட்ட ஆரம்பித்திருந்த நேரத்தில் வந்து சேர்ந்த மாரானிடம் கன்றிப்போயிருந்த காயங்களைக் காட்டிவிட்டு ஓய்ந்திருந்த அழுகையை மீண்டும் சுதி கூட்டித்தொடங்கினாள். மகளை அணைத்துக்கொண்டு சமாதானப்படுத்தியவன், மகளுடைய உடம்பெல்லாம் வரிவரியாகத் தடித்துக் கிடப்பதைப் பார்த்துவிட்டு, பொன்னாமீது ஆத்திரமாகப் பாய்ந்தான்.“புள்ளெ மொறையேன்னு அழுவுது. கை தொட்டு அடிச்சியாலே நீயி” எனக் கேட்ட வேகத்தில் பொன்னாளுக்கும் அடி விழுந்தது.

அருகில் தூங்கிக்கொண்டிருந்த மகளை இழுத்துப் பக்கத்தில் கிடத்தி “எஞ்சாமி” என அணைத்துக்கொண்டான்.

•

26

வேணி பள்ளிக்கூடம் போகாமலிருக்கத் திட்டம் போட்டுவிட்டாள். பள்ளிக்கூடத்தில் பிள்ளைகள் "நீராருங் கடலுடுத்த" சத்தமாகப் பாடிக் கொண்டிருந்தார்கள். பாடி முடித்து ஒன்றாவது மணியடித்தவுடன் வேணி பரபரப்பானாள். ஆயம்மாவின் கண்ணில் பட்டுவிட்டால் அவ்வளவு தான். பள்ளிக்கூடத்திற்குப் போகாமல் யாராவது வீட்டிலிருந்தாலோ, தெருவில் தட்டுப் பட்டு விட்டாலோ தேடிப் பிடித்து இழுத்துக்கொண்டு போய்த் தலைமையாசிரியரிடம் ஒப்படைத்து விடுவாள் ஆயம்மா. அந்த நிலைக்குத் தள்ளப்பட்ட மாணவர்களின் கதியை வேணி பலமுறை பார்த்திருக்கிறாள். இப்போது முதல் பிரிவேளை தொடங்குவதற்கான மணியும் அடித்துவிட்டது. வேணி ஒளிந்துகொள்வதற்காக, பனங்காட்டை நோக்கி வேகமாக ஓடினாள்.

மாணவர்களின் வருகையைப் பதிவு செய்த பிறகு, ஒவ்வொரு வகுப்பிலும் வராத மாணவர்களுடைய பெயர்களை வகுப்பு ஆசிரியர்கள் தலைமையாசிரியரிடம் கொடுத்துவிடுவார்கள். தலைமையாசிரியர் அந்தப் பட்டியலை ஆயம்மாவிடம் ஒப்பித்துவிடுவார். வகுப்புத் தொடங்கியவுடன் முதன்மையான பணி அதுதான். ஆயம்மா ஒவ்வொரு பெயராக வாய்விட்டுச் சொல்லிப் பார்த்து மனத்தில் குறித்துக்கொள்வாள். யார் யார் வீட்டுப் பிள்ளைகள் வரவில்லை, எந்தத் தெருவில் தொடங்கி எந்தத் தெருவுக்குப் போகலாம் எனச் சில நிமிடங்களுக்கு நின்று திட்டமிடுவாள். பிரம்பைக் கையில் எடுத்துக்கொண்டு கிளம்பிவிடுவாள்.

குட்டையான பருத்த உருவம் ஆயம்மாவுக்கு. தாண்டாம்பாளையம் தறியில் நெய்துகொடுத்த கெட்டியான எட்டுக் கெசஞ் சேலையை உடம்பே தெரியாமல் சுற்றிப் பின்கொசுவம் வைத்துக்

கட்டியிருப்பாள். தெருவில் இறங்கி நடந்து வரும்போது ஒளிந்து கொண்டிருக்கும் பையன்களின் கண்களுக்குக் குட்டிப் பூத மாகவே தெரிவாள். பெரும்பாலும் பெற்றோர்கள் வேலைக்குச் சென்றுவிட்ட நிலையில், பள்ளிக்கு மட்டம் போட்ட பிள்ளைகள் ஆயம்மாவுடைய கண்களில் பட்டுவிட்டால் அவ்வளவுதான். நிராயுதபாணிகளாக, தப்பிச் செல்லத் திக்கற்ற வர்களாக, எந்தத் திராணியுமற்று அவளை எதிர்கொள்ள வேண்டி யிருக்கும். ஒவ்வொரு தெருவிலும் நுழைந்து வீடுவீடாகச் செல்வாள். உண்மையாகவே உடம்பு சரியில்லை என வீட்டி லுள்ளவர்கள் சான்றளித்தாலும் கூட அதையெல்லாம் நம்ப மாட்டாதவளாகவே முணுமுணுப்புடன் கடந்து செல்வாள். வீடுகளில் தேடிக் கிடைக்காதவர்கள் எல்லாம் எங்கே இருக்க முடியும் என்பதை யூகித்து, அவர்கள் ஒளிந்துகொள்ள ஏதுவான இடங்களில் தேடிக் கண்டுபிடித்துவிடுவாள். பெரும்பாலும் தேர்முட்டிச் சந்தில்தான் ஒளிந்திருப்பார்கள். கைகளை ஊன்றிய படிக் கண்களை விறைத்துக்கொண்டு தேர்முட்டி இடுக்கில் தவளைகளைப் போல உட்கார்ந்திருப்பவர்களை மண்ணை அள்ளிப் போட்டு வெளியேற்றுவாள். அதைவிட்டால் தொண்டுப் பட்டிக்குள் சற்றே சாய்ந்தபடி உயர்ந்து அடர்ந்திருக்கும் வாதநாரா மரத்தில் ஏறி ஒளிந்திருப்பார்கள். மரத்திற்குக் கீழே நின்றுகொண்டு, கைக்கண்ணாடி போட்டு உச்சிக்கிளை வரைக்கும் பார்வையை ஊடுருவ விடுவாள். ஓணான்களைப் போல மரக்கிளையில் ஒட்டிக்கொண்டிருப்பவர்கள் தட்டுப் பட்டு விட்டால் சிறுசிறு கற்களை விட்டெறிந்து இறங்கிவரச் செய்வாள். கையில் பிடித்துவிட்டால் எந்தக் கொம்பனாலும் பிடியைத் தளர்த்திக்கொள்ள முடியாது. ஒரு கையில் லாவக மாகப் பிடித்துக்கொண்டு இன்னொரு கையிலிருக்கும் பிரம்பால் அடிப்பாள். கதறக் கதற பள்ளிக்கூடம் வரைக்கும் இழுத்துச் செல்வாள். அதற்கப்புறம் ஆசிரியர் பார்த்துக்கொள்வார். இதெல்லாம் பிடிபட்டவர்களுக்குத்தான். பையன்கள் இரண்டாவது மணியடிக்கும் வரை அகப்பட்டுவிடாமல் பாதுகாப்பாக ஒளிந்திருக்க முடிந்துவிட்டால் போதும். அதற்கப்புறம் ஆயம்மா வரமாட்டாள். பொழுதுவரை பிரச்சினையில்லை. அடுத்தநாள் பிரச்சினையை இப்போது யோசிக்கத் தேவையில்லை. அடுத்த நாள் பார்த்துக்கொள்ளலாம்.

ஆயம்மாவிடமிருந்து தப்பிக்க பனங்காட்டிற்கு ஓடினாள் வேணி.

●

பிறப்பொக்கும்

27

பனங்காட்டிற்குள் அலைந்து திரிந்து கொண்டிருந்தான் தெண்டபாணி. ரெங்கு நாயக்க னுடைய மகன். தெண்டபாணி போன வருடமே பள்ளிக்கூடம் போகாமல் நின்றுவிட்டான். அதற்குக் காரணம், அவனுக்கு முளைத்துவிட்ட மீசைதான். மீசை முளைத்ததில் ஒன்றும் தவறில்லை. அது சரியான பருவத்தில்தான் முளைத்திருந்தது. மூன்றாம் வகுப்பில் இரண்டு வருடம், நான்காம் வகுப்பில் இரண்டு வருடம், ஐந்தாம் வகுப்பில் மூன்று வருடம் என்று அவன் தங்கித் தங்கிப் படித்ததில் மீசை முளைத்து வாலிபனாகிவிட்டான். ரெங்குநாயக்கன் முரண்டு பிடிக்கும் மகனை அடித்தும் உதைத்தும் சளைக்காமல் பள்ளிக்கு அனுப்பித்தான் பார்த்தான். ஒன்றும் வேலைக்கு ஆகவில்லை. அவனுக்கு முன்னால் ஒரு மகளைப் பெற்றிருந்தான். சௌந்திரம் என்று பேர் அவளுக்கு. சௌந்திரத்தைக் கணக்கில் சேர்த்திக்கொள்ள விதி அனுமதிக்கவில்லை. அவள் புத்தி சுவாதீன மில்லாதவள். எப்படிக் கூட்டிக் கழித்துப் பார்த்த போதும் ரெங்குநாயக்கன் கணக்கு தப்புக் கணக் காகவே இருந்தது. படைத்த ஆண்டவனே, எந்தச் சூத்திரத்தாலும் சமன் செய்ய முடியாத கணக்கு களைக் கொடுத்துவிட்டான். மகளென்றும் மகனென் றும் இரண்டு கணக்குகள்; வெற்றுக்கணக்கொன்று; வேதனைக் கணக்கொன்று. தவறான கணக்குகளை, பொருந்திவராத சூத்திரங்களைக் கொண்டு எப்படியும் சமன்செய்துவிடலாம் எனத் தளராமல் போராடிக்கொண்டிருக்கிறான் ரெங்குநாயக்கன். கற்பாறை போல் வலிந்த மனம் அவனுக்கு. அதையும் தகர்த்தெறிந்து, “உன்னை ஒரு கை பார்த்தே தீருவேன்” எனத் துயரங்களெல்லாம் நிராயுதபாணியான அவன் முன் விஸ்வரூபமெடுத்து நிற்கும். அவற்றோடு தொடர்ந்து போரிட முடியாமல் போகும் கையறுநிலையில் அவன் கையிலெடுக்கும்

அஸ்திரம் ஒன்று உண்டு; சாராயம். அதற்குப் பிறகு கணக்கென்ன, அதைக் கொடுத்த கடவுளென்ன, "இதெல்லா என்னைய என்ன பண்ணிப்போடு, மசரெப் புடிங்கியுடு போவுட்டு" என்பான். சாராயம் உள்ளே போய்விட்டால் பிறகு எல்லாமே அவனுக்கு உதிர்ந்த மயிருக்குச் சமானம்தான். "வக்காழோழுது, இதுக்கு மேல என்னெய என்ன வந்து புடுங்கிப் போடும்னு பாத்துப் போடறெ" என்று சவால் விடுவான். சில நேரம் போதை மீறி விட்டால் அவனுக்குச் சுயஇரக்கம் பீறிட்டு எழும்; கூக்குரலெடுத்து அழுவான். அப்போது அவனது உடல் நடுங்கிக் குலுங்கும். வேதனை நிரம்பிய வாழ்க்கையின் முன்பு தன் தோல்வியை ஒப்புக்கொண்டு "போதும் இனி வேண்டாம்" என்று கதறுவான், போர்க்குணம் கொண்ட ரெங்குநாயக்கன். அப்போது அவனுடைய வைராக்கியமும் தைரியமும் கண்ணீராகக் கரைந்தொழுகும். துன்பம் ததும்பும் ஆழ்கடல். கரை தட்டுப் படுமா தெரியவில்லை. விடியாத இருள். பயம் கவ்விப் பிடிக்கும். அதன் பிடியிலிருந்து விடுபட அவன் சாராயத்திடம் தான் சரணடைவான். அதன் பிறகு எல்லாமே அவனை விட்டுச் சற்று விலகிப்போய் நிற்கும். மருட்டும் வாழ்வோடு கொஞ்சநேரம் உளறிக்கொண்டிருந்துவிட்டு உறங்கிப் போவான். அலைக்கழிக்கும் கடல் அலைகள், போதையில் கவிழ்ந்து கிடப்பவனை முன்னும் பின்னுமாகப் புரட்டிக்கொண்டிருக்கும். அவனிடம் எந்த எதிர்வினையும் இல்லாததைக் கண்டு, வெதும்பிக்கொண்டு அவன் விழித்தெழுவதற்காக விடியும்வரைக்கும் காத்திருக்கும். விடிந்தவுடன் மீண்டும் வேகமாய்ச் சூழ்ந்து பீடிக்கும்; புரட்டியெடுக்கும்.

"மவனுக்குப் பொண்டாட்டி கட்டி வெச்சா ரெட்டெப் புள்ளெப் பெத்துருவானாட்ட, இப்பொப் போயி சிலேட்டும் பெனுசிலும் வாங்கிக் குடுத்துப் பள்ளிக்கூடந் தாட்டியுடறியா" என ஊர் கேலி பேசியதில் தெண்டபாணியின் படிப்பு ஒரு முடிவுக்கு வந்திருந்தது.

பட்டன் பிய்ந்துபோயிருந்த காக்கிநிற அரைட்ரவுசரை இழுத்துப் பிடித்து இரண்டுமுனைகளையும் முடிச்சிட்டிருந்தான் தெண்டபாணி. வெயிலில் அலைந்து திரிந்ததால் வியர்வை வடிந்து மேல்சட்டையில்லாத உடம்பெல்லாம் உப்புப்பொரிந்து கிடந்தது. அவன் கையில் ஒண்டிவில்லும் ட்ரவுசர் சோபியில் சிறு கற்களும் எப்போதும் இருக்கும். எலி, முயல், அணில், காடை, கௌதாரி, தவிட்டுக் குருவி, சிட்டுக் குருவி, கொண்டைக்குருவி என்று கண்ணில் பட்டதையெல்லாம் ஒண்டியை இழுத்துக் குறி வைத்து அடிப்பான். அவன் குறி தப்பவே தப்பாது. நொடித்த நொடியில் அவை

துடித்து விழும். அடிப்பதற்கு ஒன்றுமே கிடைக்காதபோது ஆவேசத்தோடு தேடியலைவான். வேலியில் தலையை உயர்த்திக் கொண்டு சரசரவென்று திரியும் ஓணானுக்கெல்லாம் அன்றைக்கு அற்ப ஆயுள்தான். அடிபட்டு விழுந்து அரை உயிரும் கால் உயிருமாகத் துடித்துக்கொண்டிருக்கும் ஓணான்களை க்காக்கைகள் கொத்திக் குதறுவதை ஆசை தீரப் பார்த்துக் கொண்டிருப்பான். குருவிக்கூடுகளைத் தேடிக் கண்டுபிடித்து விடுவான். காடைமுட்டைகளும் குருவிமுட்டைகளும் கணிச மாகக் கிடைத்துவிடும். முட்டைகளை, சாணியும் செம்மண்ணும் கலந்து குழைத்துப் பூசி, சுப்பைகளைச் சேகரித்துப் பற்ற வைத்துத் தீயில் வேகவைப்பான். வெந்து குழைந்துவிடும் முட்டை களைத் தின்றுவிட்டு இன்னும் கூடுகளைத் தேடுவான்.

தூரத்திலேயே வேணியைப் பார்த்துவிட்டான். "ந்தா புள்ளெ வேணி, இங்கெ நெழலுக்கு வா" உட்கார்ந்திருந்த மரத்தடிக்கு அவளை வரச்சொல்லிக் கைத்தட்டிக் கூப்பிட்டான்.

"தெண்டண்ணா இங்கெ என்ன பண்ணறே."

"நீயென்ன, இன்னைக்கிப் பள்ளியோடம் போவுலயா."

"ஆமா போவுலெ."

"குருவிக் கறி திங்கறியா" அவன் கையில் குருவியொன்று துடிதுடித்தபடி இருந்தது.

"என்ன குருவிண்ணா இது" அவன் பக்கத்தில் போய் நின்றாள்.

"ம் . . . அலவணாங்குருவி."

○

எலந்தப்பொன்னான், நெய்ப்பொன்னான், அரிசிப் பொன்னான், பாப்பாப்பொன்னான் என்று ஊரிலிருக்கும் எல்லாப் பொன்னாம்பூச்சிகளையும் கைப்பற்றித் தீப்பெட்டி களில் சிறைப்பிடித்திருந்தான் தெண்டபாணி. அரக்குநிற உடலுடன், தலைமட்டும் பச்சை நிறத்திலிருக்கும் எலந்தப் பொன்னானை விட வேணிக்கு நெய்ப்பொன்னானைத்தான் பிடிக்கும். தலை, உடல் என ஏகத்துக்கும் பளபளப்பான கிளிப்பச்சை, அதன் உடல் முழுக்கத் தங்க நிறப் புள்ளிகளை யார்தான் வைத்துவிட்டார்களோ அத்தனை அழகு. எந்தப் பொன்னானாக இருந்தாலும் தவறாமல் கிளுவந்தழைகளைப் போட்டுத் தீப்பெட்டியில் அடைத்து மூடிவைத்துவிட வேண்டும். பொன்னாம்பூச்சிகளுக்கு அதுதான் உணவு. பொன்னாம் பூச்சிகள் கிளுவந்தழைதான் தின்னும் என்பதை

எப்படித்தான் கண்டுபிடித்தார்களோ. நல்லவேளையாக கிளுவந்தழை அதன் உணவாக அமைந்தது. வேறு ஏதாவது, கிடைக்காத தழையாக இருந்தால் கஷ்டம்தான். அடுத்தநாள் தீப்பெட்டியைத் திறந்து பார்த்தால் தழைகளையெல்லாம் ஒன்றுவிடாமல் தின்றுவிட்டு முட்டையிட்டிருக்கும். உலகையே வென்றுவிட்ட உற்சாகம் அவர்களது முகங்களில் பீறிடும்.

மழைக்காலம் வந்துவிட்டால் அவர்களுக்கு ஓய்வே இருக்காது. செக்கச் சிவந்தநிறத்தில் வெல்வெட் துணுக்குப் போல ஊறிக்கொண்டிருக்கும் மொட்டப்பாப்பாத்தி, கொழு மணலில் குழிபறித்துக் குடியிருக்கும் குல்லாப்பூச்சி, தட்டான் பூச்சி, ஊசிப்பட்டான் என்று எதையாவது பின்தொடர்ந்து கொண்டேயிருந்தார்கள். பாலின் துளிகளைப் போல பூத்திருக்கும் தும்பைச்செடிகளைப் பிடுங்கி அரிசேர்த்துப் பட்டாம்பூச்சி பிடித்தார்கள். ஊஞ்சக்குச்சி ஒன்றை ஒடித்துக் கோரைக்கிழங்கு தோண்டினார்கள். பனிபெய்யும் அதிகாலை நேரங்களில் காளான்களைத் தேடிப் போனார்கள். வசவங் காட்டு இட்டேறியிலும், கொத்துக்காட்டையடுத்து வேலி யடைத்துப் போட்டிருக்கும் கொரங்காட்டிலும் மொட்டுக்காள ானும் குடைக்காளானும் மண்ணைப் புடைத்துக்கொண்டு கிளம்பியிருக்கும். மாடுகளை மேயவிட போடப்பட்டிருக்கும் வேலி அவர்களுக்கு ஒரு தடையே அல்ல, பிடுங்கித் தகர்த்து விடுவார்கள். பிடுங்கி எறியப்பட்ட வேலிச்சந்தில் மேயவிட் டிருக்கும் மாடுகளில் ஒன்றிரண்டு முட்டிக்கொண்டு வெளியே ஓடிவிடும். அடுத்த நாள் காலையில் மாடுகளை மேயவிட வரும் ஆள்காரன் செலம்பன் அவர்களுடைய வருகைக்காகக் குன்னிப் புதர் அருகே ஒளிந்திருப்பான். தினமும் முட்டிக் கொண்டு போய்விடும் மாடுகளைத் தேடிப்பிடிப்பதிலும் பிடுங்கிப்போட்ட வேலியை அடைப்பதிலும் எரிச்சலும் சலிப்பும் கொண்டவனாக ஆத்திரத்தோடு காத்திருப்பான். திடீரென்று அவர்களுக்கு முன்தோன்றித் திகிலடைய வைப்பான். தப்பியோடுபவர்களை விடாமல் துரத்துவான். பிடிபடாமல் ஓடிவிட வேண்டும். அவன் பிடிக்குச் சிக்கிவிட்டால் அவ்வளவுதான். சிக்கிக்கொண்டவர்களுடைய கூடை அவன் கைக்குப் போய்விடும். அப்புறம் கூடையையும் அதிலிருக்கும் காளான்களையும் மறந்துவிட வேண்டியதுதான். திரும்பிவரும் போது இட்டேறி ஓரமாக வளர்ந்திருக்கும் இளுவானையும் புளிச்சானையும் இணுங்கி மென்றுகொண்டே வீடுவந்து சேர்வார்கள். "மாட்டுக்கு மொதத் தண்ணியக் காட்டீட்டா புளிச்சானும் இளுவானும் ருசிக்காதாமல்லொ" என்று அன்னக் கொடி சொன்னதை நம்ப மாட்டாதவளாகப் பதினோரு

மணிக்கு இளுவானையும் புளிச்சானையும் பறித்துத் தின்று பார்த்தாள் வேணி. நிசந்தான். மாட்டுக்கு முதல்தண்ணி காட்டிய பிறகு அவை ருசிப்பதில்லை. இதை யார் கண்டுபிடித்திருப்பார்? கள்ளந்தோட்டத்தில் பருத்திதான் வெள்ளாமை. பூவும் காயு மாகச் செழித்து நிற்கும் பருத்திச் செடிகள். திருட்டுத்தனமாய் நுழைந்து பருத்திப்பிஞ்சுகளைப் பறித்துத் தின்றார்கள். மத்தியான வேளையில் வேலி முழுவதும் படர்ந்திருக்கும் கோவைக்கொடியில் சிவந்த பழங்களைத் தேடினார்கள். கோடைகாலத்தில் சங்கம்பழமும், சூரிப்பழமும், வேப்பம் பழமும், எலந்தைப்பழமும் தொரட்டிப்பழமும், காரைக்காயும் கலாக்காயும் மாளாதது கிடைக்கும். கள்ளிப்பழங்களைத் தின்றால் நாக்கு ரோஜாநிறத்துக்கு மாறுவதும், பூலாம்பழங் களைத் தின்றால் நாக்கு ஊதாநிறத்துக்கு மாறுவதும் என்ன தான் மாயமோ. இத்தனையும் முதன்முதலாய் யாரால் கண்டு பிடிக்கப்பட்டிருக்கும்? குருவிக்கும் பழத்திற்கும் பூவுக்கும் காய்க்கும் இன்னின்ன பெயர்தான் என்று எப்படி முடிவு செய்தார்கள்? வேணி அம்மாவிடம் கேட்டாள், "எனக்குத் தெரீலயே சாமி, எனக்கு நெனவுக்கு வந்த நாள் தொட்டு இப்புடிப் பேருதே இருக்குது" என்றாள். அப்புறம் பெரியம்மா யிடம் கேட்டுப் பார்த்தாள். அவள் சிரித்துக்கொண்டே "நாம் பொறந்தாப்பல புடுச்சே இப்புடித்தே இருக்குது" என்றாள். பெரியம்மாயிக்கே தெரியவில்லையென்றால் வேறு யாரிடமும் கேட்க வேண்டியதில்லை. இவை எல்லாவற்றிற்கும் யார்தான் பெயர் வைத்திருப்பார்களோ. யோசிக்க யோசிக்க வேணிக்கு மலைப்பாக இருந்தது.

○

அணலாங் குருவியொன்றை அடித்துப் போட்டிருந்தான் தெண்டபாணி. சாகாமல் அரை உயிராகக் கிடக்கும்போதே அதன் பொங்கைப் பொசித்தான். வேகமாகப் பொசித்ததால் தோல் உரிந்து வந்தது. "எனக்கே டிமிக்கி குடுக்கறியா நீயி" என்று நாக்கைக் கடித்தபடி ஆத்திரத்தோடு சொல்லிக்கொண்டான். அசைவற்றுக் கிடந்த குருவி வேதனை தாங்க மாட்டாமல் கூர்மையான சிறிய அலகைத் திறந்து மூடியபடிக் கிடந்தது. பிளந்திருந்த அலகின் வழியாக பிச்சிப்பூவின் மொக்கைப் போன்ற சிறிய நாக்கு தெரிந்தது. ரத்தச் சிவப்பாகமாறியிருந்த கண்களில் உயிரைத் தேக்கி யிருந்தது. பின்பு கொஞ்சங்கொஞ்சமாகத் தேக்கிய உயிரை விட்டது.

"ஏம்புள்ளெ, நீயும் குருவிக்கறி திங்கறியா, சொல்லு! இன்னமும் ரெண்டெ அடிச்சாக் கெடக்குது" அந்தக் குருவியை அப்படியே போட்டுவிட்டு மேலும் ஒன்றை அடிப்பதற்காக ஒண்டி

வில்லை எடுத்துக்கொண்டு சுற்றிலும் தேடினான். ஒன்றும் அகப்படவில்லை. "ஒருக்காலைக்குப் பாத்தா, காடு முச்சூடும் குருவிகளாத் திரியி, கண்டாரோழுது, இந்நேரத்துக்குன்னு பாத்து ஒண்ணுஞ் சிக்க மாட்டீங்குது, ஒடக்கா அடிக்கறம் பாக்கறயா" சொல்லிக்கொண்டே சருகுகளின் மீது சரசரவென ஊறிக்கொண்டு வேலியில் ஏறிய ஓணான் ஒன்றைக் குறி பார்த்தான். அவனுக்கு வேணியிடம் தன் சாகசங்களைக் காட்ட ஆசை. அடுத்த நொடியில் அடிபட்ட ஓணான் வேலியிலிருந்து தெறித்து விழுந்தது. வேணி திகைத்துப்போய் நின்றாள். மரத்தைச் சுற்றிலும் கிடந்த சுப்பைகளைப் பொறுக்கி வந்தான். நகர முயன்றபடி உடலை அசைத்துக்கொண்டிருந்த ஓணானை வேடிக்கைபார்த்துக்கொண்டே சுப்பைக்கு அடியில் சருகுகளை வைத்துத் தீமூட்டினான். பற்றிக்கொண்ட தீயில் பொங்கு பொசிக்கப்பட்டிருந்த குருவியைச் சுட்டுத் தின்றான். அதன் பிறகும் அணையாமல் எரிந்துகொண்டிருந்த நெருப்பில், அடிபட்டுக் குற்றுயிராய் விழுந்துகிடந்த ஓணானைத் தூக்கிப் போட்டான். நெருப்பில் வெந்த ஓணானுடைய உடல் ஊதிப் புடைத்துக் கொண்டே வந்து டொப் என வெடித்தது. அதுவரைக்கும் பார்த்துக்கொண்டேயிருந்தான்.

●

28

சௌந்திரம் இந்த முறையும் மாசமாக இருக்கிறாள்.

தெண்டபாணிக்கு சௌந்திரத்தைப் பிடிப்பதே யில்லை. அறவே வெறுத்து ஒதுக்கினான். அவளைத் தன்னுடைய அக்கா என்று சொல்லவே வெட்கப் பட்டான். அவளுக்குத் தம்பியாகப் பிறந்துவிட்ட தன்னுடைய பிறப்பின் மேல் அவனுக்குச் சொல்ல முடியாத ஆத்திரம் இருந்தது. சௌந்திரம் பேசுவதற்குத் தனக்கென்று ஒரு மொழியை வைத்திருந்தாள்.

"உந் தம்பி வந்துட்டானா?"

"நா தம்பி வர இகே."

"உங்கொ அம்மாளெ எங்கெ?"

"நா அம்மா ஊக்கு."

"உங்கம்மா வூட்டப் பூட்டீட்டுப் போய்ட்டாளாட்ட."

"நா வூடு தொறக்கீகு."

கிழக்குவீதியில் இருக்கும் எல்லாருக்கும் அவள் பேசுவது புரியும். எல்லா வீடுகளிலும் அவள் வேலை செய்தாள். முரட்டு வேலைகளை வாங்கிக் கொண்டு அவளுக்குச் சாப்பிட ஏதாவது தந்தார்கள். கடினமான வேலைகளையெல்லாம் அவளுக் காகவே விட்டுவைத்திருந்தார்கள். அவள் வருவதற் காகக் காத்திருந்தார்கள். ரெங்குநாயக்கனும் மயிலாத்தாளும் வேலைக்குப் போகும்போது "செவுந்துருக் கண்ணு வூட்டுலயே இருக்கோணு, எங்கியும் போவப் படாது" என்று சொல்லிவிட்டுப் போவார்கள். இருவரும் கிளம்பிவிட்டால்

போதும். அவள் வீட்டைவிட்டு வெளியேறித் தெருவில் அலைவாள். அவளைக் கூட்டிவர சிறுபையன்களை அனுப்பி விடுவார்கள். அவளிடம் வேலை வாங்குவதற்கு வடக்கு வீதியில் இருக்கும் பண்டாரத்து வளவுக்கும் மேற்குவீதியில் இருக்கும் முதலியார் வீடுகளுக்கும் எப்போதும் போட்டிதான்.

"சவந்தரா இந்த மாவெக் கொஞ்கொ இடிச்சுக் குடுத்துட்டுப் போ."

"சவுந்துரு, கரிப் பாத்தரமெல்லா பத்துப் புடிச்சுப் போயிக் கெடக்குது, சித்தெ வெளக்கிக் கமுத்திட்டுப் போ."

"லே சவந்தரா, வெளியில பொழங்கப் புடிக்க தண்ணியே இல்லெ, நாலு நடெ தண்ணி வேணு, படிகெணுறு வரைக்கும் போயி ரெவண்டு கொடமா நாலு நடெ கொணாந்துருலே."

"அந்த வெறவுக் கட்டையப் பொளந்து குடுத்துட்டுப் போ."

"சலதாரையக் கழுவியுட்ரு."

"சித்தெ வெளிநடையக் கூட்டியுடுவியாமா."

"நெல்லு வேவிக்கோணு. பத்துச் செமெ எள்ளுக் கடுங்காயக் கொணாந்து போட்ரு."

கோரிக்கைகள், கட்டளைகள் விதம்விதமாக அவளை நோக்கி வரும். எல்லா வேலைகளையும் அசராமல் செய்தாள். இதற்கெல்லாம் அவளுக்குப் பழையசோறும் ஒரு டம்ளர் வரக்காப்பியும் போதுமானது. கல்யாணங்காட்சி, காதுகுத்து என்றால் சௌந்தரத்தின் தேவை முக்கியமானதாக இருக்கும். வேலை நிமிர்த்தி மாயும் அவளுக்கு. விசேச வீட்டுக்காரர்கள் குளிர்ந்துபோய் "என்ன வேணுஞ் சவந்தரா சொல்லு வாங்கி யாரெ" எனக் கேட்கும்போது சிரித்துக்கொண்டே "பாடி வேணு" என்பாள். அவளுக்கு உள்பாடி போட்டுக்கொள்வதென்றால் அத்தனை பிரியம். அந்த ஊருக்குள் அதிசயமாக ஒன்றிரண்டு பேர்தான் உள்பாடி போடுவார்கள். அவர்களும் துவைத்துக் காயப்போடும்போது கவனமாக இல்லாவிட்டால் சௌந்திரம் தூக்கிப்போய்விடுவாள். திருட்டைக் கண்டுபிடித்தாலும் அதைத் திரும்ப வாங்க முடியாது; நாற்றமேறிப் போயிருக்கும். அவளது பெருத்த உடம்பில் இழுத்துப் போட்டுத் தளர்ந்து போய்க் கிடக்கும். "திருட்டு முண்டெ, நாறெ முண்டெ" என அவளுக்கு வசவுகள் வண்டிவண்டியாகக் கிடைக்கும். அந்த வசவுகள் எல்லாம் அவளை ஒன்றும் செய்யாது. எல்லா வார்த்தைகளுக்கும் சிரித்துக்கொள்வாள். "நரி தின்ன கோழி கூவாது" என்று விட்டுவிடுவார்கள். முன்பொருமுறை

சௌந்திரத்திடம் உள்பாடியைப் பறிகொடுத்த ஆனந்தாயா மட்டும் திருட்டைப் பிடித்த கையோடு அந்த உள்பாடியைத் திரும்ப வாங்கிக்கொண்டாள். "நெம்ப வெலெ போட்டு டவுனுல சொல்லியுட்டு வாங்கியாந்தது" என்று சொல்லிக் கொண்டாள். அப்படிச் சொன்ன போதும் சௌந்திரத்திடம் இருந்து அதை வாங்கியதில் ஆனந்தாயாவுக்குக் கூச்சமும் அருவருப்பும் இருந்தது. மீட்கப்பட்ட உள்பாடியை நிர்மா சோப்புத்தூளைக் கேட்டு வாங்கிக்கொண்டுவந்து போட்டுப் பலமுறை துவைத்தாள். சுடுதண்ணீரில் போட்டு அலசினாள். போட்டுப் பார்த்தபோது எலாஸ்டிக் நாடா தளர்ந்துபோய் அதன் இழுபடும் திறனை இழந்திருந்தது. அவளால் அதை உபயோகப்படுத்தவே முடியவில்லை. கடைசியில் "சவந்தரா போட்ட உள்பாடியவே திருப்பி வாங்கிப் போட்டவ, வேறெ என்னத்தெ வுடுவா சொல்லு" என்ற உவமானத்திற்கு ஆளானது தான் மிச்சம். "எம்பட பொருளெத்தானெ திருப்பி வாங்குனெ, கஷ்டப்பட்ட பொருளு, நானெனத்துக்கு உடோனு" என்று ஆனந்தாயா மெப்புக்குச் சொல்லிக்கொண்டாலும் உள்ளுக்குள் வெட்கித்தான் போனாள்.

புத்திதான் மட்டமே தவிர, உரம்பெற்ற உடம்பு சௌந்திரத்திற்கு. ஊக்கமான கையும் காலும் அகன்ற புட்டமும் ரவிக்கைக்குள் அடங்காத பெருத்த முலைகளும் அவள் மல்லாந்து தூங்கும்போது ஆனைமலை மாசாணியாத்தா மாதிரியே கிடப்பாள். நான்கு வீட்டுச் சாப்பாட்டை ஒரே நேரத்தில் போட்டாலும் வஞ்சமில்லாமல் தின்பாள். கொடுத்த வேலை களை மிச்சமில்லாமல் செய்வாள். நிழல்கண்ட இடத்தில் நீட்டிப் படுத்துவிடுவாள். தூங்கிவிட்டாள் என்றால் இடியைப் போட்டும் எழுப்ப முடியாது. அவளாக எழுந்திரித்தால்தான் உண்டு.

சௌந்திரம் எடுத்துப்போன பொருளைப் பற்றி ரெங்கு நாயக்கனிடமோ மயிலாத்தாவிடமோ புகார் சொல்ல முடியாது. "அவ பித்திதேந் தெரீமே உங்களுக்கு, நீங்க சாக்கரதையா இருந்துக்க வேண்டீதுதே" என்பான் ரெங்கு நாயக்கன். "அவளெக் கூப்புட்டு வுட்டு வேலெ வாங்கறது, பொறகால இதக் காணா அதக் காணாங்கறது. நாளை மன்னிக்கு உங்க வளவுக்குள்ளெ சவந்தராள கூப்புடாதீங்க சொல்லீட்டெ" என்பாள் மயிலாத்தா. இவர்களிடம் சொன்னால் ஒன்றும் நடக்கப் போவதில்லை. தெண்டபாணி இருக்கிறான். அவனிடம் சௌந்திரத்தைப் பற்றி, நிறைய வேண்டாம், கொஞ்சம் சொன்னாலே போதும். அக்காளை அடி பின்னியெடுத்துவிடுவான். மூட்டிவிட்டவர்கள் கொஞ்ச

மாவது நிம்மதியடைந்துவிட முடியும். அத்தனை அடியையும் தாங்கிய உடம்பு அடுத்தநாளும் வெளியே கிளம்பிவிடும். வெட்கமில்லாமல் போட்டிபோட்டுக்கொண்டு அவளை வேலைக்கு அழைத்துக்கொள்வார்கள்.

சௌந்திரம் குளிக்கவே மாட்டாள். பல் விளக்கும் வேலை அவளிடம் கிடையவே கிடையாது. எப்போதோ பின்னிய பின்னல் சிக்குப்பிடித்துக்கிடக்கும். ஈரும்பேனுமாகச் சடை சடையாகத் திரித்துக் கிடக்கும். பேன் கடிக்குச் சொரிந்து சொரிந்து தலைமுடி காக்காய்க்கூடுபோல சிலும்பி நிற்கும். அவளிடம் அடிக்கும் நாற்றத்தை மட்டும் வேலை வாங்கு பவர்கள் சகித்துக்கொள்ள வேண்டியிருக்கும்.

அந்த நாற்றத்தையும் பொருட்படுத்தாமல் எவனாவது ஒருவன் ஆறுமாதத்திற்கு ஒருமுறை அவளைக் கர்ப்பமாக்கி விடுகிறான். ஊரைப் பறைவதற்கென்றே விசயங்களைத் தேடியலைந்து வெறும் வாயை மென்றுகொண்டிருக்கும் பெண்களுக்கு சௌந்திரம் கர்ப்பமாகும் ஒவ்வொருமுறையும் நல்ல தீனி கிடைத்துவிடும்.

“ஏஞ் சவந்தரா மாசமா இருக்கறயாக்கு” உட்கார்ந்த இடத்திலிருந்து முகத்தை மட்டும் அவளிடம் நீட்டித் தணிந்த குரலில் கேட்டார்கள். கேட்கும் தொனியில் பாசாங்குத் தனமானக் கரிசனம் வழிந்தது.

“நா பாப்பா” சௌந்திரம் வயிற்றைத் தொட்டுக் காட்டினாள்.

“தாரு சவந்தரா.”

“நா பாப்பா” சௌந்திரம் சிரித்தாள்.

“அலெச் சொல்லுலே.”

“நா பாப்பா” சௌந்திரம் மீண்டும் சொன்னாள்.

“அலெ, தாரு கூடப் படுத்தது” எப்படியாவது தெரிந்து கொண்டுவிட வேண்டும் என்ற வேகம் கேட்பவளை உந்தித் தள்ளும். தெரிந்துகொள்ள முடியாமல் போய்விட்டால் அவள் ராத்தூக்கத்தை இழக்க வேண்டியிருக்கும்.

“எங்கட்ட மாத்தரஞ் சொல்லு, தாரு உங்கோடப் படுத்தா” பக்கத்தில் இருக்கும் இன்னொருத்தி கேட்டாள்.

சௌந்திரம் தன் அழுக்குப் பற்களைக் காட்டி மீண்டும் சிரித்தாள். இப்போது மற்றவர்களையெல்லாம் பேசாமல் இருக்கச் சொல்லிக் கையமர்த்திவிட்டு வேறொருத்தி கேட்டாள்.

“சொல்லு சவந்துரு, சொன்னீன்னா உனக்கு மாவுருண்டெ தாரெ, எங்க போயிப் படுத்தெ.” அன்பொழுகப் பேசினாள்.

“நா பாப்பா” மீண்டும் அதையே சொல்லிவிட்டு வயிற்றைத் தடவிக்கொண்டு சிரித்தாள் சௌந்திரம்.

“கிறுக்குப் புடிச்ச முண்டெ, சொல்ல மாண்டீங்கறா பாரு” தன் சாமார்த்தியம் பலிக்காததில் எரிச்சலுற்றவளாகப் பின்வாங்கினாள்.

“சவந்தரா மாசமா இருக்கறா, வவுறெல்லா வெளிய தெரீது.”

“ஊருல மாரிமழெ எப்புடிப் பெய்யிஞ் சொல்லு.”

“புள்ளெப் பெத்திருக்கறா பாரு பொச்சிருக்க மாட்டாமெ.”

“இந்தப் பொழப்புப் பொழைக்கறதுக்குச் சாவலா.”

“பெத்தவ என்ன பண்ணுவா பாவெ.”

“என்னமோ போ, அந்த ஆண்டவெ, அவளெ அரெப் பித்தியும் காப் பித்தியுமாப் படைச்சுப் போட்டே.”

ஊர் பறைந்தது; பழித்தது; தூற்றியது; அனுதாபப்பட்டது.

இவை எதுவுமே காதில் விழுந்துவிடக் கூடாது, அப்படியே விழுந்தாலும் மனசுக்குள் போய்விடக்கூடாது என்ற தீர்மானத் தோடு பொழுதுசாயும் வேளைகளில் போதையில் தள்ளாடிக் கொண்டு வருவான் ரெங்குநாயக்கன். அப்போது பேச்சுக் கொடுத்தால் தெரியும் அவன் வேதனை. “அந்தக் கெரவத்தெத் தெனமுங் குடிக்காட்டித்தே என்னெ” என்று அவன் போதை போடுவதைப் பற்றி எதிரில் தட்டுப்படும் யாராவது கேட்டு வைப்பார்கள்.

“தலெநாளைல ஒரு பொட்டப் புள்ளெயப் பெத்தெ, அது பண்ணாத சீரழிவு பண்ணுது. பயெனிருந்து என்ன புண்ணியஞ் சொல்லுங்கொ. அவனொரு வாக்குல சீரழிக்கறே, நாங் குடிக்காம எப்புடித் தூங்குட்டுஞ் சொல்லுங்கொ.”

“மயிலாளெ நெனச்சுப் பாக்கோணுமல்ல நீயி, ஏ ரெங்கு.”

“அந்த மவராசிக்கு நாங் குடுத்ததெல்லா தும்பந்தேங், என்னையக் கட்டுன பாவந்தே அவளுஞ் சீரழியறா, அதெ நெனச்சுந்தேங் குடிக்கறெ.”

“நீ குடிச்சுப் போட்டுக் கெடந்தா பொழப்பெ தாரு பாக்கறது சொல்லு.”

“பொழுதுபோனா பொழப்பும் அதும்பாட்டுல போவுது, நானிருந்து என்னத்தெ மாத்தப் போறஞ் சொல்லுங்கொ, எப்புடியோ இதையெல்லாங் கண்ணுல காங்காம சீக்கரமாப் போய்ச் சேந்தரோணு.”

“சாகற வரங்கேக்கற ஆயுசா உனக்கு, பேசாம வூடு போய்ச் சேரு.”

அவிழ்ந்து விழுந்துகொண்டிருக்கும் வேட்டியை இழுத்துக் கையில் பிடித்தபடித் தடுமாறிக்கொண்டு வீடுவந்து சேர்வான். அவனுடைய வேதனை எத்தனையென்பது, உள்ளே போன சாராயத்திற்கு மட்டுமே தெரியும். எல்லாவற்றையும் அழுகையும் கேவலும் உளறலுமாய் வெளியே கொண்டுவந்து தள்ளும். நன்றி விசுவாசத்தோடு அவன் கொடுத்த காசிற்கும் மேலேயே வேலை செய்யும். காலையில் இருட்டிருக்கவே வேலைக்குப் போய்விட்டு இருட்டியபிறகு திரும்பிவரும் மயிலாத்தாவுக்கு மகளைப் பாதுகாத்துவைத்துக்கொள்ளும் வழி தெரியவில்லை.

ஒவ்வொரு முறையும் கருவைக் கலைப்பதற்காக, சௌந்திரத்தைப் பூலாவலசுக்குக் கூட்டிப்போவாள். பூலாவலசு மருத்துவச்சி கைதேர்ந்தவள். அதுவும் கருக்கலைப்பு என்றால் அந்தப் பக்கம் படாந்தரத்திலேயே அவளை விட்டால் ஆள் கிடையாது. “பூலாவலசு மருத்துவக்காரியா, அவ பொறக்கற போதே கையில எருக்கலங் குச்சியோட பொறந்தவளாச்சே” என்று ஊர் சொல்லும்படிப் பேர் எடுத்தவள். பலமுறை சௌந்திரத்திற்குக் கருக்கலைத்து நல்லவழி பண்ணி அனுப்பி வைத்திருக்கிறாள். போனமுறை சௌந்திரத்தைக் கூட்டிக் கொண்டு போனபோது “இதோட செரி, மயிலாயா, இப்பொப் பண்டுனதே நெம்பக் கடுசாப் போச்சு, பாத்துச் சூதானமா வெச்சுக்க, இன்னொரு வெசெ பண்டுனா உம்பட மவ உசுர வுட்டுருவா பாத்துக்க” என்று எச்சரித்திருந்தாள். சௌந்திரத்தின் மேல் அவளுக்கு அனுதாபம் உண்டு. “இந்த ரெண்டுங்கெட்டாம் புள்ளெ மேல உடுவனான்னு வுழுவறானுவளே, கண்டாரோலி மக்க. அவனையெல்லா, எவன்னு கண்டுக்குட்டு, புடிச்சுக் காயடிச்சு வுட்ரோணு” என்று ஆத்திரத்தோடு சொல்வாள்.

இந்தமுறையும் தன் மகளைக் கூட்டிக்கொண்டுபோய் மருத்துவச்சி முன்னால் நிற்பதற்கு மயிலாத்தாளுக்குச் சங்கடமாகப் போய்விட்டது.

“நாம் பண்டமாட்டெ மயிலாயா, நீ கூட்டிப் போ.”

“இந்த ஒருக்கா மாத்தரம் மனளெவுங்கொ” அவள் முன்னால் கைகளை ஏந்திக்கொண்டு நின்றாள்.

“வவுறு முச்சூடும் புண்ணாக் கெடக்குது மயிலாயா, அப்பறொ உசுருக்கு நாம் பொணையில்ல பாத்துக்க.”

“செத்தா சாவுட்டு, ஒருநாளுல அழுதுபுட்டுப் போயிறலா. என்ன பாவத்தெப் பண்டுனனோ, ஆண்டவெ என்னைய இன்னமும் பாவியாக்கறே” மயிலாத்தா பேசியது மருத்துவச்சிக்கு இரக்கத்தைக் கூட்டியது.

“செரி வுடு, ஆவறது ஆவுட்டு.”

எழுந்து போய், வீட்டுக் கொல்லையிலிருந்த எருக்கஞ் செடியில் குச்சியை முறித்துக்கொண்டு வந்தாள்.

“இதுல ஆருதேம் பாவி, நீயும் நானுமா? இல்லெ இந்தப் புள்ளெதேம் பாவத்தைச் செஞ்சாளா? நீ மனசொடியாதெ மயிலாயா” சூரிக்கத்தியில் எருக்கலங்குச்சியைக் கூர்தீட்டிக் கொண்டே சொன்னாள் மருத்துவச்சி.

“மனசொடியறதா ,செடிஞ்சு குன்னிப் போயிட்டனுங்காயா.”

“நம்ப சம்பாம் பொண்டாட்டிய உனக்குத் தெரீமல்லொ. அவொ அஞ்சப் பெத்துப்போட்டு, மறுக்காலு முழுகாம இருந்து எங்கட்ட வந்தா. கலச்சுவுட்ருங்காயா, பெத்து வளத்த முடியாதுன்னு சொன்னா. நாள்கணக்கக் கேட்டா நாலுமாசொ முழுசா முடுஞ்சு போயிருந்துது, பண்றதுக்கு ஆவாது, கம்முன்னு பெத்துக்க, அஞ்சோட ஒண்ணு, ஆறா நின்னுட்டுப் போவுது, அதுக்குத் தனியாவா ஒலெ வெக்கப் போறெந்னு சொன்னங் கேக்குல. இலுப்பக்கெணத்து மருத்துவச்சிகிட்டப் போயிருக் கறா, அவ என்னத்தப் பண்டுனாளோ காணா, முழுசா வெளியெ வராமத் தொச்சம் உள்ளெ தங்கீருச்சாட்ட இருக்குது. வவுறு முச்சூடுமு சீயி ஏறிப்போச்சு, எண்ணி இரவதே நாளு, வலி புடுச்சு உருண்டு கத்திக்கிட்டே செத்துப் போனா. இப்போ அஞ்சுமு ஆயாளத்தின்ன புள்ளைகளா அனாதையா நிக்குதுவொ.கெரவொ, நாஞ் சொன்னப்பவே கேட்டுருக்கலா, என்னமோ போ, அவுளுக்கு ஆயிசு எருக்கலங்குச்சியில முடியோணுமின்னு இருந்துருக்குது, நம்ப கையில ஒண்ணுமுங் கெடையாது மயிலாயா.”

வேலையைப் பார்த்துக்கொண்டே, தன் போக்கில் பேசிக் கொண்டிருந்த மருத்துவச்சியின் முகத்தையே பார்த்துக் கொண்டிருந்தாள் மயிலாத்தா. எருக்கலையின் காட்டமான வாசனை அவளுக்குக் கலவரத்தைக் கிளர்த்தியது. பயத்தில் எச்சிலைக் கூட்டி விழுங்கினாள். அதே பயத்தோடு மகளைத் திரும்பிப் பார்த்தாள்.

குட்டையான மதில் சுவரின் மீது சாய்ந்து உட்கார்ந்திருந்தாள் சௌந்திரம். கிழக்கிலிருந்து நீண்டுகொண்டிருந்த காலை நேரத்து நிழல் அவள் முகத்தில் கிரகணம்பிடித்ததுபோல பற்றிப் படர்ந்துகொண்டிருந்தது.

"போயிக் கால்க் கழுவிக் கூட்டியாந்துரு" சொல்லிவிட்டுச் சாளைக்குப் போய்விட்டாள் மருத்துவச்சி.

கறையான் அரித்துச் சாய்ந்து கிடந்தது பொடக்காணிப் படல். மூத்திரமும் சேறும் கலந்து சகதியாகியிருந்தது. பாசிப்பத்துப் படர்ந்திருந்த மொடாவிற்குள் கொஞ்சமாகக் கிடந்த தண்ணீரில் புழுக்கள் நெளிந்துகொண்டிருந்தன. அதற்குள் வாப்பாடு உடைந்துபோயிருந்த சிறிய சொப்பு. மொடாவை ஒருக்களித்துச் சாய்த்துத் தண்ணீரை முகந்தாள். சொப்புத் தண்ணீரிலும் புழுக்கள் வேகமாக இயங்கிக்கொண்டிருந்தன. கிடையாகக் கிடந்த சேற்றில், கழுவிய தண்ணீர் சேர்ந்தவுடன் மூத்திர நாற்றம் கூடுதலாய் எழும்பியது.

சேலையைச் சுருட்டி இடுப்புவரை தூக்கிவிட்டு மல்லாந்து படுக்கச் சொன்னாள் மருத்துவச்சி. இரண்டு காலையும் மடக்கி விரித்துப் பக்கத்திற்கு ஒன்றாக இருந்த மூங்கில் கம்பைகளில் கட்டும்போதே வீறிட்டு அலறத் தொடங்கினாள் சௌந்திரம்.

மயிலாத்தா கண்களை இறுக மூடி, முகத்தைத் திருப்பிக் கொண்டாள். மகளின் அலறல் சத்தத்தில் மனசு நொறுங்கிப் போனாள். "அட செவுட்டுச் செல்லையா உனக்கு எம்பட மயிலி அழுவறது கேக்குலியா, குருட்டுக் குப்பயணா உங் கண்ணு அவுஞ்சுருச்சா, அங்காத்தா நீயி இருக்கறயா குடியோடிப் போயிட்டயா, நீங்கொ ஆரும் எனக்குப் பக்கத் தொணை யில்லையா?"

சௌந்திரத்திடமிருந்து மொழிகளற்ற கூக்குரல் வேதனை யுடன் எழும்பியது; வலியில் துடித்தாள்.

"ஐயோ அஞ்சுசுரும் பத்திக்குதே, எம்பட கும்பி வேவுதே, எந்த நாயின்னு தெரீலியே, அவெஞ் சின்னி அழுகிப் போக" குமுறினாள் மயிலாத்தா.

வேலை முடிந்தது. செத்துப் பிழைத்துக் கிடந்த மகளை நெருங்கி நெற்றியெல்லாம் பொடிந்துகிடந்த வியர்வையைத் துடைத்துவிட்டாள்.

"கம்மஞ்சோறும் கத்திரிக்காயுமு கருவாடும் அஞ்சு நாளைக்குக் குடுத்துருறாத, பழைய சோறு குடுத்துறாத சன்னி

கண்டுரும். பதனமாப் பாத்துக்க. இன்னொருக்கா வவுத்துல வாங்கீரப் போறா, சாக்கரைதையா இரு.”

“நானெப்புடிங்கொ காவக் காக்குட்டு, பொழப்பெ தாரு பாக்கறது, என்னால ஆனமுட்டும் பாக்கறெ, அதுக்கு மேல கெழுக்குமின்னா உக்காந்துருக்கற செல்லையந்தே மொக முழிக்கோணு. அவுளுக்கு தலையம்முசம் எப்புடிச் சுழிச்சிருக்குதோ, விதியப் போல ஆவுட்டுமுங்கொ.”

“மயிலாயா, உன்னால அவளெப் பாங்கு பாக்க முடிலீன்னா நானொரு ரோசுனெ சொல்லுறெங் கேளு, காலுக்கு வெலங்கப் போட்டு வுட்டுரு.” மருத்துவச்சி அவளுக்குத் தெரிந்த வழி ஒன்றைச் சொன்னாள். ஒருவகையில் அது சரியென்றுதான் பட்டது மயிலாத்தாளுக்கு.

வீட்டுக்குக் கூட்டி வந்தாள். சுடச்சுட வெந்நீர் வைத்துத் தலையோடு காலாக ஊற்றிவிட்டாள். சுக்கும் மிளகும் பூண்டும் அரைத்துப் போட்டுத் தாளித்த ரசத்தோடு சுடுசோறு போட்டாள். அம்மா செய்த எல்லாமே வலிகளையும் வேதனை களையும் அனுபவித்த உடலுக்கு இதமாக இருந்திருக்க வேண்டும். சௌந்திரம் தூங்கிவிட்டாள். காலைப் பரப்பிக் கொண்டு மல்லாந்தபடி, கன்னத்தில் கோட்டுவாய்ச்சலம் வழியத் தூங்கிக்கொண்டிருந்த மகளையே பார்த்துக்கொண்டிருந்தாள் மயிலாத்தா.

திண்ணையோரத்துத் தூணில் சாய்ந்து உட்கார்ந்திருந்த தன் மனைவியை வெறித்துக்கொண்டிருந்தான் ரெங்கு நாயக்கன். கிள்ளக்கூடச் சதையில்லாமல் எலும்பு துருத்திக் கொண்டிருந்தது அவளது உடல். சக்தியற்ற உடலிலும் நொடிந்து போன மனத்திலும் தாங்கமுடியாத பாரங்களைத் தாங்கிக் கொண்டு நோய்பிடித்தவளைப்போல நடமாடிக்கொண் டிருந்தாள்.

எந்த அசைவும் இல்லாமல் உட்கார்ந்திருந்தாள் முந்தானைச் சேலை நழுவித் திண்ணைக்குக் கீழே விழுந்து கிடந்தது. அவளையே பார்த்துக்கொண்டிருந்த ரெங்குநாயக்கன், கல்லாய்ச் சமைந்துவிட்டாளோ என ஒருகணம் திகைத்தான்.

அவள்தான் எத்தனை மென்மையானவளாக இருந்தாள், சின்னச் சிரிப்பும் சன்னக் குரலில் பேச்சுமாக, உடம்பு அதிராமல் நழுவுவது போல நடந்து போவாளே, அவளா இவள். கண்டாங்கி கட்டிக்கொண்டு கழுத்தில் புதுத்தாலிச் சரட்டோடு உறவுகள் சூழ்ந்து நடக்க, காடுமேடெல்லாம் கடந்து, மறுவீடு நோக்கித் தன்னுடன் வாழ வந்தாளே ஒரு சிறு பெண், அவள் எங்கே

போனாள். அவளது கண்ணெல்லாம் கனவுகள் மிதந்து கிடக்குமே, அவையெல்லாம் என்னவாகியிருக்கும்.

இரக்கமில்லாத கரங்களால் கேள்விகள் உலுக்கிக் கொண்டிருந்தபோதே அவனைத் தூக்கம் வாரிக்கொண்டது.

விடியற்காலையில் இருட்டிருக்கவே கண்ணையன் ஆசாரி வந்துவிட்டான். ஆறு கண்ணிகளையுடைய சங்கிலி, இரு வளையங்களையும் இணைத்துக்கொண்டிருந்தது. வளையங்கள் இரண்டையும் சேர்த்துப் பிடித்திருந்தான்.

அவன் கையில் விலங்கு இருந்தது.

"சித்தெங்கூரத்துல புள்ளையக் கூட்டீட்டு நானே வந்திருப்பனுங்களே, தே மயிலா . . . ஆசாரியய்யெ வந்துட் டாங்கொ, சவந்தராளெ எழுப்பி மூஞ்சியக் கழுவியுட்டுக் கூட்டியா."

"கணவதிபாளையம்வரைக்கும் போவோணு, நீ வேற இன்னைக்கே போட்ரோணும்னு சொன்னயா, தவணை யெனத்துக்கு, வேலையெ முடிச்சுப்போட்டுப் போயறலாம்னு வந்தனப்பா."

"கணவதிபாளைத்துல எதாலுஞ் சோலீங்களா."

"சித்தரைக்கிப் பொங்கொ வருதல்லொ, ராட்டனத்துக்கு எடம் பாத்துட்டு வரி குடுத்துட்டு வரோணு."

"கணவதிபளைத்துல தூரி இந்த வருசந்தேம் போடறீங்களா."

"ஆறு வருசமாப் போடற தூரிதே, எடம் மாறாது, வேறாருக்குங் குடுக்க மாட்டாங்கொ, வரியெ தலையாரீட்டத் தேங் குடுக்கோணு. தலையாரியப் பாக்கறதுக்கு எடெப்பாலச் சோத்து நேரத்துக்குப் போனாலே போது, எதுக்கும் மணிய காரரு மொகத்தப் பாத்துச் சொல்லீரலான்னுதே விடியால போறெ. என்னுதேங் காசு பணமுன்னாலு மனுசருக்குன்னு ஒரு மட்டு மருவாதி இருக்குதல்லப்பா."

"செரிதானுங்."

தனக்கு நேரப் போகும் கதியை அறியாதவளாகச் சிரித்துக் கொண்டிருந்த சௌந்திரத்தைக் காலை நீட்டி உட்காரச் சொன்னாள் மயிலாத்தா. ரெங்குநாயக்கன் உணர்வுகள் மரத்துப் போனவனாகப் பேச்சுக் கொடுத்துக்கொண்டிருந்தான். பைக்குள்ளிருந்து சாமான்களை எடுத்து வெளியே வைத்து விட்டு, விலங்கை விரித்துப் பார்த்தான் கண்ணையன். பின்பு

விலங்கோடு சேர்த்துக் கைகளைக் குவித்துக்கொண்டு மேற்குப் பார்த்துத் திரும்பி நின்றான்.

“அப்பா செல்லையா, விடிகாத்தால பொட்டப்புள்ளைக்கு இப்புடியொரு சோலியச் செய்ய வெச்சுட்டியே அப்பா. இதுவுமு உம்பட சோதுனையா, எங்க மனசுப் பாரமெல்லா உனக்குத்தாம் போ.”

சௌந்திரத்தின் காலடியில் உட்கார்ந்தான். விரிந்து கிடந்த வளையங்களைக் கால்களில் மாட்டினான். சுத்தியலையும் கொரடையும் எடுத்துக்கொண்டு மெதுவாகத் தட்டித் தட்டி இறுக்கி வளையங்களை இணைத்தான்.

“காசு எவ்வளவு ஆச்சுங்க.”

“காசென்ன காசு, கெடக்குது வேண்டாம் வுடு” குரல் கரகரத்துக் கம்மிப் போயிருந்தது. சாமான்களை வேகமாகச் சேகரித்துக்கொண்டான். செய்துமுடித்த வேலைக்கு வருந்தியவனாகத் திரும்பிப் பார்க்காமல் நடந்தான். தான் பெற்று வளர்த்திருந்த இருமகள்களில் யாரோ ஒருத்தியின் நினைவு வந்திருக்க வேண்டும் கண்ணையனுக்கு.

சௌந்திரம் எழுந்தாள். எட்டி நடக்கக் காலை வீசினாள். தடுமாறி விழப் போனவள் பந்தக்காலைப் பிடித்துக் கொண்டாள். தலையை ஆட்டிக்கொண்டு வேகமாக மறுத்தாள்.

“ப்பா நாக்கீகு ப்பா, ம்மா நாக்கீகு ம்மா” பரிதாபமாகப் புலம்பியழுதாள். விடுபடமுடியாத விலங்கை உதறித் தள்ளி விட, கால்களைத் தரையில் பலமாக உதைத்தாள்.

‘சலங்’ ‘கலங்’ எனச் சத்தமிட்டபடிச் சந்தோசமாகச் சிரித்தது விலங்கு.

அன்றிரவு முன்னெப்போதையும் விட அதிகமாகக் குடித்திருந்தான் ரெங்குநாயக்கன்.

“சவந்தருக்கண்ணு, இங்கெ வா, அப்பாகிட்ட வா சாமி. எந் தங்கொங் கொலுசு போட்டுக்கிட்டாளா, எம்பட கொலசாமி கொலுசு போட்டுக்குட்டாளா. பாருலே எம்புள்ளையெ, கூப்புட்டவுடனே சல்லுச் சல்லுன்னு எப்புடி ஓடியாறா பாரு, இங்கெ ஓடியாருவாளா, அப்பாகிட்ட ஓடியாருவாளா” கப்பிக் கல் வாசலெங்கும் சுழன்றாடித் திரிந்தாள் சௌந்திரம்.

ஓயாமல் சுற்றித் திரியும் சிறுமகளைத் தூக்கித் தட்டாமாலை சுற்றியது அவனுக்கு நினைவுக்கு வந்தது. குழந்தையாக இருந்தபோது மயிலாத்தாவின் அண்ணன் கொலுசு வாங்கிப்

போட்டுவிட்டிருந்தான். கொலுசு முழுவதும் சலங்கையாகக் கால்கொள்ளாமல் கிடந்தது. அப்போது செளந்திரம் நடை பழகிக்கொண்டிருக்கும் சிறுகுழந்தை .

“எம்பட பயெனுக்குக் கெட்டிக் குடுத்தரோணுங் மாப்ளேய்.”

மயிலாத்தாவின் அண்ணன், தாய்மாமன் சீராகக் கொலுசு போட்டுவிட்டபோது சொன்னதும், “எம்பட மவளெப் பகுமானமா வெச்சுருக்கறதுன்னா சொல்லுங்கொ கெட்டித் தாரெ.”

“எந் தங்கச்சிக்கியெ இப்புடிக் கன்டுசன் போட்டுக் கெட்டிக் குடுத்துருக்கோணு. ஏமாந்தாப்புல வுட்டுட்டமா,” என்று விளையாடியதும் இப்போதுபோல இருக்கிறது.

“சவந்தருக் கண்ணுக்கு அப்பா மேல கோவமா, அடப்பாவீ இப்புடி வெலங்கெப் போட்டு வுட்டுட்டியே, நீயெல்லா ஒரு அப்பனாடான்னு கேளு கண்ணு, இந்தப் பாவியெக் கேளுவை கேளு. செருப்புலயே போட்டுக் கேளு. அப்பவாவது நானுனக்குப் பண்ணுன பாவந் தீருமான்னு தெரீல சாமீ. வாடா தங்கமே வா, வந்து அடி, இந்த நாயெ உங்கையால அடி.” தாங்கமாட்டாமல் தலையில் அறைந்துகொண்டு அழுதான்.

“எங்க சவந்தருக் கண்ணு வெலங்கு போட்டுக்கிட்டாளா, எஞ்சாமி வெலங்கு போட்டுக்கிச்சா” உளறிக்கொண்டே புரண்டான். விடியும் வரைக்கும் எதையெதையோ நினைத்துப் பேசிப் புலம்பிக்கொண்டேயிருந்தான்.

கிழக்கிலிருந்து கொஞ்சங் கொஞ்சமாக மேலே ஏறிக் கொண்டிருந்த நிலவு இப்போது உச்சிக்கு வந்தது. நேர் கீழே ரெங்குநாயக்கன் வீடு. நடப்பதையெல்லாம் உற்றுப் பார்த்த படிச் சற்றுநேரம் அசைவற்று நின்றது. பின்பு எதிலிருந்து தப்பிக்க நினைத்ததோ, சரசரவென மேற்கு நோக்கி இறங்கியது. ஒரு திருடி போல ஓடி மறையத் தொடங்கியது.

பொழுது விடிந்து பார்த்தபோது செளந்திரம் நகர்ந்து கொண்டே தேர்முட்டிக்குப் போய்விட்டாள். விலங்கு தெருவில் உரசிச் சத்தமிட்டபடி அவள் போவதைக் கிழக்குவீதியே அதிசயமாகப் பார்த்தது. பிறகு வந்த நாட்களில் விலங்கோடு நடக்கவும் வாழவும் பழகிக்கொண்டாள் செளந்திரம்.

விலங்கைப் போட்டுவிட்டால் எல்லாவற்றையும் தடுத்து விட முடியுமென நினைத்த ரெங்குநாயக்கனின் எண்ணத்தில் மண்தான் விழுந்தது. செளந்திரம் விலங்கை மாட்டிக்

கொண்டே கர்ப்பமானாள். மயிலாத்தா தலைதலையாய்ப் போட்டுக்கொண்டு அழுதாள். ரெங்குநாயக்கன் நிறுத்தாமல் குடித்தான். பூலாவலசு மருத்துவச்சி எச்சரித்துக்கொண்டே கலைத்துவிட்டாள். இந்த முறை ரத்தப்போக்கு நிற்கவே யில்லை. சௌந்திரம் உடலைக் குறுக்கிக்கொண்டு சங்கிப் போய்க் கிடந்தாள். அவளுக்குப் பண்டிதம் பார்த்து உடம்பு நல்லகதி ஆவதற்குள் போதும் போதுமென்று ஆகிவிட்டது மயிலாத்தாவுக்கு.

மறுபடியும் சுத்தியலையும் கொரடையும் எடுத்துக் கொண்டு கண்ணையன் ஆசாரி வந்தான். ஆறு கண்ணிகளில் மூன்றைத் தரித்து எடுத்துவிட்டு மூன்றை மட்டும் இணைத்தான். இப்போது அவளால் காலைப் பிரிக்கவே முடியவில்லை. நடக்க முடியாமல் உட்கார்ந்தபடியே நெக்கரித்தாள். விலங்கு உரசி உரசிக் காலெல்லாம் காப்புக் காய்த்துப் போனது.

●

29

தெண்டபாணிக்கு சௌந்திரத்தைச் சுத்தமாகப் பிடிக்கவில்லை. அவளைத் தன்னுடைய அவமானமென்று நினைத்தான். வெறிதீரும் வரைக்கும் அடித்து உதைத்தான். வலிதாளாமல் அவள் கத்துவதைப் பார்த்துவிட்டு, அக்கம் பக்கத்தில் உள்ளவர்கள் எல்லாம் ஓடிப் போய் விலக்க முயன்றார்கள். ஆத்திரம் அதிக மாகுமே தவிரக் குறையாது அவனுக்கு. கையைப் பிடித்து விலக்காட்டினால், காலை நீட்டி அவளை எத்தினான்.

"அவளெ அடிச்சுப் பாவத்தெ ஏந்தாதடா" மயிலாத்தா அவனிடம் மன்றாடினாள்.

"அஞ்சாறு பாவம் புடிக்குது, ஏம்மா இவளெக் கிறுக்காப் பெத்தே." கையிலிருக்கும் தடியை வீசிப் போட்டுவிட்டுத் தலையில் கை வைத்து உட்கார்ந்தான். அக்காளைவைத்துக் கேலி செய்யப் படுவதை அவனால் தாங்கிக்கொள்ள முடியவில்லை. மூண்டெழும் ஆத்திரத்தை எதிர்ப்பட்டதில் எல்லாம் காட்டினான். எல்லாவற்றையும் சிதைத்து, இல்லாமல் அழித்துவிடத் துடித்தான். அதற்கெல்லாம் அவனுக்குத் துணைபுரியும் ஆயுதம் ஒண்டிவில் மட்டும்தான். எந்த வேலைக்கும் வளையாமல் காடுமேடெல்லாம் சுற்றித் திரிந்தான். பனங்காட்டிற்குள் நுழைந்தால் பனைமரத்தில் கட்டியிருக்கும் கள்முட்டிகளை யெல்லாம் உடைத்தான். தொடர்ந்து இதைச் செய்துகொண்டிருந்தான். ஆள் யாரென்று பார்த்து, துப்புக் கிடைத்ததும் நாடார்வளவே ஒன்று திரண்டு வந்தார்கள். அன்று அவனுக்குப் பொதுமாத்துக் கிடைத்தது. அதிலிருந்து அவன் கள்முட்டிகளை உடைப்பதில்லை. பறந்தும்

ஊர்ந்தும் திரியும் சிறு உயிர்கள் அவனது இலக்குகளாக மாறி, பலியாயின. அதற்கு யாரிடமிருந்தும் எந்தத் தடையும் வரவில்லை அவனுக்கு.

"வா வேணி உனக்குக் கிளிக்குஞ்சு புடிச்சுத் தாரெ." அவள் கையைப் பிடித்து இழுத்துக்கொண்டு மொட்டைப் பனைமரத்தை நோக்கி ஓடினான் தெண்டபாணி. வேணியால், அவன் வேகத்திற்கு ஈடுகொடுத்து ஓட முடியவில்லை. அவனிடம் இழுபட்ட கை வலித்தது.

மொட்டைப் பனைமரத்தில் சரசரவென்று ஏறி, அதிலிருந்த பொந்தில் கைவிட்டுக் கிளிக்குஞ்சு ஒன்றைப் பிடித்துவிட்டான். அதை ஒருகையில் வைத்துக்கொண்டு, மரத்தை அணைத்துப் பிடித்தவாறு நேக்காக இறங்கினான். கிளிக்குஞ்சை இரு கைகளாலும் பொத்திக்கொண்டு வேணியிடம் வந்தான்.

"இந்தா வெச்சுக்க."

"இதென்ன?"

"கிளிக்குஞ்சு, உனக்குத்தேம் புடிச்செ. கொண்டுபோய் வளத்து."

"இதெ எப்புடி வளத்தறது?"

"வூட்டுக்குக் கொண்டு போயி வெங்காயக் கூடையில போட்டுத் தூக்கீரோணு. உங்க வூட்டுல பூனெ கீனெ இல்லை யல்லொ. பூனையிருந்தா புடிச்சுத் தின்னுப்போடும்."

அவனால் கிளிக்குஞ்சு என்று சொல்லப்பட்ட ஒன்று, பொங்குகளற்ற உடலுடன், உடலுக்குப் பொருந்தாத பெரிய தலையுடன் நடுங்கிக்கொண்டிருந்தது. கிளிக்குஞ்சு என்று அதை ஏற்றுக்கொள்ள முடியவில்லை அவளால்.

அரசமரத்தைச் சூழ்ந்து பறந்துகொண்டும் கத்திக் கொண்டும் அரசம்பழங்களைக் கொத்தித் தின்னும் பச்சைக் கிளிகள். மரத்தடியில் சிதறிக் கிடக்கும் அரசம்பழங்களுக்கு நடுவே கிளிகள் உதிர்த்த இறகுகளும் கிடக்கும். இறக்கைகளில் அடர்பச்சை நிறம், வால்சிறகில் இளம்பச்சைநிறம். பொங்குகள் வெளிறிய பச்சை நிறம். ஒரே பச்சையாகத் தெரியும் கிளியின் உடலில் எத்தனைவிதமான பச்சைநிறங்கள். கிளியை நினைக்கும் போதே, இளஞ்சிவப்புநிற அரசம்பழங்களும் நினைவிற்கு வருவதைத் தவிர்க்க முடியவில்லை. நரநரப்பான விதை களுடன் இருக்கும் நெகிழ்வான அரசம்பழங்கள்.

மைதிலி

அரசம்பழங்கள் எல்லாமே ஒன்றுபோல இனித்துவிடாது; சில பழங்கள் ருசிக்காது, சப்பையாக இருக்கும். அவற்றை இனிப்பை நினைத்துக்கொண்டே தின்ன வேண்டியிருக்கும். சில பழங்கள் அரை இனிப்பாய் இனித்துக்கொண்டு இன்னொன்றைத் தேடித் தின்னத் தூண்டும். சில பழங்கள் எதிர்பாராமல் உரைப்பாக இனித்துக் கிடந்து பரவசத்தைக் கொடுக்கும். கிளியின் பலவிதமான பச்சைநிற இறகுகளைப் போலவேதான் அரசம்பழங்களும். பார்ப்பதற்கு ஒன்றுபோல தெரியும் அரசம்பழங்கள் ஒரே மாதிரி ருசிப்பதில்லை.

"இதுதேங் கிளிக்குஞ்சா."

"ஆமா, இன்னம் பெருசாவும் பாத்துக்க. பெருசாச்சுன்னா ரெக்கைய வெட்டி வுட்ரோணும். இல்லாட்டிப் பறந்து போயிரு. அதோட வாயெப் பொளந்து நாக்குல இருக்கற தோல உரிச்சுப் போட்ரோணு. அப்பறமாப் பேசப் பழக்குனா நாம சொல்றதையெல்லா திழுப்பிப் பேசும் பாரு."

வேணிக்குக் கிளிக்குஞ்சையும் பிடிக்கவில்லை; அவன் சொன்ன காரியமும் பிடிக்கவில்லை. ஆத்தா அவளைக் கொஞ்சும்போது "எம்பட கிளிக்குஞ்சு" என்று சொல்வாள். 'இனி மேட்டுக்கு அப்புடிக் கொஞ்சுட்டும் பேசிக்கறெ" என்று தனக்குள் சொல்லிக்கொண்டாள்.

●

30

பெரியபுத்தூருக்கு அடிக்கடி போய்வரும் பேறுபெற்றவன் செல்லமுத்து மட்டுமே. அவனிடம் ஹெர்குலிஸ் சைக்கிள் இருந்தது. ஒரு குதிரையைப் போல கம்பீரமாக நிற்கும். வேலைமுடிந்து வீட்டிற்கு வந்தது தெரிந்தால் போதும், கிழக்கு வீதியே வரிசைகட்டிக்கொண்டு வரும்.

“சின்னப் பண்ணாடி இருக்கறீங்களா, எப்பொ பெரீபுத்தூரு போவீங்கொ, ஒரு சீசா சீமத்தண்ணி வாங்கியாங்கோவ்” நாயக்கர் வீட்டு மயிலாத்தா கெஞ்சலாகக் கேட்பாள்.

“செல்லமுத்தூ . . ., வூட்டுலதே இருக்கறயா, அஸ்காச் சக்கரெ வேணு, ஒரு காக்கெலா வாங்கி யாந்து குடு கண்ணு” ஆச்சியம்மா கவுணுச்சி கேட்பாள்.

“அங்கமுத்தங் கடையில சாக்கீட்டுத் தெக்கக் குடுத்தெஞ் செல்லமுத்து, இன்னத்தந்நாளைக்கி வாங்க, தெச்சு வச்சிருக்கறமுன்னு சொன்னே, தெச்சுட்டானான்னு கேட்டுட்டு வாரயா” செல்லம்மா கவுணுச்சி சொல்லிவிடுவாள்.

“காப்பி வில்லெ நாலு வாங்கியாந்து தாரீங்களா?”

“கெட்டிமுத்து மாவுமில்லுலெ ஒருபடி ராயி அரச்சாந்து குடுங்கொ சித்தெ, கல்லுல நெரிக்க முடூல” நாடார்வீட்டு வீராயிக் கிழவி தயவாகக் கேட்பாள்.

“மிசினுல அரச்சா களி களியாட்டவா இருக்குது, கல்லுல அரைக்குறாப்பல இல்லெ. என்னமோ முடியமாண்டாப்பாட்டுக்கு மிசினுக்குத் தாரெ” ராகியை முடிந்திருக்கும் துணிப் பையை அவன் வீட்டுத் திண்ணையில் வைத்துவிட்டு நாலணா காசைத் தந்துவிட்டுத் தனக்குத்தானே பேசிக்கொண்டு போவாள்.

அரைத்துக் கொடுப்பதற்கு ஒருபடிக்கு நாலணா வாங்குவான் கெட்டிமுத்து. அரைக்கக் கொடுப்பவர்கள், புத்திசாலித்தனமாக இரண்டுபடிக்குப் பதிலாக அரைப் படியைச் சேர்த்துப் போட்டுக் கொடுப்பார்கள். அரைத்துக் கொடுக்கும் மாவில் கால்படியை நிறுத்திக்கொள்வான் அதிபுத்திசாலியான கெட்டிமுத்து.

"எனக்கு நூல்கண்டு வாங்கிட்டு வரமுடியுமா" வெட்டி யெடுத்த சிறு துணித் துண்டுடன் பண்டாரத்து வீட்டு பத்மா வருவாள். அவள் தையல் கற்றுக்கொண்டிருக்கிறாள். செல்லமுத்து மேல் அவளுக்கு ஒரு கண் உண்டு. மறுக்காமலும் ஏற்றுக் கொள்ளாமலும் அவள் தவிப்புக்களை உள்ளூர ரசித்துக் கொண்டிருந்தான்.

"மைசூர்சேண்டல் சோப் ஒண்ணு வேணும்" தச்சுப்பட்டறை வைத்திருக்கும் தங்கவேல் ஆசாரி வீட்டு கல்யாணி வந்து நிற்பாள். இவளுக்கும் செல்லமுத்துவின் மீது ஆசை.

"மைசூர்சேண்டலெத் தவர வேறெதயும் நாம் போடற தில்ல" சொல்லிக்கொண்டு அவள் நெளிவதை, அவன் ரசிப்பான். ஆனால் காட்டிக்கொள்ள மாட்டான்.

'அதுக்கென்ன வாங்கியாறச் சொன்னாக் கெடக்குது' என்று சொல்லிக்கொண்டிருந்த பண்ணாடிக் கவுணிச்சி இப்போதெல்லாம் 'ஒரு பயெனப் பெத்து ஊருக்கு ஒப்புச்சுட்டனாட்ட' என்று சடைந்துகொள்கிறாள்.

"ஊரு வேலையெல்லா நம்மளுக்கெதுக்கு. அவஅவ வூட்டுலெ பிருசம்புள்ளை இல்லையா, இவுளுகளுக்கெல்லா எம்பட பயென் என்ன ஆளுக்காரனா, எம்பட பயெனெ கெழுக்குவீதிக்கி நேந்தா வுட்டுருக்குது," அக்கம் பக்கமெல்லாம் கேட்கும்படிச் சத்தமாகக் கத்தினாள்.

அவள் கத்துவதையெல்லாம் யாரும் பொருட்படுத்த வில்லை. செல்லமுத்துவை விடுவதாகவும் இல்லை. கிழக்கு வீதிக்கு செல்லமுத்துதான் 'வண்டிச்சோலை செம்பட்டை'. சைக்கிள் ஹேண்டில்பாரைத் திருப்பமுடியாத அளவிற்குப் பைகளைத் தொங்கவிட்டுக்கொண்டு பெரியபுத்தூரிலிருந்து திரும்பி வருவான்.

"உன்னையுட்டா கடெ கண்ணி போவ வர ஆளேது."

"ஊருக்கு ஒதவற பயெஞ் செல்லமுத்து."

"சீக்கரங் கண்ணாலமாவோணு."

"ராசாத்தியாட்டப் பொண்டாட்டி கெடைக்கோணு."

"தலெச்செ, ஆம்பளப் புள்ளையாப் பொறக்கட்டு."

தாங்க முடியாத வெட்கத்தோடு பூரித்துப் போனவனாக, எல்லாவற்றையும் கேட்டுக்கொள்வான். வாழ்த்துகளாலும் புகழ்ச்சிகளாலும் மனசு விரிந்துகிடந்தது. அவர்களிடமிருந்து பாய்ந்துவரும் வாழ்த்துகளையெல்லாம், தன் மனத்திற்குள் வளர்ந்துகொண்டிருக்கும் காதலை நோக்கி மொத்தமாக மடை மாற்றினான். வாழ்த்துகளால் நிறைந்து; ததும்பி நின்றது. ஈரத்தில் நெகிழ்ந்தது. நெடிய வேர் விட்டுத் தழைத்தது. மனமெங்கும் பசுமையாய் விரிந்து கிடந்தது. விரிந்த மனத்தின் எல்லைகளை நிறைத்துக்கொண்டு மரகதவள்ளி சுழன்றாடினாள். அவள் சுழலச் சுழலக் கனவு எல்லைகளற்றுப் போனது. எல்லைகளற்ற கனவில் மயிலாத்தா வாழ்த்தியதைப் போல ராசாத்தியைப் போன்ற மரகதவள்ளியை மணம்முடித்துக் கொண்டான். அதுவும் மரகதவள்ளியின் அண்ணன்கள் மூன்று பேரும் கைப்பிடித்துக் கொடுக்க, அவர்களது கல்யாணம் நடக்கிறது. சீரும் சீதனமுமாக வாழ்கிறார்கள். இருவரும் சோடியாகப் போவதைப் பார்த்து கல்யாணி பொறாமையில் வெந்து வெதும்பிக் கிடக்கிறாள். பத்மா ஏமாற்றமும் துக்கமுமாக அழுதபடியே அவர்களைக் கடந்துபோகிறாள். அதே கனவில் ஆச்சியாத்தா வாழ்த்தியதைப்போல ஒரு ஆண்குழந்தையைப் பெற்றெடுக்கிறாள் மரகதவள்ளி. ஆண்குழந்தைக்குத் தகப்பனான செல்லமுத்துவை ஊரே கொண்டாடுகிறது. விழா எடுக்கிறது.

"சின்னக் கவண்டருங்கோவ்..."

சின்னான் பீடி கேட்கும் கூப்பாட்டில் அவனுடைய பகல் கனவு கலைந்து போனது. கனவு கலைந்தாலும் அதிலிருந்து விடுபடாதவனாக, பிறந்த குழந்தைக்குப் பெயரை யோசித்த படியே சன்னல்வழியாக சின்னானுக்குப் பீடியை வீசிப் போட்டான்.

மீண்டும் மீண்டும் அவன் பெரியபுத்தூருக்குப் போய் கிழக்குவீதியின் அவசியங்களை நிறைவேற்றுவதன் மூலம் கிடைக்கும் வாழ்த்துகளும் ஆசிர்வாதங்களும் அவன் காதலை நிறைவேற்றும் என்று நம்பினான். எல்லருக்கும் பிடித்தமானவனாக இருக்கும்போது அவன் காதலை எல்லரும் ஏற்றுக் கொள்வார்கள் என்று நினைத்தான். தேவைப்பட்டால் காதலைச் சேர்த்து வைக்கப் போராடுவார்கள் என்று கனவு கண்டான். அந்தக் கனவுகள் மட்டுமே அவனுடைய சைக்கிள் சக்கரங்களைச் சளைக்காமல் சுற்றவைத்துக்கொண்டிருந்தன.

○

பிரகலாம்பாளுக்கு ஒரே தவிப்பாக இருந்தது. தனத்திடமிருந்து இன்னும் கடிதம் வரவில்லை. செல்லமுத்து கிளப்புவதற்குள் அவனிடம் சொல்லிவிடவேண்டுமென்று வேகமாக நடந்தாள். அவள் நினைத்ததைப்போலவே செல்லமுத்து வேலைக்குக் கிளம்பிக்கொண்டிருந்தான்.

“செல்லமுத்து, இந்த தபால்காரன் என்னமோ தட்டுப் படவே காணா, சித்தெ தபால் ஆபீசுவரைக்கும்போயி வெசாரிச்சுட்டு வா சாமி, எங்கொ தனொ லெட்டர கிட்டர போட்டாளோ என்னமோ, இவெங் கொண்டாரக்காணா” என்று செல்லமுத்துவைக் கெஞ்சினாள்.

பிரகலாம்பாளின் இளையமகள் தனம் தவறாமல் எட்டுக்கு ஒரு கடிதம் எழுதுவாள். அனுப்புனர் முகவரியில் ‘சந்திரசேகர முதலியார், மூலனூர்,’ என்று எழுதப்பட்டிருக்கும் கடிதங்களை போஸ்ட் ஆபீஸிலிருந்து வாங்கிவந்து படித்துக் காட்டுவான் செல்லமுத்து. பிரகலாம்பாளுக்கு ஒரு மகனும் இருந்தான். கோபால் என்று பெயர். சென்னிமலையில் இருக்கும் தறிப்பட்டறை ஒன்றில் வேலைசெய்துகொண்டு அங்கேயே தங்கியிருந்தான். செல்லமுத்துவின் நண்பன். ஊருக்கு வரும்போதெல்லாம் இருவரும் ஒன்றாகவே இருந்தார்கள். கதைப்புத்தகங்களைப் பரிமாறிக்கொண்டார்கள். பேசிக்கொள்வதற்கு நிறைய விசயமிருந்தது அவர்களுக்கு.

தனத்தை இரண்டாம் தாரமாகக் கட்டிக் கொடுத்திருந்தாள் பிரகலாம்பாள். சந்திரசேகர முதலியாரின் மனைவி, அவரோடு வாழப் பிடிக்காமல் பிரிந்து போய்விட, பல இடங்களில் இரண்டாம் கல்யாணத்திற்குப் பெண் தேடினார். “அட மாப்பளைக்கி ‘அந்தச்’ சமாச்சாரெ இல்லையாமா, அதனாலதே பொண்டாட்டி வுட்டுட்டுப் போயிட்டாளாமா” எனப் புரளி கிளம்பிவிட, அவருக்கு உள்ளூரிலும் சொந்தத்திலும் பெண் கிடைக்கவில்லை. தானாவதிக்காரன் மூலமாக பிரகலாம்பாள் வீட்டில் இரண்டு சமைந்த பெண்கள் இருப்பதாகக் கேள்விப்பட்டு பெண்பார்க்க வந்தவர், மூத்தவள் பாக்கியத்தைப் பார்த்தார். அவருக்குப் பிடித்திருந்தது. பின்பு இளையவளான தனத்தைப் பார்த்தார். அவளை மிகவும் பிடித்திருந்தது. பாக்கியத்தைவிட நிறமாக, எடுப்பாக இருந்த தனத்தைக் கட்டிக் கொடுக்கச் சொல்லிக் கேட்டார். பிரகலாம்பாளுக்குக் கோபம். “உனக்குப் பொண்ணுங்கெடையாது, ஒண்ணுங் கெடையாது எந்திரிச்சுப் போ மொதல்ல” என்று ரோசமாகச் சொல்ல நினைத்தாள். தானாவதிக்காரன் முன்னமே சொல்லியிருந்தான். “மாப்பளெ கெவுருமெண்டு உத்தியோகொ, பள்ளிக் கோடத்துல பியோனா இருக்கறாப்பல பாத்துக்க” என்று.

மூத்தவளானால் என்ன இளையவளானால் என்ன. இரண்டும் என் மகள்கள்தானே, யாரோ ஒருத்தி அரசாங்க உத்தியோக்காரனைக் கல்யாணம் கட்டிக்கொண்டு அதிர்ஷடத்தை அனுபவிக்கட்டும் என்று ஒத்துக்கொண்டாள்.

தனத்தைக் கட்டிக்கொடுத்த கையோடு பாக்கியத்திற்கு மாப்பிள்ளை தேடினாள். எப்படித் தேடியும் அகப்படவில்லை. பாக்கியத்திற்கு வயது ஏறிக்கொண்டே போனது. கல்யாணம் பண்ணிப் போன வேகத்தில் ஒரே வருசத்தில் குழந்தையைப் பெற்றுக் கொடுத்து "மாப்பளக்கி 'அந்த'ச் சமாச்சாரொமில்லையாட்ட" என்ற வதந்தியைப் பொய்யென்று நிரூபித்துக் காட்டினாள் தனம். தங்கையின் குழந்தைக்குப் பத்துவயது ஆகும் வரைக்கும் அதற்கு மூக்குச் சிந்திவிட்டு, பீயும் மல்லும் வழித்து, வளர்த்துக்கொண்டு, சீந்துவார் இல்லாமல் வீட்டிலிருந்தாள் பாக்கியம்.

ஒருநாள் பாக்கியத்தைத் தேடியும் தானாவதி வந்தது. தானாவதிக்கு வந்தவன் சொன்னதைக் கேட்டுத் தலையில் கைவைத்துக்கொண்டு நெடுநேரம் உட்கார்ந்துவிட்டாள் பிரகலாம்பாள்.

"புள்ளைக்கி மாப்பள வந்த பாட்டெக் காணா, இதெ ஒப்புக்கறதுல என்ன தப்புங்கறென், இதுக்கும் ஒப்புக்கலைன்னா உம்பட மவொ கன்னி கழியாமத்தேங் கெடக்கோணும் பாத்துக்க."

"சேத்துக்குட்டு வாழறது, பொட்டுக் கட்டறது எல்லா என்னோட போகுட்டுமுன்னு பாத்தெ, என்னமோ ஒரு பாடி பரதேசி கெடச்சாக்கோடப் போது, எம்புள்ளெ மருவாதியோட பொழச்சுக்குவான்னு நெனைக்கறெ."

"உனக்குத் தெரியாம என்ன, கேக்கறது பெரிய எடொ, பெரீவரோட மக்க மருமக்கொ எல்லாஞ் சேந்துதேங் கேக்கறாங்கொ, இப்பவே கெழ்டு பாஞ்சு போயிட்டா உம்புள்ளெ, இந்தக் காலத்துப் பசவொ, எளசான புள்ளையாத்தேந் தேடறானுவொ, உம்புள்ளைக்கி நீ நெனைக்கறாப்பள மாப்பளையே கெடைக்காது, இத்தினி நாளா வராத மாப்பளெ இனிமேட்டுக்கா வரப்போறெ, இதுதே நல்ல வழி, பாத்துக்கா.எதுக்கமு நல்லா ரோசனெ பண்ணிச்சொல்லு, ஆனா நல்ல முடுவாச் சொல்லு" எழுந்துபோய்விட்டான் தானாவதிக்காரன்.

அவன் சொன்ன பெரிய இடம் பொத்தியாபளையத்து மலைக்கொழுந்துக் கவுண்டர். ஒரு காலத்தில் பிரகலாம்பாளை எப்படியாவது அடைந்துவிட வேண்டுமென்று தவம் கிடந்தவர். கழுகிற்கு மூக்குவேர்ப்பதைப்போல அவள் போகும் இடத்தை

யெல்லாம் மோப்பம் பிடித்துப் பின்னாலேயே திரிந்தவர். அப்போது பிரகலாம்பாள் ஈசன் கழுத்தில் கிடந்த பாம்பு. அவள் அண்டியிருந்த கதிரேச மிராசைத் தாண்டிப் பிடிக்க மலைக்கொழுந்துக் கவுண்டருக்குக் கை நீளம் போதவில்லை.

மலைக்கொழுந்துக் கவுண்டருக்குப் பரம்பரையாகப் பெருத்த பண்ணையம். வயது எண்பதை நெருங்கிக்கொண் டிருந்தது. மனைவி இறந்துவிட அவருடன் கூட இருக்கப் புடிக்க ஒரு பெண் வேண்டுமென்று கேட்கிறார்கள். வயதானாலும் அதிகாரத்தையும் திமிரையும் விடாமல் பிடித்துவைத்துக் கொண்டு வாழத் திமிறிக்கொண்டு நிற்கும் கிழவன். எண்பது வயதென்ன வயது. அவருக்கு இருக்கும் சொத்திற்குக் கல்யாணத் திற்குப் பெண் கொடுக்கவே பலபேர் தயாராக இருந்தார்கள். ஆனால் தாலிகட்டிப் பெண் எடுத்தால் உரிமையிலும் சொத்திலும் பங்கு தர வேண்டியிருக்கும். பொட்டுக் கட்டிச் சேர்த்துக் கொண்டால் அப்படி எதுவும் தரத் தேவையில்லை. பிரியப் பட்டதைக் கொடுத்து, பிரியப்பட்ட நேரத்தில் அற்றுத் தீர்த்துக் கொள்ளலாம்.

"சோத்துக்கில்லாமக் கெடந்து இங்கெ, விக்கி வீங்கிச் சாவறதுக்கு, அங்கெ நெய்யும் பாலுமாத் தின்னுக்கலாம். கிழியாத துணிமணி கட்டிக்கலாம். கெழவனென்ன, கொமர னென்ன. இருட்டுலெ எவன்னாலுமு ஒண்ணுதே" இரவெல் லாம் பேசிப்பேசித் தேற்றினாள், தன் மகளுக்கு இதைவிட நல்லதாக எதுவும் செய்ய முடியாத பிரகலாம்பாள். கொஞ்ச காலம் நிஜமாகவும், பின்பு நினைவாகவும், அதற்கும் பின்பு கனவாகவும் தான் வாழ்ந்த வாழ்வு கூட தன் மகளுக்கில்லையே என்று மருகினாள். எல்லாவற்றையும் புரட்டிப் போட்டுவிட்ட காலத்திற்கு முன்னால் தோற்றுப்போய் மண்டியிட்டாள் பிரகலாம்பாள்.

ஒரு நல்லநாள் பார்த்து பொத்தியாபாளையத்திலிருந்து வில்வண்டி வந்து நின்றது. கரைந்துகொண்டிருக்கும் மண் சுவரையுடைய அந்தக் கூரைவீட்டின் அந்தஸ்துக்குச் சற்றும் பொருத்தமில்லாத வில்வண்டி. புதுப்புடவையோடு சில ரூபாய் நோட்டுக்களையும் கொடுத்துவிட்டிருந்தார் மலைக்கொழுந்துக் கவுண்டர். பணத்தை எடுத்து வைத்துக்கொண்டு, புதுப்புடவை யைக் கட்டிக்கொள்ளச் சொல்லி மகளிடம் தந்தாள். கிளம்புவதற்கு முன்பாக மகளின் கால்களில் கொலுசு போட்டுவிட்டாள். கிழக்குவீதியே கூடிநின்று வேடிக்கை பார்த்துக்கொண்டிருக்க, தலையைக் குனிந்தபடியே வில்வண்டியில் ஏறிப்போனாள் பாக்கியம். வண்டி தெற்குமுடக்கில் திரும்பிப் பின்பு மேற்கு

பிறப்பொக்கும் 127

நோக்கிப் போவதைக் கலங்கிய கண்களோடு பார்த்துக் கொண்டே நின்றாள் பிரகலாம்பாள்.

பாக்கியம் போய்விட்டாள். இனி அவளைச் சாவு ஒன்றே இந்த மண்ணில் திரும்பக் கொண்டுவந்து சேர்க்கும். அந்தச்சாவு மலைக்கொழுந்து கவுண்டருடையதாகவோ, பிரகலாம்பாளுடையதாகவோ இருந்தலொழிய பாக்கியத்தின் வரவு சாத்தியமில்லை. ஒருபோதும் திரும்பாத, கடைசிப் பயணத்திற்கு ஏகும் ஒரு பிணத்தைப் போலவே வில்வண்டியில் போய்க்கொண்டிருந்தாள் பாக்கியம். தூரமாய் வெகுதூரமாய் விலகிப்போய்ப் புதுக்கிணத்து மேடேறி எல்லாருடைய பார்வையிலிருந்தும் முற்றிலுமாய் மறைந்துபோனது வில்வண்டி.

●

31

பிரகலாம்பாள்.

காசும் பணமும் அவள் காலடியில் கொட்டிக் கிடந்தது. நினைத்த மாத்திரத்தில் எல்லாமே கிடைத்தது 'வேணும்கறது விடியால, போதுங்கறது பொழுதோட.' இந்தச் சொலவடைக்குப் பொருந்த வாழ்ந்தவளுக்குப் பணத்தைப் பிடிமானமாக வைக்க வேண்டிய அவசியம் இருந்திருக்கவில்லை.

பிரகலாம்பாளுக்குப் பழையதெல்லாம் நினைவுக்கு வந்தது. அவள் வாழ்ந்த பெருவாழ்வு நினைவுக்கு வந்தது. வயதிற்கு வந்த ஏழாம்நாளில் கொண்டுபோய்விடப்பட்ட ஊதியூரும். நான்கு நடைவாசல்கொண்ட தொட்டிக்கட்டு வீடும்; கதிரேச மிராசுதாரும். அவர் உயிலாய் எழுதிக் கொடுத்த வயல்காடும், வயலை ஒட்டிய தோப்பும்.

பின்பு ஒருநாளில் வலைப்பையில் மட்டுமே திணித்து எடுத்துக்கொண்ட உடைமைகளுடன் யார் கண்ணிலும் பட்டுவிடாத சாக்கிரதையோடு மூன்று குழந்தைகளையும் தன் உயிரையும் கைகளில் இறுக்கிக்கொண்டு கரிவண்டியில் ஏறித் தப்பியோடியதும், எங்கெங்கோ அலைக்கழிந்து திரிந்ததும், இந்த ஊர் அடைக்கலம் தந்ததும். பழையதெல்லாம் நினைவுக்கு வந்தன. தீராத அயர்ச்சியைத் தரும் அந்த நினைவுகளையெல்லாம் அவள் விரும்புவதே இல்லை. ஆனால் எதற்கும் கட்டுப்படாமல் அவள் விருப்பத்தையும் பொருட்ட்படுத்தாமல், தன்னிச்சையாகக் கிளர்ந்தெழுந்தன நினைவுகள்.

ஊதியூர் மலைக்காட்டிற்குள் வேட்டைக்குப் போன கதிரேச மிராசுதார் நல்லபாம்பு தீண்டிச் செத்துப்போய்விட்டதாக சொல்லி ஊர்ச்சனமே ஓடினார்கள். துடித்துப் போனாள் பிரகலாம்பாள். கடைசியாக கதிரேச மிராசுவின் முகத்தைப்

பார்த்துவிட, உடல் கிடத்தப்பட்டிருந்த பெரிய வீட்டுக்குப் போனவளை, அவரது மனைவியின் உறவுகள், அழுத்தமாக எச்சரித்துத் திருப்பி அனுப்பினார்கள். தனியாக அழுது தீர்த்தாள். ஒருவாரமாகப் பெரியவீட்டிலிருந்து எந்த வரத்தும் இல்லை. பழமும் காயும் பயிறும் பச்சையும் தயிரும் நெய்யும் பாலும் தவச தானியமும் ஏற்றிவரும் வண்டிகள் இல்லாமல், தடமழிந்து போனது வண்டிப்பாதை. நடப்பது எதையும் யூகிக்க முடியாமல் பிள்ளைகள் மூன்றையும் இறுக்கிக்கொண்டு வீட்டுக்குள் அடைந்துகிடந்தாள்.

"மிராசு கதெ முடிஞ்சுது, இனி இவொ கதெ என்னாவப் போவுதோ காணா."

"ம், கொஞ்சத்த ஆட்டமா ஆடுனா, எல்லா ஆட்டமும் அடங்கிப் போயிருச்சல்லொ."

"பொச்சும் மொலையுமு எனக்குத்தேம் பெருசா இருக்கு துன்னு கொஞ்சமா திமுப்பிக்கிட்டுத் திரிஞ்சா, எல்லாத்துக்குமு முடுவு வந்துருச்சல்லொ."

"அவுளுக்கென்ன, மிராசு செத்த மாத்தரத்துல எல்லாஞ் சிறுசாப் போயிருச்சா, நீ வேற. வாட்டமாப் பாத்து இன்னொருத்தனெப் புடுச்சக்குவா, ஆள மாத்திக்குவா. நம்பளாட்டக் கழுத்துக் கவுத்துக்குக் கட்டுப்பட்டு வாழோணு மின்னு எதாலும் இருக்குதா?"

"அதப்புடித்தே, நீ சொல்லறதுமு நாயந்தே."

இதுநாள்வரைக்கும் அந்த வீட்டை நெருங்கவே பயப்பட்டு ஒதுங்கிப்போனவர்களெல்லாம் வாசலுக்கும் முன்பாக நின்று தைரியமாகப் பேசிவிட்டுப் போனார்கள். காட்டிலும் மேட்டிலும் உழைத்து அல்லல்பட்டுக் கிடந்தவர்களுக்கு, சொகுசாக வாழ்ந்த பிரகலாம்பாள்மீது ஆத்திரம் இருந்தது. அவளைப் பகையாளியைப்போல பாவித்திருந்த பெண்களெல்லாம் இப்போது குளிர்ந்துபோனார்கள்.

கூட்டிப் பெருக்காததால் வீட்டு வாசலின் முன்னால் இருந்த மந்தாரைமரத்தின் கீழே சருகுகள் குப்பையாகக் குவிந்து கிடந்தன. நிறத்தில் செந்தாமரைப்பூவை ஒத்த பூக்களின் இதழ்கள் வாசலெங்கும் உதிர்ந்திருக்கும். இத்தனை நாட்களில் இப்படி மிதிபட்டதே இல்லை. இதழ்களின் மென்மையும் வண்ணமும் பிரகலாம்பாளின் உடலை நினைவுபடுத்துமோ என்னவோ, அவற்றை மிதித்துவிடாதபடிக்கு மென்மையாக நடந்து வாசற்படியேறிப் போகும், கதிரேச மிராசுதாரின் கால்கள்.

உதிர்ந்துவிட்ட பூக்களின் இதழ்களெல்லாம் இன்று பலருடைய கால்களுக்கடியிலும் நசுங்கிச் சிதைந்துகொண்டிருந்தன. அடித்த காற்றில் காய்ந்துகிடந்த இலைச் சருகுகள் தெற்கும் வடக்குமாக வாசலெங்கும் அலைக்கழிந்தன. சில சருகுகள் எழும்பிப் பறந்து வீட்டிற்குள்ளும் விழுந்தன. சூழ்ந்திருந்த குப்பைகளுக்கு நடுவில் எந்தச் சலனமும் இல்லாமல் உத்திரத்தை வெறித்துப்பார்த்துக்கொண்டு உட்கார்ந்திருந்தாள் பிரகலாம்பாள்.

"உங்கட்ட உயில் இருக்கற விசியந் தெரிஞ்சுபோச்சு பிரகலா, பெரியவரு பொண்டாட்டியுமு அவிய மக்க மருமக்களுமு பேசிக்கிட்டாங்கொ, பதனாறா நாக் காரியத்தெ முடிச்ச கையோட உன்னெயெப் கூப்புட்டுப் பேசறதாச் சொல்லிக்கிட்டாங்கொ. உங்காரியத்தெ முடிக்கறதாக்கூடப் பேச்சு இருக்குது, அதுக்குள்ள சுதாரிச்சுக்க, அவங்க அண்ணந் தம்பியெல்லா இருக்கற வேகத்தப் பாத்தா, உன்னெ உசுரோட பொதைச்சுட்டுப் போயிருவாங்களாட்ட இருக்குது, எங்கியாச்சுங் கங்காணாமப் போயிரு."

பெரிய வீட்டில் சமையல் வேலைசெய்யும் பெரியண்ணப் பண்டாரம், அவள் மேலிருந்த இரக்கத்தில் ரகசியமாக வந்து சொல்லிவிட்டுப் போனார்.

ஆண்டு அனுபவித்த வாழ்வை, அங்கேயே விட்டுவிட்டு, ஒரு வலைப்பையில் அடங்குவதை மட்டும் எடுத்துக் கொண்டாள். மகனை இடுப்பில் இடுக்கிக்கொண்டு இருமகள்களின் கைகளைப் பிடித்தபடி யாருக்கும் தெரியாமல் வெளியேறினாள்.

பிரகலாம்பாளைக் கூத்தியாகச் சேர்த்துக்கொள்ள தயாராக இருந்தார்கள். போட்டிபோட்டார்கள். அவளைப் பயன்படுத்திவிட்டு ஏமாற்றினார்கள். காமத்தின் கழிவுகளை அவள் உடல் முழுக்கக் கொட்டி நிறைத்தார்கள். நியாயம் கேட்டபோது வக்கிரத்தோடு சிரித்தார்கள். சாபமிட்டவளைப் பார்த்து "நீயென்ன பத்தினியா, உஞ் சாபம் பலிக்கறதுக்கு, போடீ தேவடியா" என்று விரட்டியடித்தார்கள்.

வாழ்வதற்குத் தடுமாறி, அடைக்கலம்தேடி இந்த ஊருக்குள் வந்தவளைக் கைத்தாங்கலாகப் பிடித்துக்கொண்டு எதார்த்தத்தின் தரிசனங்களை எதிர்கொள்வதற்குப் பழக்கியது இந்தக் கிழக்குவீதிதான்.

பிரகலாம்பாள் வலைப்பையில் எடுத்துவந்த மிகச் சொற்பமான உடைமைகளில் உயிலும் இருந்தது. அச்சடிக்கப்பட்ட

வார்த்தைகளின் வலிமையையும் அதிகாரத்தையும் காட்டிக் கொள்ளவோ நிலைநாட்டிக்கொள்ளவோ முடியாத உயில். அந்த உயிலை வைத்து ஒருபோதும் உரிமை கோர முடியாது என்பது அவளுக்குத் தெரியும்; இருந்தபோதும் உயிலை எடுத்து வந்திருந்தாள்.

அவளைப் பொறுத்தவரைக்கும் அது உயில் அல்ல. மேற்கிலும் கிழக்கிலும் தெற்கிலும் வடக்கிலும் எல்லைகளைக் குறிப்பிட்டு, தடம்வழி குறிப்பிட்டு, விஸ்தீரண அளவுகளை நீளத்திலும் அகலத்திலும் குறிப்பிட்டு,அதன் மதிப்பு இவ்வள வென்று குறிப்பிட்டு, இன்னாரிடமிருந்து இன்னாருக்கு சுவாதீனம் என்று குறிப்பிட்டு உரியவரால் கையெழுத்திடப் பட்டு, வாசகங்கள் அச்சடிக்கப்பட்ட காகிதம் அல்ல. அவள் வாழ்ந்த வாழ்வின் அடையாளம். அவளது இளமைக்கும் இளமையின் இருமாந்த உடல் வனப்பிற்கும் கிடைத்த வெகுமானத்திற்கான சான்று அது. ட்ரங்க் பெட்டியில், புடவை யொன்றின் மடிப்புக்குள் உயிலைப் புதைத்துவைத்திருந்தாள். இருந்திருந்தாற்போல நினைத்துக்கொண்டு அட்டாரியில் வைத்திருக்கும் ட்ரங்குப் பெட்டியை இறக்கினாள்.

புதையலைத் தோண்டுவதுபோல பெட்டிக்குள் தேடினாள். அப்போதுதான் முதல்முறையாகத் தேடுவதைப் போல எல்லா வற்றையும் இருகைகளாலும் பற்றியெடுத்துக் கலைத்துப் போட்டாள். இப்போது மட்டுமல்ல, இதற்கும்முன் பலமுறையும் அவள் இதைத்தான் செய்கிறாள். அவிழ்ந்து விழுந்த நரைத்த குடுமியை வேகமாகக் கூட்டி முடிந்துகொண்டு பெட்டியை அலசினாள். பெட்டிக்குள் தோண்டத்தோண்ட இன்னும் ஏதேனும் புதிதாகக் கிடைக்கக்கூடும் என்ற ஆவேசம் வந்தவளைப் போல தன் சுருக்கம் விழுந்த கைகளால் எல்லா வற்றையும் வேகமாக வெளியே எடுத்துப் போட்டாள். பெட்டி யின் அடியில் 26.10.1947 தேதியிட்ட ஆங்கிலச் செய்தித்தாள் ஒன்று மடித்துப் போடப்பட்டிருந்தது; அதையும் எடுத்து வெளியே போட்டாள்.

கடைசியில் அது வெறும் பெட்டி. அதனுள் எதுவுமே இல்லாதபோது எந்த மதிப்பும் அற்ற வெறும்பெட்டி. ஆமாம், பெட்டிக்கென்று தனியாக என்ன மதிப்பிருக்கிறது; தனியாக என்ன பெயர்தான் இருக்கிறது? அதனுள்ளே வைக்கும் பொருட்களினாலேயே அது மதிப்பிடப்படுகிறது. குறிப்பிடப் படுகிறது. நகைப்பெட்டி, பணப்பெட்டி, துணிப்பெட்டி என்று. உள்ளே எதுவும் இல்லாதபோது அது வெறும்பெட்டிதான். பெட்டியிலிருந்ததை எல்லாம் மடி நிறைய வாரியெடுத்துப் போட்டுக்கொண்டாள். பின்பு தொங்கிச் சரிந்திருந்த கனத்த

முலைகளோடு சேர்த்து எல்லாவற்றையும் இறுக அணைத்துக் கொண்டாள். கண்களை மூடிக்கொண்டாள். மூடிய கண்களி லிருந்து கண்ணீர் சொட்டுப் போட்டது. பெட்டியுனுள்ளிருந்து அவள் எப்போதோ பூசிக்கொண்ட புனுகின் வாசனை வருவதாக உணர்ந்தாள். அது நிஜமா? பிரம்மையா? ஆழமாக மூச்சை இழுத்துவிட்டுப் பார்த்தாள். அவளால் கண்டுபிடிக்க முடிய வில்லை. ஆனாலும் முடிவுக்கு வந்தாள். அது பிரமைதான். எத்தனை காலங்களைக் கடந்துவிட்டது, ஒரு தலைக்கட்டையே தாண்டிவந்தபின்னும், இன்னுமா வாசனை இருக்கும்? அணைத்துக்கொண்டிருந்தவற்றைச் சட்டென்று கைவிட்டு விட்டு வெற்றுப்பெட்டியை உலுக்கிக்கொண்டு அடிப்பகுதியைப் பார்த்தாள். இன்னும் ஏதேனும் இருக்கக்கூடுமென்று. இப்போது அதில் எதுவும் இல்லை; எதுவுமே இல்லை; வெறுமை. அந்த வெறுமை தந்த ஏமாற்றத்தைப் புறம்தள்ளி விட்டுப் பார்த்துக்கொண்டேயிருந்தாள். அவளது ஒளியற்ற பார்வை ஊடுருவிச் சென்றது. எல்லாவற்றையும் ஊடறுத்துச் சென்றது; காலத்தை; உலகத்தை. அவள் இப்போது கொண் டிருக்கும் முதிய கோலத்தை; எல்லாவற்றையும். எல்லா வற்றையும்.

●

32

அன்று சிவன்மலைத் தேரோட்டம்.

பிரகலாம்பாள் அலங்காரம் செய்துகொண்டு கிளம்பினாள். கத்தரிப்பூ நிறத்தில் மெல்லிய புடவை. அகலமான இரு கரைகளுக்கிடையே நட்சத்திரங்களைப்போல ஒளிரும் சரிகைப் புட்டாக்கள் அடர்த்தியாக நிறைந்திருந்தன. கதிரேச மிராசுதார் சிங்கப்பூர் போயிருந்தபோது வாங்கிவந்து கொடுத்த புடவை. பிரகலாம்பாள் அதைக் கட்டிக்கொண்டு சிவன்மலைத்தேருக்குக் கூட்டுவண்டியில் போய் இறங்கினாள். அதற்குப் பிறகு சனங்கள் தேரை எங்கே பார்த்தார்கள், இவளை மட்டுமல்லவா பார்த்தார்கள். ஆண்களெல்லாம் "சாமியெ மலெ ஏறுன மாயத்துல பாத்தறலா, பிரகலாம்பாளெ இப்பவுட்டாப் பாக்க முடியா தல்லொ" என்றார்கள். இவள் அழகைக் கேள்விப் பட்டிருந்த ஆண்களில் சிலபேர் இவளைப் பார்த்ததே போதுமென்று, இப்படியொரு வாய்ப்பைக் கொடுத்த தற்காக "சேமலையாண்டவா" என்று வெட்க மில்லாமல் வாய்விட்டுச் சத்தமாகக் கத்தி அரற்றிய படி சிவன்மலை ஆண்டவன் குடிகொண்டிருக்கும் மலையை நோக்கிக் கைகளைக் கூப்பினார்கள். பகட்டாக உடுத்திக்கொண்டு நகையும் நட்டுமாக வலம்வந்துகொண்டிருந்த உயர்குடிப் பெண்கள் கூட பிரகலாம்பாளின் அழகுக்கு முன்னால் குன்றிப் போனார்கள். பொறாமையில் அடிவயிறெல்லாம் பற்றியெரிய "தாசிக்கென்ன சொல்லு பாக்கலா, அவளாட்ட சிங்காரிச்சுக்கிட்டுத் தழுக்க நம்ப ளாலெ முடீமா" என்று ஒருவருக்கொருவர் பேசிக் கொண்டு ஆறுதலடைய முற்பட்டார்கள். அவளுடைய பரம்பரைச் சொத்தான கனத்த மார்பகங்களையும் அகன்ற புட்டத்தையும் முன்னும் பின்னுமாகக் கர்வத்துடன் உயர்த்தி நிமிர்த்துக் கொண்டாள். நடையில் இன்னும் கொஞ்சம் அசைவைச் சேர்த்துக்கொண்டாள். சவுரிவைத்து

நீளமாக்கிச் செண்பகப்பூக்களைக் கோர்த்து வைத்து அலங்கரித் திருந்த பின்னலை முன்னுக்கு எடுத்துப் போட்டுக்கொண்டாள். மிதப்போடு சாமியைக் கும்பிட்டாள். திமிரோடு கடைத் தெருவைச் சுற்றிவந்தாள். நிற்கும்போது ஒருபக்கமாக இடுப்பைச் சாய்த்துக்கொண்டு ஒய்யாரமாக நின்றாள். அசைவற்றுப் பார்த்துக்கொண்டிருக்கும் ஆண்களின் திகைப்பில் மிதந்தபடி நடந்துபோனாள். குடிப்பெண்களின் வயிற்றெரிச்சலில் சுகமாகக் குளிர்காய்ந்தாள். நடையை, நடனம்போல மாற்றி எல்லாருக்கும் வேடிக்கைகாட்டிவிட்டுக் கூட்டுவண்டியில் ஏறி ஊதியூர் நோக்கிப் போயே போய் விட்டாள் பிரகலாம்பாள். அதற்குப்பிறகும், அவளைப் பற்றி வாய்விட்டுப் பேசிக்கொண்டும் அவளை மனத்திற்குள் நினைத்துக்கொண்டும் பலநாட்களுக்குப் பித்துப்பிடித்துப் போய் அலைந்தார்கள், அவளைப் பார்த்துவிட்ட ஆண்கள்.

இரட்டைத் தொட்டிக்கட்டு வீடு. போசி நிறைய பாலும் நெய்யும், கூடை நிறைய காயும் கனியும், மூட்டைமூட்டையாய் அரிசியும் பருப்பும் தானியங்களும் காலமும் நேரமும் தவறாமல் வந்து இறங்கிய வண்ணம் இருக்கும். எப்போதும் புனுகு வாசனை அகலாத உடம்போடு இருந்தாள் பிரகலாம்பாள். அவளுடைய அறையில் ஆளுயர நிலைக்கண்ணாடி இருந்தது. கண்ணாடியின் கீழே நான்கடுக்கு அலமாரி, வெண்கல மயிர்கோதியும், தந்தத்தில் செதுக்கிய சீப்புகளும் கிடந்தன. வாசனை எண்ணெய்யும் தைலங்களும் ஜிகினா கலந்த பல வண்ண குங்குமப்பொட்டுச் சிமிழ்களும் சவ்வாதும் புனுகும் நிறைந்த குப்பிகளும் கொண்டையூசிகளும் சடைப்பில்லை களும் ராக்குடியும் சவுரிமுடிகளும் அலமாரியின் அறைகளில் நிறைந்து கிடந்தன. அதன் உறுதியான பித்தளைக் கைப்பிடி, அடிக்கடி உபயோகித்ததில் பிடிமானத்தை இழந்து கடகடத்துப் போயிருந்தது.

ஆளுயர நிலைக்கண்ணாடி, எந்தக் கோணத்தில் திரும்பி எப்படிப் பார்த்தபோதும் பிரகலாம்பாளைப் பேரழகியாகப் பிரதிபலித்துக் காட்டியது.

அவளது அங்கங்களின் அம்சங்களை கதிரேச மிராசுதாரை விடவும் அந்த ஆளுயரக் கண்ணாடி கண்டது அதிகம். ஆடைகளை அவிழ்த்துக் களைந்துவிட்டுக் கண்ணாடி முன்பாக நின்றாள் பிரகலாம்பாள். மாசில்லாத வெற்றுடல். உடலின் நிறத்தையும் வனப்பையும் பூரிப்போடு பார்த்தாள். கதிரேச மிராசுதார் ஓயாமல் புகைக்கும் சுருட்டின் நெடி படிந்திருக்கும் கனத்துக் கூர்த்த முலைகள். ஒடுங்கிய இடுப்பையும் அதற்குக் கீழே வேகமாய் விரிந்த பிருஷ்டத்தையும் சுழிந்த நாபியையும்

நிலைக்கண்ணாடியில் திருப்பித் திருப்பிப் பார்த்துக் கொண்டாள். மலைத்துப் போய் நின்றாள். சிலையாய்த் தெரிந்த நிர்வாணத்தை ரசித்தாள். அழகு. பேரழகு. சந்தேகமேயில்லை. அவள் உடல் பேரழகுதான். தனக்குக் கிடைத்திருக்கும் சுகபோக வாழ்விற்கு இந்த அழகுதானே மூலதனம். அவளது நிர்வாணம் அவளுக்கே போதையூட்டியது. பார்த்துக்கொண்டே இருக்க, இன்னும் போதை கூடியது. தன் கைளால் உடலெங்கும் மெதுவாகத் தடவிக்கொண்டாள். வலதுபக்கத் தொடையி லிருந்த கருத்த மச்சத்தைச் சுட்டுவிரலால் தொட்டுப்பார்த்துக் கொண்டாள்; சிலிர்த்துப் போனாள். சிலிர்த்துக்கொண்டதில் காமம் கிளர்ந்தது. கிளர்ந்த காமம் மூண்டெழுந்து அவளது உடலின் ஒவ்வோர் அணுவிலும் பரவிக்கிடந்தது. உடலெங்கும் பரவிக்கிடந்த தீராக்காமத்தை அவள் கண்கள் எப்போதும் கசியவிட்டபடியே இருந்தன. பிரகலாம்பாளை நேர்கொண்டு பார்க்கும் யாரையும் அந்தக் காமம் விட்டுவைக்காமல் வேகமாகப் பற்றிக்கொண்டது.

பெட்டிக்குள்ளிருந்து எல்லாவற்றையும் எடுத்துக் கலைத்துப் போட்டுவிட்டு, அதன் நடுவே உட்கார்ந்திருந்தாள் பிரகலாம்பாள். எதிரே சாய்த்துக் கட்டப்பட்டிருந்த கண்ணாடி யில் அவள் உருவம் தெரிந்தது. இந்த உருவம்தான் பிரகலாம்பாளா? இதுதான் நானா? அவளது வனப்பை மட்டுமே பிரதிபலித்துப் பழக்கப்பட்ட ஆளுயர நிலைக் கண்ணாடியை நினைத்துக்கொண்டாள். இளமைபொங்கித் ததும்பும் நிர்வாண உடலின் பிம்பம் அந்த நிலைக்கண்ணாடி யின் உள்ளே இன்னும்கூடப் பொதிந்திருக்குமோ? இருக்கலாம். இருக்கலாம். ஒருவேளை நிலைக்கண்ணாடியே உடைந்து போயிருந்தால் . . ? அப்படியும் நடந்திருக்கலாம். அதற்கும் வாய்ப்பிருக்கிறது. எப்படிப் பாதுகாத்து வைத்திருந்தாலும், ஒருநாள் உடைந்துபோக விதிக்கப்பட்டதுதானே கண்ணாடி. இப்போதும் அவளுக்கு எதிராக ஒரு கண்ணாடி இருக்கிறது. பிரகலாம்பாளுடைய இளமையின் பேரழகை ஒருபோதும் கண்டிராத ரசம்போன கண்ணாடி. வற்றி வறண்டு போன உருவம் ஒன்றை, ‘இதுதான் பிரகலாம்பாள்’ என்று எந்தத் தாட்சண்யமும் இல்லாமல் அவளுக்குப் பிரதிபலித்துக் காட்டியது, ஒரு யோகியைப் போல. அந்தச் சூழலுக்குச் சற்றும் பொருத்தமில்லாமல் சிரித்தாள் பிரகலாம்பாள்.

●

33

ஈரோட்டிலிருந்து வெள்ளகோவில் போகும் பேருந்துகளும் காங்கயத்திலிருந்து கொடுமுடி போகும் பேருந்துகளும் குறுக்கு வெட்டாகப் பெரியபுத்தூரைக் கடந்துதான் போக வேண்டும். அதிசயம்போல ஒருமுறை சின்னப் புத்தூருக்குப் பேருந்து ஒன்றுவந்து போனது. பெரும் மழையும் காற்றும் சேர்ந்தடித்த நாள் ஒன்றில் வடக்கே ஈரோடு செல்லும் சாலையின் ஓரத்திலிருந்த முதிர்ந்த வாகைமரமொன்று வேரோடு சாய்ந்து ரோட்டை அடைத்துக் கொண்டு விழுந்துவிட்டது. அந்த நேரத்திற்குச் செல்ல வேண்டிய பேருந்து ஒன்று, சின்னப் புத்தூருக்குள் வந்து மேற்குப்பாதை வழியாகப் போய் ஈரோடு சாலையை அடைந்தது.

"என்னமோ பஸ்ஸாட்ட மொறையிதே" கள்ளந் தோட்டத்தில் பருத்திக்காடு களையெடுத்துக் கொண்டிருந்த பெண்களெல்லாம் களைக் கொத்தைக் கீழே போட்டுவிட்டு நிமிர்ந்தார்கள்.

காற்று ஒலிப்பானை ஒலித்துக்கொண்டு தூரத்தில் வரும்போதே, ஊருக்குள் பலபேர் அதைப் பேருந்து என்று இனங்கண்டுகொண்டனர். அரசமரத்தடிக்கு வந்து வேகத்தைக் குறைத்துக் கொண்டு, மேற்கே திரும்பியது. வெறும்மேலோடு விளையாடிக்கொண்டிருந்த சிறுவர் சிறுமியர்கள் ஆச்சரியப்படத்தக்க வேகத்தில் அங்கே ஒன்று கூடிவிட்டனர். விளையாட்டின்போது மண்ணும் சகதியும் படிந்திருந்த சிறிய கைகளை அசைத்தபடி, பேருந்தில் பயணித்துக் கொண்டிருந்தவர்களுக் கெல்லாம் டாட்டா காட்டினார்கள். பேருந்து ஓட்டுநருக்குப் பழக்கம் இல்லாத பாதை. நடத்துநர் அதன் படிக்கட்டில் நின்று, விசில் அடித்துச் சத்தம்

பிறப்பொக்கும்

கொடுத்துக்கொண்டிருந்தார். விசில் சத்தத்துக்கேற்றபடி மிக மெதுவாகப் பேருந்தை வளைத்துத் திருப்பி ஓட்டிக்கொண்டு போனார் ஓட்டுநர்.

அதற்குள் அரசமர முச்சந்தியில் கூட்டம் கூடிவிட்டது. அவர்கள் யாரும் பேருந்தைப் பார்க்காதவர்கள் அல்ல. பலமுறை பேருந்துகளில் பயணம் செய்தவர்கள்தான் என்றாலும் தங்களது சிறிய கிராமத்தின் மண்சாலையில் முதல்முறையாக பேருந்து ஒரு புழுதியைக் கிளப்பிக்கொண்டு போவதை ஆச்சரியமாகப் பார்த்துக்கொண்டு நின்றார்கள். பரவசத்தில் மயிர்க்கூச்செறிந்தவர்களாக ஒருவருக்கொருவர் பேசிக்கொண்டனர். கூட்டம்கூடிநின்றவர்களை, பேருந்தில் பயணம் செய்த பயணிகள் பார்த்த பார்வையில் மிதப்பு இருந்தது. இப்படி ஊரே கூடி நின்று வேடிக்கை பார்க்கும்படியான ஒரு பேருந்தில் தங்கள் பயணம் அமைந்ததற்காகப் பெருமிதம் கொண்டவர்களாகக் காணப்பட்டார்கள். அதிலிருந்த இளம்பெண் ஒருத்தி பலரும் தன்னை உற்றுப் பார்ப்பது குறித்துக் கொஞ்சம் வெட்க மடைந்தவளாகக் காணப்பட்டாள். பின்பக்க இருக்கையில், சன்னலோரத்தில் அமர்ந்திருந்த இளைஞன் ஒருவன், சிறுவர்களை நோக்கிக் கையை அசைத்தான். சிறுவர்களுக்கு உற்சாகம் கிளம்பியது. கூச்சலும் சத்தமுமாய் முன்னிலும் வேகமாக, அந்த இளைஞனை நோக்கிக் கையை அசைத்தனர். பேருந்து கிளப்பிச் சென்ற புழுதி அடங்கும் வரைக்கும் அங்கேயே நின்றுவிட்டுப் பின்னர் மெதுவாகக் கலைந்து சென்றார்கள். புழுதிக்குள் சில சித்திரங்களாக, அந்தப் பேருந்து நிகழ்த்திய காட்சிகள் எல்லாருடைய மனத்தை யும் ஆக்கிரமித்து, நாள்முழுவதும் பரவசத்தைக் கொடுத்துக் கொண்டிருந்தன.

●

34

தெண்டபாணி கிளிக்குஞ்சைக் கையில் பொதிந்துவைத்துக்கொண்டு வேணியோடு நடந்தான். காப்பிப் பொடி நிறத்தில் வெள்ளைப் பூக்கள் போட்ட சீட்டிப் பாவாடை கட்டி யிருந்தாள். நிறம் வெளுத்துப்போன பழைய பாவாடை அது. வாங்கிய புதிதில் கால் வழியத் தழைந்து கிடந்திருக்க வேண்டும். வேணி இப்போது வளர்ந்துவிட்டதால் கணுக்காலுக்கு ஏறியிருந்தது. உச்சிக்குப் போய்க்கொண்டிருந்த வெய்யில் பட்டு, கருத்த கணுக்கால்கள் மினுமினுத்தன. பனங்காடு ஆளரவமில்லாமல் சூன்யமாகப் பரந்து கிடந்தது. அத்துவானக் காட்டின் தனிமையில், பக்கத்தில் இருந்த வேணியைப் பார்த்த தெண்டபாணிக்குச் சிலிர்ப்பாய் இருந்தது. அந்தச் சிலிர்ப்பு அடிவயிற்றி லிருந்து கிளம்பித் தொண்டைக் குழியில் நிலைபெற்றது. உடலின் ஈரமெல்லாம் கீழ்நோக்கிப் பாய்ந்து விட்டதைப் போல சட்டென்று அவனுக்குத் தொண்டை வறண்டு, நாக்கு அண்ணாக்கில் ஒட்டிக் கொண்டது. எச்சிலைக் கூட்டி விழுங்கிக்கொண்டு சுற்றிலும் பார்வையை ஓட்டினான்; யாருமில்லை. இப்போது கையிலிருந்த கிளிக்குஞ்சு இடையூறாக இருந்தது. வேப்பமரத்தில் மஞ்சள்நிற நூலைப்போல தொங்கிக்கொண்டிருந்த சீந்தில் விழுதுகளில் ஒன்றை இணுங்கி அறுத்தான். அதைக் கொண்டு கிளிக்குஞ்சின் கால்களைக் கட்டினான். புதர் ஒன்றைத் தேடியடைந்து அதைப் பத்திரமாகவைத்துவிட்டுத் திரும்பியபோது வேணி வெகுதூரம் போய்விட்டாள்.

“வேணீ நில்லு வாரெ.”

அவளை நெருங்கியவுடன் அருகிலிருந்த நொச்சிப்புதர்மீது சிறுநீர் கழித்தான். வெட்கமாகப் போய்விட்டது வேணிக்கு. வேகமாகப் பின்னுக்குத் திரும்பி வேப்பமர நிழலுக்கு ஓடினாள்.

“வேணீ ஓடாத நில்லு.”

சிறுநீர் கழித்துவிட்டுக் குறியை ட்ரவுசருக்குள் போட்டுக் கொள்ளாமல் அப்படியே விட்டுக்கொண்டு நடந்து அவளுக்கு அருகில் வந்தான். பிறகு மிகச் சாவகாசமாக உள்ளே திணித்துக் கொண்டான். இப்போதும் ட்ரவுசரின் இருமுனைகளையும் கட்டிக்கொள்ளாமல் ஒரு கையால் இழுத்துப் பிடித்திருந்தான்.

“ஏ வேணி திழும்பிக் கிட்டே.”

“எம்பட முன்னுக்கே ஒண்ணுக்குப் போறீங்கண்ணா.”

அவள் நிழலுக்கு நின்ற வேப்பமரத்திலும் மஞ்சள் நிறத்தில் சரஞ்சரமாக சீந்தில் விழுதுகள் தொங்கிக்கொண்டிருந்தன. ரத்தநிற மணிகளைக் கோத்துவிட்டதைப்போல கொத்துக் கொத்தாகச் சீந்தில்பழங்கள் கொடியெங்கும் தொங்கிக்கொண் டிருந்தன. பழுத்துச் சிவந்து கிடந்தாலும், ஆசையாகப் பறித்து, அதைத் தின்றுவிட முடியாது; நாக்கு மக்கரித்துப் போகும்.

வேணியின் கையைப் பிடித்துக் கூட்டிக்கொண்டு வேகமாக நடந்தான். வேணிக்கு அவன் செய்கை எதையும் எதிர்கொள்ளத் தெரியவில்லை. அவன் பின்னாலேயே போனாள். காட்டின் மையத்தில் சோடிப்பனைமரத்திற்கு அடியில் வந்தபோது, அவளை மரத்தோடு சாய்த்து வைத்துக் கட்டிப் பிடித்துக்கொண்டான். கருத்த பனைமரத்தின் முரட்டுத் தனமான சொரசொரப்பு அழுந்திவலித்தபோதும் அவனுக்கு எதிர்ப்பாக எதுவும் செய்யாமல் நின்றுகொண்டிருந்தாள். மீண்டும் அவள் கையைப் பிடித்து இழுத்துக்கொண்டு தெற்கு நோக்கிப் போனான். பனங்கருக்குகள் அடர்த்தியாகச் சூழ்ந்திருந்த மணல்மேட்டை அடைந்து, சுற்றிலும் பார்த்துக் கொண்டான். இடமும் சூழலும் அவனுக்குச் சரியாகப் பொருந்தி யிருந்தது. மணலில் உட்கார்ந்தான்.

“இதென்ன வேணி, பாவடெ சாயம் போயிக் கெடக்குது, உள்ளாரெ வேற கலரா” அவளுடைய பாவாடையை உயர்த்தி னான். வேணி வேகமாகப் பின்வாங்கிப் பாவாடையைப் பொத்திக்கொண்டாள்.

“உனக்கு வேணுங்கறமட்டும் பொன்னாம்பூச்சி தாரெ.”

அவளைச் சரிகட்டப் போதுமானதாக இருந்தது. பொன்னாம்பூச்சிகள் கைகளை நிறைத்துக்கொண்டு அவளது கற்பனையில் மொய்த்தன. பின்பு அவளது கையை மீறி, உடலெங்கும் குறுகுறுத்து ஊரியபடித் திரிந்தன. இன்னும் பலம் பெற்றிருக்காத அவளது சிறிய நெஞ்சுக்கூடு அவனுடைய கனத்தைத் தாங்க முடியாமல் திணறியது. அவன் உடம்பிலிருந்து

கிளம்பிய வாடை, ஆட்டுத்தோலுக்கு மூன்றாவது உப்பு வைக்கும் போது எழும் நாற்றத்தை அவளுக்கு நினைவூட்டியது.

"வலிக்குதுண்ணா, என்னையெ வுடு" அழுதபடி அவனைத் தள்ள முற்பட்டாள். அவளது அழுகை பெரிதானபோது, அவனது வேகமும் அதிகமானது.

பலமாக அடித்த பெருங்காற்று, ஒரு அலையைப் போல மணலை எழுப்பித் தூற்றிவிட்டுப் போனது. பனையோலை களை மோதிச் சலனப்படுத்தியது அந்தப் பேய்க்காற்று. வற்றிய ஓலைகளைப் போல சத்தமெழுப்ப முடியாத பச்சை யோலைகள், காற்றின் போக்கிற்கு ஊமையாய் அசைந்து கொடுத்துக் கொண்டிருந்தன. பின்னந்தலையிலும் முதுகிலும் அப்பிக் கிடந்த மணலைத் தட்டிவிட்டுக்கொண்டு எழுந்தாள்.

"செரி போ."

"பொன்னாம்பூச்சீ ?"

"இப்பொக் கெடையாது."

"நெறையாத் தாரன்னு சொன்னையல்லொ."

"கிளிக்குஞ்சு வேணாத் தாரெ, கொண்டு போறயா ?"

"எனக்கு வேண்டா."

அவன் சொன்னது போல் கிளிக்குஞ்சுக்கு இறக்கை முளைக்கும் என்றோ அது சொல்லி கொடுத்ததைப் பேசும் என்றோ வேணி நம்பவில்லை. அவளுக்குப் பொன்னாம்பூச்சி தான் வேண்டும். தெண்டபாணி ட்ரவுசரை இழுத்துக் கட்டிக் கொண்டு கிளம்பினான்.

"எனக்கு பொன்னாம்பூச்சி வேணும்."

வேணி மறுபடியும் எப்போது வேண்டுமானாலும் தேவைப் படலாம் என நினைத்த தெண்டபாணி, ட்ரவுசர் சோபியில் கைவிட்டு ஒரு நெருப்புப்பெட்டியை எடுத்தான். அவசரமாகத் திறந்து வேணியிடம் காண்பித்தான். அதற்குள் ஒரு எலந்தைப் பொன்னான் இருந்தது. அதை எடுத்து உள்ளங்கையில் வைத்துக் கொண்டாள். நெருப்புப்பெட்டியை வேகமாகத் திறந்ததில் அதன் முன்பக்கக் கால்களில் ஒன்று ஒடிந்துவிட்டது. அரக்கு நிற உடம்புடனும் பச்சை நிறத் தலையுடனும் இருந்த எலந்தப் பொன்னான் ஊர்ந்து போய் அவள் விரலைப் பற்றிக்கொண்டது.

"உனக்கு நெய்ப்பொன்னாம் புடிச்சுத் தாரெ, நாளைக்கும் இங்கெ வந்துரு."

புதருக்குள் நகராமல் கிடந்த கிளிக்குஞ்சை செவ்வெறும்புகள் சூழ்ந்து அரித்துக்கொண்டிருந்தன. கிளிக்குஞ்சு கிட்டத்தட்டச் செத்துக்கொண்டிருந்தது. எறும்புகளைத் தட்டி உதறிவிட்டு அதைத் தூக்கிப் பார்த்தான். 'இது கதைக்காவாது' என்று சொல்லிக்கொண்டு, மீண்டும் புதருக்குள்ளேயே வீசிவிட்டு அவன் போக்கில் நடந்தான். தொக்கடாவைத் தாண்டிக் குதித்து வேகமாகப் போய்க்கொண்டிருந்தவனைப் பார்த்துக்கொண்டு நின்றாள் வேணி.

அவள் பனங்காட்டிற்குள் தனித்துவிடப்பட்டவளாக இருந்தாள். தன்னந்தனியாய் நின்றுகொண்டிருந்தவளை, விடாமல் விரட்டிக்கொண்டுவந்து சூழ்ந்திருந்தது உச்சிவெய்யில். குளிர்ச்சியையும் நிழலையும், துணைக்கு ஒரு ஆதரவையும் நினைத்து ஏங்கினாள். தென்னையோலையும் கரும்பந்தோகையும் போட்டு அடுக்கடுக்காக வேய்ந்திருக்கும் கூரைவீடு, குளிர்ச்சியை உள்வாங்கிக்கொண்ட கல்திண்ணையில் அவள் அடிவயிறு பதியக் குப்புறப்படுத்துக்கொள்ளலாம். அது இதமானது. அங்கே அவள் தனியாக இருக்க வேண்டியதில்லை. வீட்டின் எதிர்ப்பக்கமாக இருக்கும் கெடா வேப்பமரத்தினடியில் இந்த நேரத்தில்கூட ஆத்தா, பெரியம்மாயி என்று யாராவது உட்கார்ந்து கதை பேசிக்கொண்டிருப்பார்கள். பேச்சும் பழைமையும் கேட்டபடியே இருக்கும். வீட்டிற்குப் போய்விட நினைத்தாள். தனிமை, வெய்யில், பனங்காட்டிற்கும் அவளது வீட்டிற்குமான நீண்ட இடைவெளி, என்று எல்லாம் சேர்ந்து அவளுக்கு அச்சத்தைத் தந்தது. அவளைப் பிடித்திருந்த அச்சம், அங்கிருந்து அவளை உடனே வெளியேறத் துண்டியது. தொடையிரண்டும் பிசுபிசுத்து ஒட்டிக்கொண்டன. வேகமாக எட்டுவைத்து நடக்க முடியவில்லை. மனதுதான் அவளை முந்திக்கொண்டு சென்றது.

அம்மாவிடம் எதையும் சொல்லவில்லை. நடந்தெல்லாம் அம்மாவிடம் மறைக்கப்படவேண்டியவை என்று வேணி உணர்ந்துதான் இருந்தாள். அடுத்த நாள் பொன்னா தலை சீவி விடும்போதுதான் பார்த்தாள்.

"இதென்ன புள்ளெ, மண்டையெல்லா மலணு."

"வெளையாடும்போது தலையில மண்ணெ அள்ளிப் போட்டுட்டாங்கம்மா."

வேகமாகப் பதில் சொன்னவளைத் திண்ணையில் உட்கார்ந்திருந்த ஆத்தா வெறித்துப் பார்த்தாள்.

❀ 142 ❀ மைதிலி

“எந்நேரமுஞ் சோடிச்சுக்கறா, காடுகாடாத் தொண்டுகளோட சுத்தறா, நேரங்காலமில்லாம பனங்காட்டுக்குள்ள திரியிறா, பள்ளிக்கோடம் வுட்டா வூடு அண்டறதில்ல. கணக்கா நீ வாற நேரத்துக்குத்தே வூட்டுக்கு வாறா. ஒரு படிமானமுமில்ல.” ஆத்தா தன்னிச்சையாகப் பேசத் தொடங்கினாள். மீண்டும் செம்மையாக அடிவாங்க அது போதுமானதாக இருந்தது.

தெண்டபாணிக்கு அடுத்தநாளும் பனங்கருக்குகளுக்குள் போக வேண்டும் போலிருந்தது. வேணியைத் தேடிக்கொண்டு வீட்டுக்கே வந்துவிட்டான். அப்போது அம்பிலியைக் குடித்துக் கொண்டிருந்தாள் ஆத்தா.

“வேணீ வா புள்ளெ, பொன்னாம்பூச்சி கேட்டியல்லொ, உனக்குப் புடிச்சுத்தாறெம் வா” வேணியை எப்படியாவது பனங்காட்டிற்குக் கூட்டிப்போகத் தந்திரம் செய்தான்.

காட்டிலுள்ள பொன்னாம்பூச்சிகளை ஒருசேரக் கொண்டு வந்துவிட தெண்டபாணி ஒருவனால் மட்டுமே முடியும். எந்தக் காட்டில் எந்தமரத்தில் பொன்னாம்பூச்சிகள் இருக்கும் என்பதும் அதை எப்படி நேக்காகப் பிடிக்க வேண்டும் என்பதும் அவனுக்கு மட்டுமே கைவந்த வித்தை. இப்படியெல்லாம் வேணி நம்பினாள். அன்றைக்கு அனுபவித்த வலியும் அவனிடம் அடிக்கும் நாற்றமும் நினைவுக்கு வந்தன. இப்போது அவனோடு போவதா வேண்டாமா என்று யோசித்துக்கொண்டிருந்த போது, சட்டுவத்திலிருந்த அம்பிலியை அலசி ஒரேமடக்கில் குடித்துவிட்டு வேகமாக எழுந்தாள் ஆத்தா. குடுமியை உதறி முடிந்துகொண்டு ஆவேசமாக வெளியே வந்தாள்.

“ஏண்டா தண்டுவா, வேணிதே உனக்குச் சோட்டியாளா, வலுசப்பயெனுக்கு பொட்டப்புள்ளகூட என்னுடா சோ்மானொ, அன்னைக்கே அவங்காயாகிட்டச் சீவக்கட்டெ பிய்ய அடி வாங்குனா, பனங்கருக்குள்ளாற கூட்டிப் போறயா நீயி, வந்தனா மல்றதுக்குக்கோட சாமானமிருக்காது பாத்துக்க, இணுங்கிப் புடுவெ இணுங்கி. ஆடு எத்தச்சோடு, புழுக்கை எத்தச்சோடுன்னு பாரு, மருவாதியா ஓடீரு. வேணி வேணுமா வேணி. வூடேறிக்குட்டு வாரயா நீயி.”

ஆத்தாவிடமிருந்து வந்த திடீா்த்தாக்குதலை எதிர்கொள்ள முடியாமல் திணறிய தெண்டபாணி வேகமாகப் பின்வாங்கினான். வீதிமுக்குத் தாண்டி மாடுநோஞ்சிக்கல்வரைக்கும் ஆத்தாவின் வசவுச் சத்தம் அவனைப் பின்தொடர்ந்து வந்து விரட்டியடித்தது. மிரண்டு ஓடிப்போன தெண்டபாணி அதற்குப்பிறகு வேணியைத் தேடி வரவேயில்லை.

வேணிக்கும் அதிர்ச்சிதான். ஆடுகளை மேய்த்துக் கட்டி விட்டுத் திண்ணையிலும், திண்ணையை விட்டால் கெடா வேப்பமரத்தடியிலும் காலை நீட்டி உட்கார்ந்து ஊர்க்கதை பேசிக்கொண்டிருக்கும் ஆத்தாவுக்கு எப்படியோ தன்னுடைய ஒவவோர் அசைவும் தெரிந்திருக்கிறது. மணல்மேட்டுப் பனங் கருக்குகளுக்குள் போனதெல்லாம் ஆத்தாவுக்கு எப்படித் தெரிந்திருக்க முடியும், அதுவும் அத்தனைதூரம் வந்து அவளால் எப்படிப் பார்த்திருக்க முடியும், யார் சொல்லியிருக்க முடியும், இல்லை யாரும் சொல்லியிருக்க வாய்ப்பேயில்லை. ஆனால் ஆத்தாவுக்குத் தெரிந்திருக்கிறது. அது எப்படி சாத்தியம் என்று தான் வேணிக்குப் புரியவேயில்லை.

வேணிக்கு எப்படித் தெரியும், ஆத்தாவின் பால்ய காலத்தை. முதுமையின் சுடர்மங்கிப்போன பார்வையால், தெளிவாக எட்டிவிடமுடியாத தொலைதூர நினைவுகளில், சிடுக்கு விழுந்து சிக்கிக்கொண்டிருக்கும் சம்பவங்களை. அவை கொடுத்த வடுக்களை. உடலெங்கும் வரிவரியாக விழுந்து விட்ட வயோதிகச் சுருக்கங்கள், அந்த வடுக்களை மறைத்துவிட்ட போதும், அவளது ஆழ்மனதிற்குள் ஆறாமல் உறுத்தும் ரணங்களை. வேணியின் வயதை ஆத்தாவும் வாழ்ந்து கடந்திருக்கிறாள்; அப்படிக் கடந்துவந்த வாழ்க்கையில் தெண்டபாணிகள் இருந்ததும், அவள் வளர்ந்த ஊரில் பனங்கருக்குகளும் மணல் மேடுகளும் இருந்ததும், வேணிக்குத் தெரிந்திருக்க நியாயமில்லை.

●

35

இப்போதெல்லாம் சாணார்வளவு அன்னக்கொடி மணல்மேட்டில் அடிக்கடி அலைந்துகொண்டிருக்கிறாள். அவளிடம் நிறைய பொன்னாம்பூச்சிகள் இருக்கின்றன. அதில் அரிசிப் பொன்னானும் அபூர்வமான நெய்ப்பொன்னானும் கூட இருக்கின்றன. அவையெல்லாம் தினமும் குறைவில்லாமல் முட்டைகளை இட்டுக்கொண் டிருக்கின்றன. சிலநாட்களுக்கும் முன்பு கிளிக் குஞ்சு ஒன்றை வளர்த்தினாள். அவள் ஏமாந்த நேரமாகப் பார்த்து அதைப் பூனை பிடித்துப்போய் விட்டது. அதற்குப் பிறகு காடைக்குஞ்சு வளர்த்துக் கொண்டிருக்கிறாள். கிளிக்குஞ்சைப்போல பூனை யிடம் பறிகொடுத்துவிடாமல் வெங்காயம் போட்டு வைக்கும் கம்பிக்கூடையில் அடைத்து, கவனமாகக் காவல்காத்துக்கொண்டிருக்கிறாள்.பொட்டுக் கடலையை வாயில்போட்டு மென்று காடைக் குஞ்சின் வாயோடு வாய்வைத்து ஊட்டிவிடுகிறாள். ஒரு காடையை இப்படித்தான் வளர்க்கவேண்டும் என்று அன்னக்கொடி எப்படித்தான் தெரிந்து கொண்டாளோ?

அன்னக்கொடியை நினைக்கும்போதே எரிச்சலாக இருக்கிறது வேணிக்கு. அவளைப் பிடிக்காமல் பொறாமையில் பொருமிக்கொண் டிருந்தாள். வேணியின் பொறாமையைப் புரிந்து கொண்டிருந்தாள் அன்னக்கொடி. சிலநாட்களாகத் தான் இப்படி. அன்னக்கொடி வயதில் மூத்தவ ளானாலும் வேணியின் வகுப்பில்தான் படிக்கிறாள். நல்ல ஊட்டமான உடம்பு அவளுக்கு. 'சமையற தக்கனெ வந்துருச்சு, மாரு கழச்சிக்காயாட்ட தெரண்டுருச்சு, சீக்கரமாச் செலவு வெச்சுருவி யாட்ட இருக்குதா, ஒரு துண்டுச்சீலையெ எடுத்து மாராப்புப் போட்டுக்க புள்ளெ' அன்னக்கொடியைப் பார்த்த பெரியம்மாயி இப்படித்தான் சொன்னாள்.

வேணியும் அன்னக்கொடியும் பிரியாமல் ஒன்றாகத் திரிந்தார்கள். செய்யாங்கரம், நொண்டி, பாண்டி, கண்ணாம் மூச்சி, கட்டுங்கட்டும் சேந்துதா, ஒருகொடந் தண்ணியூத்தி ஒருபூ பூத்துச்சா, பூச்சிக்கூடு, குச்சித்தாண்டு, கிச்சுக்கிச்சு தாம்பாளம், கொலைகொலையா முந்திரிக்கா, செட்டுவிளை யாட்டு, மேடா,பள்ளமா, அச்சாங்கல் இப்படி இருவரும் இல்லாமல் விளையாட்டே இல்லை. மாரானுக்குக் கோயில் முறையில் கிடைக்கும் தேங்காய்மூடிகளை எடுத்து வருவாள் வேணி. கலந்து தின்பதற்குக் கருப்பட்டிச் சில்லு தருவாள் அன்னக்கொடி. இப்படியெல்லாம் இருந்த நட்பில் விரிசலை ஏற்படுத்த முடியும், அதுவும் சில பொன்னாம்பூச்சிகளால் சாத்தியப்படும் என்பது யாரும் எதிர்பாராதது. பேசாமல் விலகிப் போனாள் வேணி. நெருங்கிப்போய் இடித்துத் தள்ளி விட்டாள் அன்னக்கொடி. பகை மூண்டது. தோழிகளை எதிரெதி ராக அணிசேர்த்துக்கொண்டு மேலும்மேலும் பகையை வளர்த்தார்கள். எதிர்ப்பட்டுக்கொள்ளும் சந்தர்ப்பங்களி ளெல்லாம் முகத்தைத் திருப்பிக்கொண்டு திரிந்தார்கள்.

"நாங் குடுத்த தேங்காயெக் குடு."

"நாங் குடுத்த கருப்பட்டியெக் குடு."

"நாங் குடுத்த பென்சிலெக் குடு."

"நாங் குடுத்த அழி லப்பரெக் குடு."

மோசமாகச் சண்டையிட்டுக் கொண்டார்கள்.

வேணியிடமிருந்தது ஒரேயொரு பொன்னாம்பூச்சி. கால் உடைந்துபோய் ஊனமுற்றதாக இருந்தது. முட்டையிடாமல் ஏமாற்றிக்கொண்டிருந்தது. கொழுந்து கொழுந்தாகக் கிளுவந் தழைகளைப் பறித்துவந்து போட்டுக்கொண்டேதான் இருக்கிறாள். இரவில் படுக்கப்போகும்போதெல்லாம் சாமியை வேண்டிக்கொள்கிறாள். பொழுது விடிந்ததும் ஆர்வமாகத் தீப்பெட்டியைத் திறந்து பார்க்கிறாள். தின்று மீந்துகிடக்கும் கிளுவந்தழைகளுக்கு நடுவே பழுப்புநிறப் பாசிமணியைப் போன்ற முட்டையை எதிர்பார்த்துத் தேடுவாள்; இருக்காது. சிலநாட்களாகவே ஏமாற்றத்துடன்தான் அவளது காலைப் பொழுது தொடங்குகிறது. அன்னக்கொடியோ உள்ளங்கையை விரித்துப் பொன்னாம்பூச்சி முட்டைகளை வட்டமாகவும் வரிசை யாகவும் வைத்து அழகு காட்டிக்கொண்டிருக்கிறாள். எல்லாரும் அவள் பின்னால்தான் அலைகிறார்கள். வேணியிடமிருந்து ஒவ்வொருவராக விலகி அவளிடம் சேர்ந்துவிட்டார்கள். இப்படி எல்லாருமே அணி மாறியதை வேணி எதிர்பார்க்கவில்லை.

அணி மாறியவர்கள் சும்மாயிருக்காமல் வேணியையும் கூப்பிட்டார்கள். அதில் ஒருத்தி வேணியோடு சமாதானப் பேச்சுவார்த்தை நடத்தினாள்.

“நீயும் வா தே வெளையாடலா, பொன்னாம்பூச்சி பாக்கலா வா.”

“நா வருலெ, நீயே போயிப் பாரு போ.”

“அன்னங்கிட்டச் சொல்லி உனக்குமொரு முட்டெயை வாங்கித் தாரெம் வா” என்றாள் இன்னொருத்தி.

உடன்பாடு ஏற்படவில்லை; பேச்சுவார்த்தையெல்லாம் தோல்வியில் முடிந்தன.

பொன்னாம்பூச்சிகளாலும் அவை இட்ட முட்டைகளாலும் கொண்டாட்டத்திற்குரியவளாக இருந்தாள் அன்னக்கொடி அவளுக்கு நிற்க நேரமில்லை. பள்ளிக்கூடம் விட்டதும் கிளுவந்தழைகளைத் தேடி வேலிவேலியாக அலைகிறாள். வாவிக்கிணற்று இட்டேறிவரைக்கும் போனாள். எப்படியாவது பொன்னாம்பூச்சிகளுக்கு இரைபோட்டுக் காப்பாற்றியே ஆக வேண்டும். தனக்குப் புகழையும் பெயரையும் பெற்றுக் கொடுத்திருந்த பொன்னாம்பூச்சிகளைக் காப்பாற்றுவது தனது தலையாய கடமை என நினைத்தாள். கிளுவந்தழைகளைத் தேடி ஓடிக்கொண்டேயிருந்தாள். பலர் அவளோடு துணைக்குப் போனார்கள். சிறிய கைகளில் கிளுவந்தழைகளைச் சேகரித்துத் தந்து தங்களது பங்களிப்பைச் செய்தார்கள். நீண்ட நாள் உதவிசெய்தவர்களுக்கெல்லாம் அன்னக்கொடி ஆளுக்கொரு முட்டையைத் தந்தாள். அப்போதும் தனக்கென்று போதுமான முட்டைகளை ஒதுக்கிவைத்துக்கொண்டிருந்தாள். அவள் முட்டைகளை உள்ளங்கையில் வைத்து அழகு காட்டிக் கொண்டிருக்கும்போது அடிக்கை போட்டுத் தட்டி விட வேண்டும் போல ஆத்திரம் மூள்கிறது வேணிக்கு. அப்படிச் செய்வது எளிதல்ல. பின்பு எல்லாராலும் புறக்கணிக்கப்பட்டு விடுவாள். கால் முறிந்து ஊனமுற்றிருக்கும் ஒரு பொன்னாம் பூச்சியோடு அவள் ஒரேயடியாக ஓரங்கட்டப்படுவாள். இப்போதிருக்கும் நிலையில் அன்னக்கொடிக்கு எதிராக எதைச் செய்தாலும் ஒதுக்கப்படுவது உறுதி.

வேணியின் பக்கம் யாரும் இல்லை.அவளிடம் கொண்டாடுவதற்கு ஒன்றும் இல்லை. அவளிடம் ஒருபோதும் முட்டையிடாத கால் முறிந்துபோன பொன்னாம்பூச்சி ஒன்று இருக்கிறது. அதை யாரும் மதிப்பதில்லை. தீப்பெட்டியிலிருந்து அதை வெளியே எடுத்துக் காட்டுவதற்கே அவளுக்கு வெட்கமாக

இருந்தது. அன்னக்கொடியோடு உடன்படிக்கை ஏற்படுத்திக் கொள்வதைத் தவிர வேணிக்கு வேறு வழியில்லை. பேச்சு வார்த்தைக்கு வந்தவர்களையும் வீம்பாக விரட்டியாகி விட்டது. இப்போது யாராவது சமாதானம் பேச வருவார்களா என எதிர் பார்த்தாள். யாரும் வரவில்லை. மானம் வெட்கம் பார்த்தால் காரியம் ஆகாது. அன்னக்கொடியிடம் வலிந்து சென்று பேசினாள். தன்னிடம் திருப்பிக்கொண்டு போனவள் வழிக்கு வந்துவிட்டதில் உள்ளூரமகிழ்ந்து போனாள் அன்னக்கொடி. நிரந்தர நட்பைவிட, பகையாளியிடம் வரும் நட்பிற்கு மவுசு அதிகம்; மகத்துவம் வாய்ந்தது; போற்றப்பட வேண்டியது. உடனே பாராட்டப்பட வேண்டியது. அதற்குப் பிறகு பெரும் திருப்பம் நிகழ்ந்தது அன்னக்கொடி அவள்தோள்மீது கைப்போட்டுக் கொண்டாள்; பரிசளித்தாள். அந்தப் பரிசு இதுவரை அவள் யாருக்கும் தராதது. ஒரு எலந்தப் பொன்னான். ஊனம் ஏதுமின்றி முழுமையாக இருந்தது. ஒரு பொன்னாம் பூச்சியையே பரிசாகப் பெற்றுவிட்ட வேணியை எல்லாரும் வெகுவாக மதிக்கத் தொடங்கினார்கள். நீண்ட நாட்களாகத் தழை பறித்துச் சேவகம் செய்த தங்களுக்கு வழங்கப்படாத பொன்னாம்பூச்சி வேணிக்குக் கிடைத்ததில் சிலருக்கு அதிருப்தி இருந்தது. ஒருத்தி அதை வெளிப்படையாகக் கேட்ட போது அன்னக்கொடி கோபம்கொண்டாள். அவளைத் தனக்கு நெருக்கமாக நிற்கவிடாமல் தள்ளிநிற்கவைத்துத் தண்டித்தாள். அன்னக்கொடியிடமிருந்த நெய்ப்பொன்னானும் அரிசிப்பொன்னானும்தான் வேணியின் கனவாக இருந்தது. ஏமாற்றத்தைக் காட்டிக்கொள்ளாமல் சிரித்து விளையாடினாள்.

  வீட்டிற்குப் போன வேணி, சொப்பைக் கவிழ்த்துத் தேடினாள். ஒரே நிறத்தில் ஒன்றுக்கும் மேற்பட்ட எண்ணிக்கையி லிருந்த சிவப்புநிற ரிப்பனையும் மஞ்சள்நிற ரிப்பனையும் தனித்தனியாக ஆராய்ந்தாள். இரண்டு மஞ்சள் ரிப்பன்களும் நல்ல நிலையில் இருந்தன. சிவப்புநிற ரிப்பன்களில் ஒன்று ஓரம்பிரிந்து போயிருந்தது. அதை எடுத்துக்கொண்டுபோய் அன்னக்கொடிக்குப் பரிசளித்தாள். எலந்தப்பொன்னானைக் காலியாயிருந்த 'வெட்டுபுலி' நெருப்புப்பெட்டியில் அடைத்து வைத்தாள். இருவரும் கைகோத்துத் திரிகிறார்கள். பொன்னாம் பூச்சிகளைப் பராமரிக்கும் பணிகளைப் பங்கீடு செய்து வேணிக்குச் சரிசமமாகத் தந்துவிட்டாள். கொடுத்த பணிகளைச் செவ்வனே செய்வதில் திருப்தியுற்றவளாகச் சில நிமிசங்களுக்கு முட்டைகளை வைத்து அழகு காட்டிக்கொள்ள அனுமதிக்கிறாள். நம்பிக்கைக்குரியவளாக மாறிவிட்டாள் வேணி.

வேணியின் ஆழ்மனத்தில் தீராத ஆசை இருந்தது. சில சமயம் அந்த ஆசை வெறியாக மாறிக்கொண்டிருந்தது. எப்படி யேனும் அன்னக்கொடியிடமிருந்து சில நெய்ப்பொன்னாம் பூச்சிகளைப் பெற்றுவிடவேண்டும். அவை இடும் முட்டை களைக் கவனமாகப் பெருக்கவேண்டும். அதுமட்டும் நடந்து விட்டால் போதும்; செல்வாக்கைப் பெற்றுவிடலாம். விலகிப் போன தோழிகள் தன்னை நோக்கி வந்துவிடுவார்கள். தோழிகளைத் தன் அணியில் திரட்டிவிட்டால் பெரும் பான்மையைப் பெற்றுவிடலாம். அதன்பிறகு இல்லாததும் பொல்லாததும் சொல்லி அவளைக் கவிழ்த்துவிடலாம். ஆனால் இதையெல்லாம் வெளிக்காட்டிக்கொள்ளாமல் விசுவாசமாக இருப்பதாகக் காண்பித்துக் கொண்டிருந்தாள்.

வேணியின் விசுவாசத்தை மெச்சிய அன்னக்கொடி தன்னிடமிருந்த நெய்ப் பொன்னாம்பூச்சிகளின் முட்டை களைச் சரிபாதியாகப் பிரித்துக் கொடுத்தாள். வேணிக்குத் தேவை முட்டைகள் அல்ல. முட்டையிடும் நெய்ப்பொன்னாம்பூச்சிகள். அவற்றை அடைந்துவிடும் நாளுக்காகக் காத்திருந்தாள். முட்டைகளைத் தரலாம், பிரச்சினையில்லை. முட்டையிடும் பொன்னாம்பூச்சிகளை எக்காரணம் கொண்டும் தருவதில்லை என்பதில் உறுதியோடு இருந்தாள் அன்னக்கொடி. அவரவர் எண்ணங்களை உள்ளிருத்திக்கொண்டு கைகோத்து விளையாடிக் கொண்டிருந்தார்கள். விளையாட்டின்போது ஒருமித்த குரலில் சத்தமாகப் பாடினார்கள்.

"சங்கிலி புங்கிலி கதவெத் தெற."

"நா மாட்டெ வெங்கலப்புலி."

ஆசைக்கும் சூழ்ச்சிக்கும் எப்போதும் முடிவேயில்லை. ஆனால் பொன்னாம்பூச்சிகளின் ஆயுட்காலம் தற்காலிகமாக எல்லாவற்றையும் முடிவுக்குக் கொண்டுவந்திருந்தது. வண்ணம் நிறைந்த ஓடுகளை நினைவுச் சின்னங்களாகத் தந்துவிட்டு, கொஞ்சநாட்களிலேயே மடிந்துபோய்விட்டன. இனி அடுத்த வசந்தகாலம்வரைக்கும் பொன்னாம்பூச்சிகளைப் பார்க்க முடியாது.

சாதிப்பதற்கும், சபதம் எடுப்பதற்கும், தோற்பதற்கும், வெற்றிகொள்வதற்கும், வெறுப்பதற்கும், அன்பு செய்வதற்கும், தண்டிப்பதற்கும், மன்னிப்பதற்கும் சமவாய்ப்புகளை இடையறாது வழங்கியபடி நிற்காமல் ஓடிக்கொண்டிருந்தது வாழ்க்கை.

●

36

இந்த வருடத்தோடு பள்ளிக்கூடத்தை விட்டு நிற்கப் போகிறாள் அன்னக்கொடி. போன வருடமே அவளை நிறுத்தி வீட்டுவேலைக்கு வைத்துக்கொள்ள நினைத்திருந்தாள் நாச்சாத்தா. மூன்றாவது மகளையும் கட்டிக்கொடுத்தபிறகு சோறாக்க ஆளில்லாமல் போனது. பனையேறும் இடத்தை விட்டு அவளால் அசையவே முடியாது. மரத்திலிருந்து இறக்கும் தெளுவைக் கொப்பரை யில் சேகரிக்க வேண்டும், அடுப்பைப் பற்றவைத்து விட்டால், நிறுத்தாமல் தீயெரித்து ஒரே பக்குவத் தில் பாகு காய்ச்ச வேண்டும். பக்கத்திலிருந்து, அடிபிடித்து விடாமல் கிளறிவிட்டுக்கொண்டிருக்க வேண்டும். பதம் வந்ததும் கருப்பட்டிக்குழிகளில் துணியைப்போட்டு ஊற்றி மூடவேண்டும். நடுச் சாமத்தில் ஆரம்பிக்கும் இந்த வேலைகளெல்லாம் விடிந்தும் முடியாமல் தொடர்ந்துகொண்டே யிருக்கும். பகலெல்லாம் அலைந்து விறகும் தென்னம் பட்டையும் எள்ளுக்கருக்காயும் சுமைகட்டிக் கொண்டுவர வேண்டும். நாச்சாத்தாளுக்கு ஓய்வே யில்லை.

துரையன்தான் “கடைகண்ணிக்குப் போனா காசு எண்ணத் தெரிய வேண்டாமா, ஊருசேரி போனா பஸ்ல ஊருப் பேரெப் படிக்கத் தெரிய வேண்டாமா, அவ அஞ்சாவது வரைக்கும் படிக்கட்டும்” என்று சொல்லிவிட்டான். துரையன் சொன்னால் சரியாக இருக்கும். தங்கைகளின் கல்யாணத்தைச் சீர்செனத்தியோடு நடத்தி முடித்திருந்தான். மூன்றுபெண்களுக்கும் காதுக்குத் தோடும் மூக்குப்பொட்டும் கால்கொலுசும் போட்டுக் கட்டிக்கொடுப்பதென்றால் சும்மாவா. பங்காளி பகுத்தாளியெல்லாம் அசந்துபோய்

விட்டார்கள். ஈஸ்வரியைச் சொந்தத்தில் பெண்ணெடுத்துக் கொண்டான். மற்றவர்களைப் போல மஞ்சள்கட்டையைக் கோத்துக் கட்டாமல், அவளுக்குக் காலேஅரைக்கால் பவுனில் தாலி செய்து கட்டியிருக்கிறான். மகனை நினைத்தபோது மிதப்பாக இருந்தது. மனத்திலும் உடலிலும் தெம்போடு இருந்தார்கள் நாச்சாத்தாளும் கருப்பமூப்பனும் .

துரையன் பொள்ளாச்சிப்பக்கம் தென்னையேறிக் கொண் டிருக்கிறான். தோப்புக்குள்ளேயே சாளைபோட்டுக் குடியிருந் தான். உறவுகளோடு வந்துவிடவும் சொந்த ஊரிலேயே கருப்பட்டிக்கு டோன் போடவும் ஆசை அவனுக்கு. அதற்குக் கையில் இன்னும் கொஞ்சம் காசு சேரவேண்டும் என்று காத்திருந் தான். “இந்தப் பங்குனியோட பண்ணயத்தெ முடிச்சுக்குட்டு சித்தரைக்கி வந்துருவன்” என்று போன மாசித்தேருக்கு வந்த போதே சொன்னவன்தான், பங்குனியிலேயே அடுத்த வருசப் பண்ணையத்திற்கான காசை வாங்கிவிட்டான். “ஊருக்குப் போனா நாயிலுங்கேடா அலையோணு. இங்கென்ன கொறச்சொ நமக்கு. சொந்தஞ் சொந்தமுன்னு சொல்றீங்களே, நம்ப கையிலெ நாலுகாசு இருந்தாத்தே மதிப்பு மருவாதி யெல்லா.”இப்படிப் பேசிப்பேசியே அவன் எண்ணங்களைத் திசைதிருப்பிக்கொண்டிருந்தாள். குளிர்ச்சியான தென்னந்தோப்பு. அதற்கு நடுவே சின்னதாக ஒரு கைச்சாளை. திறமான புருசன். ஒரு ஆண்குழந்தையைப் பெற்றெடுத்திருந்தாள். கணக்கான வாழ்க்கை. ஈஸ்வரி நிறைவாக இருந்தாள். நடைபழகும் குழந்தையை வைத்துக்கொண்டு செரவுசெதுக்கும் மட்டை களை வாரிப்போடுவாள். மரங்களுக்குத் தண்ணீர் பாய்ச்சு வாள். தேங்காய் போடும்போது தோப்பெல்லாம் சுற்றிச் சேகரித்து வருவாள். பனையேறியான அவளுடைய அப்பன் வீட்டில், கடுமையான வேலைகளைச் செய்தவளுக்கு இங்கே யிருந்த வேலைகள் அலுப்பைத் தரவில்லை. தென்னைமரங் களின் குளிர்ச்சியை விட்டுவிட்டு வெய்யில் காந்தும் சொந்த ஊருக்குப் போக அவளுக்கு விருப்பமில்லை.

“எப்புடியாவது, நம்ப பயெம் பெருசாவறதுக்குள்ளாறெ, தென்னந்தோப்பு ஒண்ணெ குத்தகைக்குப் பாக்கோணு, இப்புடி கூலிக்கு மாரடிக்கப்படாது” என்று இப்போதெல்லாம் தனக்குத் தானே சொல்லிக்கொள்வதைப்போல பேசுகிறாள். புதிய ஆசைகள் வேர்விடுகின்றன அவளுக்கு. அசராமல் பாடுபடும் புருசனுக்கு இலக்கை எட்ட எட்ட வைத்துக்கொண்டிருக்கிறாள்.

கருப்பமூப்பனுக்கு துரையனைப் பற்றிக் கவலையில்லை. துரையன் எத்தனையோ முறை பொள்ளாச்சிக்கு வந்து கொஞ்ச

நாள் தங்கிப் போகும்படிக் கூப்பிட்டுவிட்டான். நாச்சாத்தாளுக்கும் ஆசைதான். இங்கேயிருக்கும் பனைகளையும் குடிசையிட்டிருக்கும் பாறையையும்விட்டு ஒருநாள்கூட அகல மனமில்லை. என்ன சொல்லியும் மறுத்துவிட்டான், பனைமரத்தைப் போலவே முரட்டுத் தோற்றத்தையும் தயையான குணத்தையும் கொண்ட கருப்பழுப்பன்.

கடைசித்தங்கை அன்னக்கொடியின் மேல் பிரியமாக இருந்தான் துரையன். அண்ணனைப் பற்றி வேணியிடம் பெருமை பேசிக்கொண்டேயிருப்பாள். அன்னக்கொடியைப் பனையேறி மாப்பிள்ளைக்குத் தருவதில்லையாம். டவுன் மாப்பிள்ளைக்குத்தான் கட்டித்தரப் போகிறானாம். இதைச் சொல்லும்போது அன்னக்கொடிக்கு வந்த வெட்கத்தை விநோதமாகப் பார்த்துக்கொண்டு நின்றாள் வேணி.

அண்ணன் வாங்கிக் கொடுத்தது என்று சொல்லிக் கொண்டு, பெரிய பெரிய பூப்போட்ட சீட்டிப் பாவாடையும் பாலியஸ்டர் சொக்காயும்தான் போடுகிறாள் அன்னக்கொடி. ஈஸ்வரி, ஊரிலிருந்து வரும்போதெல்லாம் டர்லின் புடவை கட்டியிருக்கிறாள். அவள் கட்டும் உள்பாவாடைகூட ப்ரில் பாவாடைதான். நாச்சாத்தாளும் ஊர்சேரி போகும்போது, முரட்டுத்தறிச் சேலைகளைக் கட்டுவதில்லை. மென்மையான நெகமம் புடவையை, சரசுவிடம் கொடுத்து, பொட்டிபோட்டுத் தரச் சொல்லிக் கட்டுகிறாள். "பனங்கொட்டெ மொளச்ச எடத்துல குடுசுப் போட்டுப் பொழைக்கறவளுக்கு வந்த வவுசியப் பாரு, ஆத்தாமாருகளாட்ட சீலக்கட்டு" என்று நாச்சாத்தாளைப் பார்த்து அங்கலாய்த்துக்கொண்டது ஊர்ச்சனம்.

○

சட்டிகளும் பானைகளும் மொடாக்களும் குடங்களும் சொப்புகளும் சட்டுவங்களும் ஆசாரம் முழுவதும் உலர்ந்து கொண்டிருந்தன. ஈரம் உலர்ந்த பானைகளை ஒவ்வொன்றாக எடுத்து, தட்டுக்கட்டையால் தட்டித் தட்டி அடிப்பகுதியை இணைத்துக்கொண்டிருந்தான் முத்துச்சாமி. மண்ணுடையான் சண்முகத்துடைய மகன். வேலை முடிந்தபின்பு திருகையில் அப்பியிருக்கும் களிமண்ணை வழித்தெடுத்து, தங்கச்சி அங்காயாளுக்குச் சின்னச்சின்ன விளையாட்டுச் சொப்புகளைச் செய்து தருவான். அதையெல்லாம் வைத்து விளையாடும்போது உடைந்துபோய்விடுமென்று யாரையும் தொடக்கூட அனுமதிக்க மாட்டாள் அங்காயா. அதைப் பார்த்துவிட்டு,

மண்ணைப் பிசைந்து தானும் அதுபோல செய்து பார்க்கிறாள் வேணி. அவையெல்லாம் காய்ந்தவுடன் விண்டுபோய் மண்ணாவே உதிர்ந்துவிடுகின்றன.

மண்சொப்புச் சாமன்களுக்கு அங்காயா சொந்தக்காரி. இதயக்கனி மரப்பாச்சிப் பொம்மைகளுக்குச் சொந்தக்காரி. சாந்தி இரும்பில் அடித்த இரண்டுசோடித் தாயக்கட்டைகளுக்குச் சொந்தக்காரி. நொங்குவண்டிகளுக்கு அன்னக்கொடி சொந்தக்காரி. வேணி மட்டும் குறைந்தவளா என்ன, அவளிடம் இருக்கும் கலர்கலரான ரிப்பன் வேறு யாரிடம் இருக்கிறது? உதிர்ந்த மண்ணை உதறித்தட்டிவிட்டுப்போய்ச் சொப்பை எடுத்தாள். அதிலிருந்த ரிப்பன்களை ஒவ்வொன்றாக எண்ண ஆரம்பித்தாள்.

மாசித்தேர் வரப் போகிறது. மாசிமாதம் பிறந்துவிட்டால் ஒவ்வொரு குடியானவர் வீடுகளுக்கும் தேவையான மண் பாண்டங்களைப் புதியதாகக் கொடுக்க வேண்டும். வீட்டிற்கு இரண்டு பானை, மொடா, சட்டி, சட்டுவம் என்று எண்ணி எடுத்துத் தர வேண்டும். புதுப்பாண்டங்கள் உள்ளே வந்தவுடன் பழைய பானைகளையும் சட்டிகளையும் சாணி கரைக்கவும் சுண்ணாம்பு வேகப்போடவும் பொடக்காணியில் வெந்நீர் காய வைக்கவும் என அடுத்த கட்டப் பயன்பாட்டிற்கு வெளியேற்றி விடுவார்கள் குடியானவர்கள்.

இன்னும் இரண்டுநாட்களில் சூளைபோட்டால்தான் சரியாக இருக்கும். சூளைபோடுவதற்காகக் கட்டைவண்டியில் வழிவட்டாரமே போய் முள்சரல்களையும் தென்னம் மட்டைகளையும் கொண்டுவந்து இறக்கியிருந்தான் முத்துச்சாமி.

மாதக்கணக்காக, வனைந்து உலரவைத்த பாண்டங்கள் சூளையில் வேக வேண்டிக் காத்துக் கிடந்தன. எடுத்துப்போய் ஒன்றின்மீது ஒன்றாகக் கவனமாக அடுக்கிவைத்து, தென்னம் மட்டைகளையும் முள்சரல்களையும் மேலேயும் கீழேயும் போட்டு மூடிச் சூளைபோடுவார்கள். சூளைபோடும் நாளில் பாப்பாத்தி விரதம் இருப்பாள். குளித்து ஈரச்சேலையுடன், சூளை காக்கும் காவல்காரனான சூளைக்கருப்பனிடம் வேண்டிக்கொள்வாள். முறுக்குமீசையோடும் கையில் உயர்த்திய அரிவாளோடும் உட்கார்ந்திருக்கும் கருப்பன் ஒரு குயவன். முன்னொரு காலத்தில், அவன் சூளைக்குப் பக்கத்தில் கணவனை இழந்த பெண்ணொருத்தி ஒரே மகனுடன் வாழ்ந்திருந்தாளாம். கருப்பன் சூளைக்கு வைத்த தீ அதைத் தாண்டி அவள் குடிசையைப் பற்றிவிட்டதாம். அவளுடைய

மகன், எரியும் குடிசைக்குள் சிக்கி, இறந்துவிட்டானாம். ஒரே ஆதரவாக இருந்த ஒற்றை மகனை இழந்து, நியாயம்கேட்டுக் கதறிய அந்த விதவைத்தாய்க்கு நீதி வழங்கும் பொருட்டு அதே தீயில் குதித்து உயிரைப் போக்கிக்கொண்டானாம் சூளைக் கருப்பன். தீயில் இறங்குவதற்கு முன்பாகச் சத்தியம் செய்து கொடுத்தானாம். 'குயவன், சூளைக்கு இடும்தீ பற்றி எரிந்தாலும் படர்ந்து எரிந்தாலும் சுற்றி எரிந்தாலும் சுழன்று எரிந்தாலும் எக்காலத்திலும் குடிசையை நாடாது, கூரையை அண்டாது, நான் காத்துக் கொடுப்பேன்' என மண்ணில் அறைந்தானாம். கருப்பன்செய்துகொடுத்த சத்தியத்தை ஞாபகப்படுத்தி, சூளை எரியும்வரை அவனைக் காவலுக்கு நிற்கச் சொல்லிச் கைகூப்பிக் கேட்பாள் பாப்பாத்தி.

விழுந்து கும்பிட்டுவிட்டுச் சூடத்தை ஏற்றிச் சூளைக்குத் தீயிடுவாள். மெதுவாகப் பற்றும். மளமளவெனப் பரவும். உயர மாகத் தாண்டும். ஒருபோதும் கூரைகளை அண்டாது. சூளைக் கருப்பன் காத்துக்கொண்டேயிருந்தான்.

சீரான வேகத்தில் சுழன்றுகொண்டிருந்தது திருகைமனை. சந்தனம்போல குழைந்திருந்த களிமண்ணைக் கூடையில் அள்ளிக்கொண்டுவந்து கொட்டிக்கொண்டிருந்தாள் பாப்பாத்தி. வனையும் பானையின் அளவிற்கேற்ப மண்ணை அள்ளித் திருகையின் மையத்தில் வைத்துப் பக்குவமாய் மேலே கொண்டு வந்தான். சட்டென்று கையை லாவகமாக விரித்துப் பின்பு அதே வேகத்தில் குறுக்கினான். குழைந்த மண்ணிலிருந்து பானை ஒன்று உருப்பெற்றிருந்தது. திருகை சுழல்வது நின்றது. அறுப்புத் தகடை வைத்து மெதுவாக அடியை அறுத்தெடுத்தான். பச்சைமண் பானையை அப்போதுதான் பிறந்த குழந்தை ஒன்றை ஏந்துவதைப் போல எடுத்துப்போய்க் காய வைத்தாள் பாப்பாத்தி.

அடுத்த பானைக்காக மீண்டும் சுழலத் தொடங்கியது திருகை.

❍

துரையன் கிடையில் விழுந்து மூன்றுமாதங்கள் ஓடி விட்டன.

மாசித்தேருக்கு வந்துபோன துரையன், பதினைந்தாம் நாளே செயலற்றவனாக ஊருக்குத் திரும்பிவிட்டான். மரத்திலிருந்து தவறிவிழுந்து இடுப்பு முறிந்துபோனது. கருப்பமூப்பனுடைய நம்பிக்கையில் இடி விழுந்திருந்தது. படுக்கையாகக் கிடந்த புருசனைவிட்டு நகரவேயில்லை ஈஸ்வரி. குழந்தையைத்

தன் அம்மாவிடம் ஒப்படைத்துவிட்டு, கட்டில் குத்துக்காலடியி லேயே கிடந்தாள். "பொண்டாட்டின்னா இப்புடியல்லொ இருக்கோணு" எனப் பார்த்த சனம் வாயுருகியது. துரைய னுடைய கட்டிலுக்குப் பக்கத்திலேயே படுத்திருந்தாள் ஈஸ்வரி.

மூன்றுமாதங்களாக அப்படித்தான் பார்த்துக்கொண்டாள். இப்போதெல்லாம் விரித்துப்போட்டிருக்கும் ஈஸ்வரியின் படுக்கை இரவு முழுவதும் காலியாகக் கிடக்கிறது. கொஞ்ச நாட்களாகவே அவ்வப்போது காணாமல்போய்விடுகிறாள். அவளது உடம்பெல்லாம் கொழுக்கட்டாம்புற்களின் பச்சை வாசனை நீங்காமல் ஒட்டியிருந்தது. உள்ளங்கால்களில் குத்தி, முனைமுறிந்து போன ஆனைநெருஞ்சிமுட்கள் களைய முடியாமல் ஆணிவிழத் தொடங்கியிருந்தன. கட்டியிருக்கும் சேலையில் ஒட்டுநெருஞ்சியும் நாயுருவிமுள்ளும் அவளால் உதிர்க்க முடியாதபடிக் குத்திக்கொண்டன. ஊசிப்புற்கள் சேலையின் உள்மடிப்பையும் தாண்டி, ஊடுருவிப்போய்க்கொண்டே யிருந்தன. அவள் நடக்கும்போதும் உட்காரும்போதும் அசையும் போதும் குத்துவதில் 'சுருக் சுருக்'கென்று வலித்தது. உறுத்திக் கொண்டிருக்கும் ஊசிப்புற்களை எப்படியாவது கண்டுபிடித்து விடும் முனைப்புடன் தேடினாள். கண்டுபிடிக்க முடியாமலும், குத்தல்களைத் தாங்கமுடியாமலும் அவற்றைக் களைந்து தூக்கி யெறிந்துவிடும் முனைப்போடு நாளெல்லாம் தீவிரமாகத் தேடிக் கொண்டேயிருந்தாள் ஈஸ்வரி.

துரையனுக்கு இப்போது எல்லாமே பழகிப்போயிருந்தது. கனவாகிப்போன வாழ்க்கையில்தான் எதிர்காலம்பற்றி எத்தனை கனவுகள். ஒரேஒருநொடியில் எல்லாமே மாறிப் போய்விட்டது. தனக்குநேர்ந்ததெல்லாம் ஒரு கனவுபோல கலைந்து போகக் கூடாதா என மருகினான். வலுவேறிய உடம்பு அவனுக்கு. கண்ணுக்கெட்டிய தூரம்வரைக்கும் சுற்றிலும் தென்னை மரங்கள் சூழ்ந்த தோப்பு. வெம்பரப்பில் போட்டிருக்கும் கயிற்றுக்கட்டிலில் ஈஸ்வரியை அணைத்துக்கிடந்த நாட்கள். அவளுடைய வியர்வை வாசனை இப்போது நினைத்தாலும் மனத்துக்குள்ளிருந்து மேலெழும்பியது. இறங்கவிடாமல் தடுக்கும் தென்னையோலைகளைத் தாண்டிவந்து அவனது பரந்த முதுகில் படரும் நிலா வெளிச்சம். அவனுடைய உழைப்புக்கும் காமத்திற்கும் சளைக்காமல் சரிக்குச்சரியாய் ஈடுகொடுத்தவள். வெம்மையையும் குளிர்ச்சியையும் மாறி மாறித் தந்த உடல் அவளுடையது.

வாழ்க்கையில் எத்தனை எத்தனை சந்தோசங்கள். அனுபவிக்கும்போது புரியவில்லை. இல்லாமல் போனபோது

தான் புரிகிறது. வேறு யாருடைய வாழ்க்கையையோ பார்ப்பதைப் போல தன் வாழ்வைப் பின்நோக்கிப் பார்த்தான். இழுத்துக் கொண்டு வந்து நினைவில் நிறுத்தினாலும் நழுவிக்கொண்டு போனது; போகட்டும்; எல்லாமே பொய். இதுதான் நிஜம் இப்படிக் கட்டிலில் கிடையாய்க் கிடப்பது மட்டுமே நிஜம். நிஜம் கனத்தது; உறுத்தியது; தாள முடியாததாய் இருந்தது; தகர்க்கவே முடியாத நிஜமாய் நின்றது; உள்ளும் புறமும் அவனை வெக்கை சூழ்ந்தது.

மகனுக்கு நேர்ந்துவிட்ட கதியையும் மருமகளின் போக்கையும் நினைத்துக் குமைந்துகொண்டிருந்தவளால் தொடர்ந்து பேசாமல் இருக்க முடியவில்லை. பொறுத்துக்கொள்ள முடியாமல் கேட்ட நாளில், மாமியாளும் மருமகளும் குடுமியைப் பிடித்து அடித்துக்கொண்டார்கள். இருவரும் விடுவதாகவோ விலகுவதாகவோ இல்லை. நடுவில் விழுந்து தடுத்துப் பார்த்த கருப்பமூப்பனாலும் முடியவில்லை. நாச்சாத்தாளை அடித்து விட்டான். சின்ன வயதுக்காரியிடம் அடிவாங்கிய ஆத்திரத்தோடுபுருசன் அடித்ததும் சேர்ந்துகொள்ள மொத்தமாக ஆவேசம் கிளம்பியது நாச்சாத்தாளுக்கு. மூர்க்கத்துடன் கருப்பமூப்பனை நோக்கித் திரும்பினாள்.

"சாமஞ் சாமமாச் சந்தையெ மேயறா. காடுகாடாப் போயி கண்டவங்கோடப் பொரண்டுட்டு வாரா, அதெக் கேட்டா என்னையெப் போட்டுக் கொல்றையா நீயி, ஊரெ மேய்ச்ச தட்டுவாணி, உங்கிட்டயுமு தூக்கிக் காமிச்சுட்டாளா, உன்னையுமு அவெ காலுக்குள்ள வுழுக்காட்டிட்டாளாக்கு, கூதி கொழுத்த முண்டெ, நீ வேணுமின்னா அவளெச் சின்னப் பொண்டாட்டியா வெச்சுக்கவே. தேவுடியா முண்டெ, எம் புருசனையுங் கைக்குள்ளார போட்டுக்குட்டா" சாமம் வரைக்கும் தொடர்ந்தது சண்டை. வீதியெங்கும் உரத்துக் கேட்டது நாச்சாத்தா போட்ட சத்தம்.

துக்கத்தோடு கண்களை இறுக மூடிக்கொண்டான் துரையன். யாரையும் குறை சொல்ல முடியவில்லை. எல்லாருக்கும் அவரவர் பக்கம் அதற்கான நியாயம் இருந்தது. 'நான் தான், நான் மட்டும் தான் குற்றவாளி. என்னால்தான். என்னை முன்னிட்டுத்தான் இந்த சண்டையெல்லாம்.' துரையன் முகத்தை மூடிக்கொண்டு உடல் குலுங்க அழுதான். மூடிய கைகளுக்குள் கண்ணீர் நிற்காமல் வழிந்தது. எல்லாவற்றையும் உதறிக்கொண்டு எழவேண்டும் என்று வேகம் வந்தது. 'நீ இயலாதவன்' என்று வலியோடு உணர்த்தியது அவனது உடம்பு.

"மாமியா மருமவளாட்டவா பேசிக்கறாங்கொ, நாயும் பன்னியாட்ட அடிச்சுக்கறாங்கொ போ" ஊர் சிரித்துப் போனது.

அவனுடைய இருப்பு எல்லாருக்கும் பழகிப்போயிருந்தது. அவரவர் வேலையைப் பாரத்துக்கொண்டு இயல்பாக இருந்தார்கள். அவனுடைய நிலையை எல்லோரும் ஏற்றுக் கொண்டுவிட்டார்கள். கடைசியில் துரையனும் ஏற்றுக் கொண்டான்.

சந்தோசப்படுபவர்களின் பொருட்டு கூடவுமில்லை, துயரப்படுபவர்களின் பொருட்டு குறையவுமில்லை. சற்றும் தயவென்பதே இல்லாமல், ஒரு நொடியும் தவறாமல் விடிவதும் முடிவதுமாக நகர்ந்தது காலம்.

●

37

“ஏ தே வேணீ, கருப்பட்டிச் சில்லு திங்கறயா” பாவாடைத் துணியில் ‘காக்கக்கடி’ கடித்துப் பாதியைக் கொடுத்துவிட்டு,மீதியை வாயில் போட்டுக்கொண்டாள். ‘உனக்கு வேணு மாண்ணா’ துரையனின் தலைமாட்டில் ஒரு சில்லைக் கொண்டுபோய் வைத்தாள். உரியில் தூக்கியிருந்த சட்டிக்குள்ளே இடுக்கியை விட்டுத் துழாவினாள். புளியும் கருப்பட்டியும் கலந்த பாகில் ஊறிக்கொண்டிருந்த பன்றிக்கறியில் வார்க்கறி யாகப் பார்த்து இரண்டை எடுத்துக்கொண்டாள். விரலிடுக்கில் வழிந்த பாகை நக்கிக்கொண்டே தின்றுவிட்டு, கட்டியிருந்த பாவாடையில் கையைத் துடைத்துக்கொண்டாள். வேணிக்கு அதைத் தரவில்லை “நாஞ் சாளைக்குப் போறெ, நீயும் வாறயா”அன்னக்கொடி, தெளுவுக் காய்ச்சிக் கொண்டிருக்கும் கொத்துக் காட்டிற்குப் போகப் போகிறாள். அங்கே அவளுக்கு வேலையிருந்தது.

வேணி யோசித்தாள். நெடுந்தூரம் போக வேண்டும். போனது தெரிந்தால் அம்மா அடிப்பாள். அங்கே போனால் சப்பித் தின்னப் பாகு கிடைக்கும்.

வேணி கிளம்பிவிட்டாள். போகும் வழி யெங்கும் எதையெல்லாமோ தேடிக்கொண்டே போனார்கள். வண்டிப்பாதையின் ஓரத்தில் பூத்துக் கிடந்த காசித்தும்பைப் பூக்களைப் பறித்துக் காதில் தோடு போட்டுக்கொண்டார்கள். நுனியில் முள்ளிருக்கும் சங்கந்தழைகளைப் பறித்துத் தொங்கட்டான் மாட்டிக்கொண்டார்கள். நெருஞ்சிப்பூவை மூக்குத்தியாக ஒட்டவைத்துக் கொண்டு ஒருவரையொருவர் அழகு பார்த்துக் கொண்டார்கள். ஊமத்தங்காய்களைப் பறித்துத் தலைசீவிக் கொண்டார்கள். மையமாக வேரை வைத்துக்கொண்டு தரையெங்கும் நீண்டுகிடந்த

சவுரிக்கொடிகளைப் பிடுங்கி, சடை பின்னிக்கொண்டார்கள். சட்டென்று நீளமாகிவிட்ட 'கூந்தலை'த் தூக்கிப்பின்னால் வீசி நடந்த நடையில்ஒய்யாரம் வந்து ஒட்டிக்கொண்டிருந்தது.

போகவேண்டிய பாதை இன்னும் தீராமல் கிடந்தது. புளியங்காட்டு வண்டிப்பாதை. அதிலிருந்து இறங்கினால் வசவங்காட்டு இட்டேறித் தடம். அப்புறம் கிழக்கே வட்டப் பாறையைத் தாண்டினால் நீண்டுகொண்டே போகும் ஒத்தை யடிப் பாதை. அதன் முடிவில் தடம் சட்டென்று விரிவாங்கி, பெரும்பரப்பாகக் கேட்பாரற்றுக் கிடந்தது. குத்துக்குத்தாகப் பாறைகள். அதன் நடுவே வெள்ளை வேலாமரங்களும் கருவேல மரங்களும் போட்டிபோட்டுக்கொண்டு அடர்ந்த தூரோடு சிலிர்த்துக்கொண்டு நின்றன.

காடெங்கும் பரவியிருந்த கருவேலம் பூக்களின் வாசம் மரத்தடியில் இன்னும் கூடியிருந்தது. சின்னச்சின்ன பஞ்சு உருண்டைகளைப் போன்ற மஞ்சள்நிறக் கருவேலம்பூக்கள் கற்பாறை முழுவதும் சிதறிக் கிடந்தன.

பாறைகளுக்கு நடுவே மறைந்து மறைந்து ஓடியது ஒற்றையடிப்பாதை.

"தடமெல்லா முள்ளாக் கெடக்குது, பாத்து வா தே."

கவனமாக நடந்தும்கூட முள் ஏறிவிட்டது. காலை அழுத்தித் தேய்த்துக்கொண்டு தொடர்ந்து நடந்தார்கள். எட்டுக்கல் பாறையைத் தாண்டியவுடன் நாணப்பாழி. பாசியைப் போர்த்துக்கொண்டு பச்சையாக அசைந்தது பாழித்தண்ணீர். அங்கிருந்து வளைந்து, வடக்கே திரும்பி, நழுவிவிழுவதைப் போல நொய்யலை நோக்கிச் சரிந்தது ஒற்றையடிப் பாதை. அதைப் பிடித்துக்கொண்டே போனால் கொத்துக்காடு. நொய்யல், கொத்துக்காட்டு வடக்குவேலியைத் தொட்டுக்கொண்டுதான் ஓடியது. காட்டிற்குள் நுழைவதற்கும் முன் இருவரும் நொய்யல் கரையில் இறங்கினார்கள். மணலைத் தோண்டி ஊற்றுப் பறித்தார்கள். தெளியக் காத்திருந்து, தண்ணீர் குடித்தார்கள். முன்பே தோண்டப்பட்டிருந்த ஊற்றுக்களில் நண்டுகள் ஊர்ந்துகொண்டிருந்தன. அன்னக்கொடி ஒரு நண்டைப் பிடித்து வேணியை நோக்கி வீசினாள். அவள் வீச்சுக்குப் போகாமல் விரல்களைக் கவ்விக்கொண்டது நண்டு. கரையோரமிருந்த ஊற்றுக்களைச் சுற்றிக்கொண்டு வளைந்து வளைந்து ஓடினாள் வேணி. வடக்கு நோக்கி வந்த காற்றில் கருப்பட்டிப் பாகின் மணம் நொய்யல்கரைவரைக்கும் அடித்தது.

“பாகு முத்தறதுக்குள்ள போயறலாம் வா” வேப்பமரத்தை ஒட்டியிருந்த கடவைத் தள்ளிக்கொண்டு ஓடினார்கள். வேணியுடைய ‘சடை’ கழன்று விழுந்தது. உடனே அன்னக்கொடியுடைய ‘நீண்ட சடையை’ இழுத்து உருவிவிட்டுவிட்டு முன்னால் ஓடினாள் வேணி. கொத்துக்காடு. சும்மாடுபோல உச்சியில் ஓலையைச் சுமந்துகொண்டு காடுமுழுவதும் நெடிந்து நின்றன பனைமரங்கள். கருப்பமூப்பனின் சொத்து. வேலாமரங்கள் சூழ்ந்திருந்த பரப்பைத் தட்டிச் சமதளமாக்கிச் சாளை ஒன்றைப் போட்டிருந்தான். கொப்பரையை விழுங்கிவிடுவதுபோல நாக்கை நீட்டித் தாண்டிக்கொண்டிருந்தன தீப்பிழம்புகள். தீயின் வேகம் குறைந்துவிடாமல் கவனமாக எரித்துக்கொண்டிருந்தாள் நாச்சாத்தா. கொப்பரை காய்ச்சுவதற்காக எள்ளுக்கடுங்காய் கத்தைகத்தையாகக் கொண்டு வந்து குவிக்கப்பட்டிருந்தன.

“வந்து சேர இந்நேரமாச்சாலே, இந்தப் புள்ளெய எனத்துக்குக் கூட்டியாந்தே, இங்கெ இருக்கற வேலையெக் கெடுக்கறதுக்கு” வேணியைக் கூட்டிவந்ததற்காக மகளைக் கடிந்துகொண்டாள் நாச்சாத்தா. அடுப்புத் தீயின் வெம்மை முகத்தை வாட்டியது. சூடு தாங்காமல் முகத்தைச் சுழித்துக் கொண்டாள். அந்தச் சுழிப்பு நிரந்தரமாகத் தங்கி, அவள் முகமெங்கும் சுருக்கங்களாக வரியோடியிருந்தன. அம்மாவின் பேச்சைப் பொருட்படுத்தாமல் பக்கத்தில் கிடந்த பனையோலையைக் கிழிசல்களாக ஒடித்துக்கொண்டு வந்தாள் அன்னக்கொடி.

“பாகு இழுக்கிக் குடுங்கண்ணா” கிளறிவிட்டுக்கொண்டிருந்த அப்பாவிடம் ஓலைக் கிழிசல்களை நீட்டினாள்.

கொதித்துக்கொண்டிருக்கும் பாகில் ஓலைக்கிழிசலை நனைத்துக் கொடுத்தான் கருப்பமூப்பன். மென்சூட்டுடன் இருந்தது இளம்பாகு. சுவைத்துக்கொண்டே கடலையுருண்டை, கம்மர்கட், பேப்பர்மிட்டாய், பொரியுருண்டை, தேன்மிட்டாய் என்று நினைத்துப் பார்த்தாள் வேணி. எதுவுமே இதன் சுவைக்குக் கிட்டக்கூட வர முடியவில்லை.

அன்னக்கொடிக்கு நிறைய வேலையிருந்தது. மேவியிருக்கும் கருப்பட்டிக் குழிகளைச் சரிசெய்ய வேண்டும். துணியைப் போட்டுத் தயாராக வைத்திருக்க வேண்டும். குழிகளில் முற்றிய பாகை ஊற்றும்போது சரியாக விழ, அம்மாவுக்கு உதவ வேண்டும். ஏற்கெனவே எடுத்துவைத்திருக்கும் கருப்பட்டிகளைப் பிசிறு தட்டிக் கூடையில் அடுக்க வேண்டும். வேணியும் கூட இதற்கெல்லாம் உதவ முடியும்தான். நாச்சாத்தா கருப்பட்டி போடும்போது, தீட்டுக்கூடாது என்று நினைப்பாள். தீட்டுப்பட்டு

விட்டால் பாகு, பதம் மாறிவிடும் என்றும் கருப்பட்டி விண்டு போய்விடும் என்றும் சொல்வாள்.

"நாசுவப்புள்ளெ எதையுந் தொடப்படாது" என்று தடுத்து விடுவாள். வேணி எல்லாவற்றையும் வேடிக்கை பார்த்துக் கொண்டு நின்றாள். பொழுது இறங்கிக்கொண்டிருந்தது. அன்னக்கொடிக்கு வேலை முடிவதாயில்லை. அவள் ராத்திரிக்கு அங்கேயே தங்கவேண்டியிருந்தது. இப்போது வேணி தனியாகத் தான் திரும்ப வேண்டும். பொழுது வேகமாக இறங்கிவிட்டது.

"போயிருவியா புள்ளெ" அன்னக்கொடி பரிதாபத்தோடு கேட்டாள். வேணிக்குத் தவிப்பாயிருந்தது. அன்னக்கொடியை யும் நாச்சாத்தாளையும் கருப்பமூப்பனையும் மாறிமாறிப் பார்த்தாள். அவளைத் தனியாக அனுப்புவதில் எல்லாருக்கும் சங்கடம் இருந்தது. அங்கேயே தங்குவதும் சாத்தியமில்லை. போய்த்தான் ஆக வேண்டும். வேறு வழியில்லை. வேணி திரும்பி நடந்தாள்.

"நீ எம்பட கண்ணுக்கு மறையறமுட்டு நாம் பாத்துக்குட்டே இருப்பம்போ."

வேணி கடவைத் திறந்து வெளியேறினாள்.

"பயப்படாமப் போ புள்ளெ" அன்னக்கொடி சத்தமாகச் சொன்னாள்.

நொய்யல் கரையில் இறங்கிவிட்டாள்.

"டிட்ட்டீவ் . . . டிட்ட்டீவ் . . ."ஆள்காட்டிக்குருவி ஒன்று அவளது திடீர் பிரவேசத்தைச் சத்தமாகப் பறைசாற்றிக் கொண்டு தன் ஈர்க்குச்சிக் கால்களால் பாறைகளைத் தாண்டித் தாண்டிப் போனது. நிறைந்த அமைதியில், அந்தத் தீர்க்கமான ஒற்றைக் குரல் வேணிக்கு அச்சத்தை விதைத்தது. ஒற்றையடிப் பாதையில் வேகமாக மேடேறினாள். அங்கிருந்து திரும்பிப் பார்த்தாள். சொன்னபடியே அன்னக்கொடி அவளை நோக்கிக் கையசைத்துக்கொண்டிருந்தாள். கொஞ்சம் தெம்பு வந்தது. அதற்கும்மேல் பாதை பள்ளத்தில் இறங்கி நாணப்பாழியை நோக்கிச் சென்றது. நாணப்பாழியை நெருங்க நெருங்க வேணிக்கு அடிவயிற்றில் திகில் கிளம்பியது. பாழியின் பக்கவாட்டில் நீட்டிக்கொண்டிருந்த தொங்குபாறையில் வனரோஜா உட்கார்ந் திருப்பதைப் போல தெரிந்தது. கொத்துக்காடு இருக்கும் திசையைத் திரும்பிப் பார்த்தாள். அன்னக்கொடி பார்வைக்கு மறைந்திருந்தாள். போகும்போது தெரியாத பயம் இப்போது கெட்டியாகக் கவ்விக்கொண்டது. முன்னேற முடியாமல் காலைப் பின்னுக்கு இழுத்தது. சடுதியில் கடந்துபோன

தொலைவு இப்போது கடக்கவே முடியாமல் நீண்டு தடுமாற வைத்தது. வனரோஜாவைப் பற்றிக் கிழக்குவீதியில் பேசிக் கொண்ட கதைகளெல்லாம் நினைவிற்கு வருவதைத் தடுக்க முடியாமல் திணறினாள் வேணி.

நாணப் பாழி.

வனரோஜா இங்கேதான் செத்து மிதந்தாள். ஆடு மேய்த்துக் கொண்டிருக்கும் ராமாதான் பார்த்துவிட்டு ஊருக்குள் வந்து சொன்னாள். ராமாளுக்கு வாயில் ஒரு பல் கூடக் கிடையாது. அவளைக் கிழக்குவீதியில் 'ஓட்டெ வாய்'ராமா என்று முழுப் பெயர் சொன்னால்தான் தெரியும். அவளாவது தட்டுப்பட மாட்டாளா என்று தேடினாள் வேணி. வனரோஜா செத்துப்போன பின் பல நாட்களுக்கு அவளைப் பற்றியே பேச்சிருந்தது. நாணப் பாழிக்குள்ளிருந்து அவளது அழுகுரல் கேட்பதாகவும், விசும்பல் சத்தம் வருவதாகவும், துணிதுவைக்கும் சத்தம் கேட்பதாகவும் ஓயாமல் பேசிக்கொண்டார்கள். “பொழுது உச்சிக்கு வாற நேரத்துக்கு நானே நேராக் கண்டுருக்கறெ, அப்ப, வேலா மரத்துக்குங் கீழெ உக்காந்திருந்தனா, வெத்தலெ போடலான்னு வெத்தலெப் பையெ எடுத்தம் பாருங்கொ, 'எனக்கும் வெத்தலெ குடு'ன்னு வந்து நின்னக்கிச்சு. பயந்தமுன்னா கழுத்தக் கடிச்சு நத்தத்தக் குடிச்சுப்போடுன்னு போட்டு, பயப்படாம, தெகிரீமா நெவக்கண்ணுலெ சுண்ணாம்பெ எடுத்து அதும்பட மூஞ்சிக்கி எதுக்க நீட்டுனம் பாருங்கொ, சுண்ணாம்பப் பாத்த ஒடனே வெந்து போயிருவமுன்னு பயிந்துக்கிட்டுக் கங்காணாமப் போயிருச்சு” என்று 'ஓட்டெவாய்' ராமா வேறு தவறாமல் இதற்கெல்லாம் சான்று கொடுத்துக்கொண்டிருந்தாள். பயத்தில் நகராத கால்களைச் சிரமப்பட்டு நகர்த்தி, எட்டுக்கல் பாறைக்கு வந்துவிட்டாள். நின்று சுற்றிலும் பார்த்தாள். ஒரு சனம் தட்டுப் படக் காணோம். வெளிச்சத்தை வாரிச் சுருட்டிக்கொண்டு பொழுது வேகமாக விழுந்துவிட்டது. மசமசப்புடன் இருட்டுக் கிளம்பியிருந்து. மேற்கே, வசவங்காட்டு இட்டேறி கண்ணுக்குத் தெரிந்தது. காட்டிற்குள் செம்மறியாடுகள் இன்னும் மேய்ந்து கொண்டிருந்தன. பட்டியடைக்க ஆள் இன்னும் வரவில்லை போலும். ஒரு மழைக்குத் தழைந்துவிட்டிருந்த கொழுக்கட்டாம் புற்களைக் கரண்டுகொண்டும் வேலாங்காயை மென்று கொண்டும் திரிந்தன. ஒரு ஆடு மட்டும் 'க்கக்' 'க்கக்' என்ற சத்தத்தோடு தலையை உதறிச் செருமிக்கொண்டிருந்தது. பச்சை வேலாங்காயைத் தின்றிருக்கும்போல, அதற்குச் சொக்குப் பிடித்துக்கொண்டது. செம்மறியாடுகளைப் பார்த்ததும் ஆள்படையையே பார்த்துவிட்டதைப் போல வேணிக்குத் தைரியம் வந்துவிட்டது. இட்டேறித் தடத்தில் ஓட்டம் பிடித்தாள்.

ஒரே வாங்கில் வட்டப்பாறைக்கு வந்துவிட்டாள். அங்கிருந்து பார்த்தால் கரும்பந்தோகை வேய்ந்திருக்கும் அவள் வீட்டுக் கூரை, தூரத்துச் சித்திரம்போல தெரிந்தது. வேணிக்குச் சிரிப்பு வந்தது. இது போதும். இனி பயமில்லை. அவசரமாய் 'ஒண்ணுக்கு' இருக்க வேண்டும் போல முட்டிக்கொண்டு வந்தது. வட்டப்பாறையின் மையத்திற்குப் போனாள். பாவாடையை வழித்துத் தூக்கிக்கொண்டு உட்கார்ந்தாள். சரிவில் வேகமாகக் கீழிறங்கி ஓடியது. 'ஒண்ணுக்கு' இப்போதும் நுரை இல்லாமல் போனது வேணிக்கு ஏமாற்றமாக இருந்தது.

வேணி, அன்னக்கொடி, சாந்தி, அங்காயா, இதயக்கனி என்று எல்லாரும் கூடி வட்டப்பாறையின் உச்சிக்கு வந்து ஆளுக்கு ஒரு திக்கில் 'ஒண்ணுக்கு' இருப்பார்கள். எப்போதும் சாந்திக்கு மட்டும் மொர மொரப்பாகநுரை மிதப்போடு போகும்.

"நானெல்லா பால் காப்பிதேங் குடிக்கறனாக்கு, அதுவுமு அஸ்காச் சக்கரெ போட்டுத்தேங் குடிப்பெ" சாந்தி ஒவ்வொரு முறையும் பெருமையோடு சொல்வாள்.

"எனக்குந்தே நொரையாப் போவுது" என்று சொல்லும் அன்னக்கொடியை, "எங்கெத்தெ நொரையாப் போவுது, உம்பட மல்லுலெ கள்ளு நாத்தொ நாறுது தே, ம் . . . ம் . . . நீயெல்லா கள்ளுதேங் குடிக்கறெ" என்று மட்டம் தட்டுவாள்.

வேணிக்குச் சொல்லவே வேண்டாம். அவள் வீட்டில் எப்போதும் வரக்காப்பிதான். கருப்பட்டி போட்ட வரக்காப்பி. அதைக்கூட சாந்தி ஒப்புக்கொள்ள மாட்டாள்.

"நீ கூழுதேங் குடிக்கறே, அதுதே இப்புடி வழுவழுன்னு போகுது" என்று கேலி செய்வாள்.

வட்டப் பாறையில் இவர்களைப் பார்த்துவிட்டால் தடியையெடுத்துக் கொண்டு விரட்டியடிப்பான் சம்புமூப்பன்.

"ஓடுங்க புள்ளைகளா, கறியெக் கூறு போடற எடத்துல மல்லெ மண்டு வெக்கறீங்களா, தாரு . . . மாரேம் புள்ளையா, உங்கப்பங்கிட்டெச் சொல்லறென், இரு பேசிக்கறெ" மிரட்டி முடுக்குவான்.

சம்புமூப்பனுடைய மிரட்டலெல்லாம் வட்டப் பாறையைக் காப்பாற்றிவிடாது. பாறையெங்கும் உப்புப் பாய்ந்து தான் கிடக்கும்.

●

பிறப்பொக்கும்

38

கார்த்திகை மார்கழிக்குப் பெய்யும் பனியில், மண்டை வீங்கிச் சாகும் செம்மறியாடு, அசைக்குச் சிக்காமல் வயிறு ஊதிச் சாகும் வெள்ளாடு என்று எது கிடைத்தாலும் கொண்டுவந்து வட்டப்பாறை யில் தான் கூறுபோடுவார்கள். செத்த ஆட்டைத் தலைகீழாகக் கம்பையில் கட்டித் தொங்கவிட்டு, தன் பலத்தையெல்லாம் கொடுத்துத் தோலை உரிப்பான் மாரான். உரித்த கூலிக்குத் தோலை எடுத்துக் கொள்வான். கூறு பிரிக்கும் சம்புமூப்பனுக்குக் கூலியாக, ஆட்டுத்தலை கிடைத்துவிடும். அது போக கூறுக்கு ஒரு விலைவைத்துக் கறியை விற்று விடுவார். தீமூட்டித் தலையை வாட்டும்போது போய் நின்றால் வேணிக்கு ஆட்டுக்காதுகள் தின்னக் கிடைக்கும். அன்னக்கொடியும் வந்துவிட்டால் பங்கு போடவேண்டி வரும். ஒரு காதுதான் கிடைக்கும்.

மாரான் தோலுரிப்பதில் கை தேர்ந்தவன். பின்னப் படாமல் லாவகமாக உரித்தெடுப்பான். கிடாவெட்டு, கசாப்பு போடுவது என்றால் வெட்டுப் பட்ட ஆட்டின் உடல்சூடு அடங்கும் முன்பே தோலைச் சுலபமாக உரித்துவிடமுடியும். செத்த ஆடு என்றால் சிரமம்தான். வயிறு உப்பரித்து உடல் விறைத்துக் கிடக்கும். உரிக்க பெரும்பலமும் லாவகமும் வேண்டும். கொஞ்சம் தவறினாலும் தோல் தாறுமாறாகக் கிழிந்து வீணாகப்போய்விடும். அப்புறம் விலைபோகாது. அதற்கென்று வாகான பிச்சுவா சூரிக்கத்தி அவனிடம் இருந்தது. சாணை தீட்டிப் பதம்பார்த்துத் தயாராக வைத்திருப்பான்.

ஆளுக்கொரு கூறாக வாங்கிப் போனார்கள். மாரான் தோலைத் தூக்கிக்கொண்டு வந்தான். கூறுக்கறியைப் பனையோலைக் கோட்டையில் கட்டி எடுத்துக்கொண்டு கூடவே வந்தாள் வேணி. தலைகீழாகப் பிடித்துக்கொண்டுவந்ததில் கோட்டையின் நுனியில் ரத்தம் சேர்ந்துகொண்டு சொட்டுப் போட்டது. கறியைக் கொண்டுவரும்போதே, வெங்காயத்தை வணக்கியெடுத்து மிளகரைத்துக் கொண்டு, குழம்பு வைக்கத் தயாராக இருந்தாள் பொன்னா. அடுப்பு எரிக்க, நல்ல விறகாக, பிளப்புச் செராயாகப் பார்த்துக்கொண்டு வந்து அடுப்படியில் போட்டிருந்தாள். கறி ஆக்குவதற்கென்று ஒதுக்கிவைத்திருக்கும் சட்டியையும் அகப்பையையும் கழுவி அடுப்பில் ஏற்றியிருந்தாள்.

“வயித்தப் பசிக்குதும்மா.”

வீட்டுக்குள் நுழையும்போதே சொல்லிக்கொண்டு வந்தாள் வேணி.

“இதென்ன, அஞ்சு சீக்கரத்துல ஆக்கீருவெ, சித்தெ பொறு கண்ணு”பொன்னா, கறி இருக்கும் கோட்டையை வேகமாக வாங்கிப் போனாள். அடுப்பைக் கூட்டிப்பற்றவைத்துவிட்டுச் சோறாக்கும் கைச்சாளைக்கும் வீட்டு உள்ளுக்கும் பறந்து கொண்டு திரிந்தாள். ஈரல்துண்டுகளையும் சுவரொட்டியையும் பணியாரம் சுடும் கம்பியில்குத்தி, அடுப்புத் தீயில் வாட்டி யெடுத்து வேணிக்குக் கொடுத்தான் மாரான். அதையும் தின்று விட்டுத் தீராத பசியோடு அலைந்தாள் வேணி.

“ஒரு சேரெ சோளத்தெ வறுத்துத் திரிச்சு கொழம்புக்குள்ள போடு, அப்பத்தேங் கொழம்பு தாட்டிக்கமா இருக்கு” ஆத்தா பக்குவம் சொன்னாள்.

“வெந்துருச்சான்னு பாக்கறெங் குடும்மா” வேணி வட்டிலை ஏந்திக்கொண்டு அடுப்பைச் சுற்றிச்சுற்றி வந்தாள்.

“ஒருக்கா கொதி வருட்டும் இரு, பச்செ வாடெ போகுட்டு, கறி வேகுலீன்னா செமிக்காது.” பொன்னாளின் தகுமானத்திற் கெல்லாம் தாங்கமாட்டாமல் சிணுங்கிக்கொண்டு மாரானிடம் போனாள் வேணி.

“அல்லாமே உனக்குத்தேஞ் சாமி, புள்ளைக்குப் போட்டு வெய்யி மொதல்ல” மாரான் சாளைப்படலில் செருகியிருக்கும் அகப்பையை எடுத்துத் துழாவி வேக வேகவே மூட்டிப்போடப் போனான்.

“செத்த ஆட்டுங்கறி, நொறுங்க வேவாமத் திங்கப் படாது.”

“பசி பொறுக்க முடீலெ”குதித்தாள் வேணி.

“ஒருமிக்கா பறக்காதலே. வேவுட்டும் பொறு” இதையெல்லாம் கேட்டுக்கொண்டே வந்தாள் பெரியம்மாயி.

“அலெ, இன்னமும் ஆக்குலியா, எங்கூட்டுல ஆக்கித் தின்ன கறி செமிச்சே போச்சு போ, அத்தெயெ போயிக் கொழம்பு ஊத்தச் சொல்லு” பெரியம்மாயி சொன்னவுடன் வேணி சோற்று வட்டிலைத் தூக்கிக்கொண்டு வீதியைத் தாண்டி ஒரே ஓட்டமாக சரசுவிடம் ஓடினாள்.

“போதும்மெடுங்கொ, எலும்பெ இந்தக் கரலு கரலாட்டியென்ன, நீங்க தின்ன எலும்பெக் கொண்டோயிப் போட்டா மணியம் பொக்குன்னு போயிரும் போங்கொ.” நாச்சாத்தாளுடைய பேச்சைச் சட்டை செய்யாமல் எலும்புகளை நொறுங்கக் கடித்து விழுங்கிக்கொண்டிருந்தான் கருப்பமூப்பன்.

‘ஓட்டவாய்’ராமா ஒருபடி வேகும் ஈயக்குண்டாவை எடுத்துக்கொண்டு வந்துவிட்டாள். “நாம தின்னா தின்னது தானா அவுளுந்தே மனசாரத் தின்னுட்டுப் போறா” என்றபடிக் குழம்பைக் கறியோடு மூட்டி ஊற்றினாள் பெரியம்மாயி. அப்போதே மனசு நிறைந்துவிட்டது ராமாளுக்கு.

“தாயி மவராசரு, நாம வெச்ச குடி வெளங்கி, தொட்டது தொலங்கி நல்லாருக்குட்டு” அடுத்த வீட்டுக்குப் போனாள்.

“ராமாளுக்கு நாந்தேங் கொழம்பு ஊத்துவெ” வேணி ஓடிவந்தாள்.

“ராமாளத் தொடாம கையெத் தூக்கி ஊத்து புள்ளெ, ஒரு படிமானமும் வாரதில்ல” ஆத்தா கடிந்துகொண்டாள். வீட்டுக்கு இரண்டு கரண்டிக் குழம்பு ஊற்றியதில் அவள் கொண்டுவந்த ஈயக்குண்டா நிரம்பிவிட்டது.

கிழக்குவீதியெங்கும் வீடு தவறாமல் கறிக்குழம்பு மணந்து கிடந்தது. வயிறுமுட்டத் தின்றுமுடித்தபின்பும் சட்டிநிறைய மீந்துகிடக்கும் குழம்பைச் சுண்டச் சூடு பண்ணி அடுத்தநாளுக்கு வைத்துக்கொண்டார்கள். கிழக்குவீதி தின்று துப்பிய மொத்த எலும்பும் மணியனுக்குத்தான். ஓயாமல் வாலை ஆட்டிக் கொண்டிருந்தது மணியன். கெடா வேப்பமரத்தடியில் பேச்சுச் சத்தம் அன்றைக்கென்று பெரிதாக இரைந்துகிடந்தது.

கூறுக்காசு வாங்கிக் கொண்டு போக வந்தான் ஆட்டுக்காரப் பண்ணாடி.

"எல்லா நாளெநாளானிக்குப் பாத்துக்கலாமுங்க கவண்டரே, காசு எங்கெ போயிரும் போங்கொ" ஏப்பம் விட்டுக் கொண்டே சொன்னான் சின்னான்.

"இதுக்குப்போயி நாம, பொழப்பெக் கெடுத்துக்குட்டு கெழக்குவீதி கட்டி வரோணுமுங்களா, சின்னாஞ் சொன்னாப்புல நாளெ மக்கியா நாளு கொண்டாந்து சேத்தறம் போங்கொ, எனத்துக்கு உங்குளுக்கு வெட்டியா ஒரு நடெ" உட்கார்ந்திருக்கும் தென்னந்தடுக்கில் இருக்கும் ஈர்க்கு ஒன்றை ஒடித்துப் பல்லைக் குத்திக்கொண்டிருந்த கண்ணையன் ஆசாரி, சின்னான் சொன்னதை ஆமோதித்துப் பேசினான்.

வயிறு ஏறி இறங்கக் குறட்டை விட்டபடி மல்லாந்து படுத்திருந்த ரெங்குநாயக்கன் ஆட்டுக்காரனின் பேச்சுச் சத்தத்தில் கொஞ்சம் புரண்டு படுத்தான். பலமான குறட்டை யின் சுதி குறைந்து பின், மீண்டும் கூடியது. கெடா வேப்பமரத்தடி யில் கிடந்த எல்லாரையும் மொத்தமாகப் பார்த்தான் ஆட்டுக் காரன்.

"எல்லா பலபட்டறைச் சாதிங்கறது செரியாத்தேம் போச்சுடா."

தலையில் துண்டைப் போட்டுக்கொண்டு வயிற்றெரிச்சலோடு போனான்.

"சின்னு, இன்னத்த நாளைக்கு வெசாலக் கெழமை யன்னைக்குப் பன்னியொண்ணு அடிக்கலாமுன்னு இருக்கறெ."

"வெசாலக்கெழமெ எனக்கு வெள்ளாவி இருக்கதுங்கோவ், நமக்கு ஒத்துவராதுங்கோவ்."

"நாளெ வாரத்துல எல்லாருக்கு ஒத்துவாராப்புல ஒரு நாளச் சொல்லுங்கொ. ஒரு பன்னி கொணாந்து கூறுபோட்ருவொ."

"ஆறானிருந்தே, நெனச்சாப்பல பன்னியடிப்பொ, இப்பொ ஊரு ஊரா தொழாவோணு."

"எம்பட பொறுப்பு, நாங் கொணாந்து சேத்தற, அந்தப் பழமெயெ வுடுங்கொ. கூறுக்கு எத்தனெ ரூவேன்னு பேசுங்கொ."

"ஆண்டிக்கு அவம்பாடாமா தாசனுக்குத் தம்பாடா, நீயி பன்னி கெடைக்கிலீன்னு வெகு வெசனப்படறெ. கொறவனில்லாம கூடெ மொறத்துக்கு விதியில்லாமப் போச்சு. ஆறாம்போனே,

பிறப்பொக்கும்

கொறக்குடி குட்டிச்செவுராப் போச்சு." பேசிக்கொண்டிருந்த ஆண்களின் பேச்சில் குறுக்கிட்டாள் பெரியம்மாயி.

"ஆறானெ ஊரெ வுட்டு ஓட்டியுட்டுட்டாங்கொ, செச பாவத்தெ ஓட்ட முடிஞ்சுதா."

"நல்லா."

"வனரோசா செத்துப் போயி வருசமாச்சா."

"எங்கெ, இப்பொ மார்கழிதேனொ, போன மாசித்தேரு முடுஞ்சு, பாஞ்சுநா கிருமிச்சுத்தானொ, எனக்கு நல்லா நெனவிருக்குது."

"வருசமாவுல, குடுத்தானல்ல கூலியெ செல்லைய்யெ, இடுப்பெ முறிச்சுக் கெடையில போட்டுட்டானல்ல."

"குருதெ மெரண்டுபோயி, தாறுமாறா பாறைம்பேர்ல ஓடிக் கீழ தள்ளீருச்சாமா."

"நீ வேற, வனரோசாதே குருதைய மெரட்டியுட்டுட்டா ளாட்ட, அவ காத்தா வந்து பழியெத் தீத்துக்கிட்டா போ."

"இப்பொ மைனரு எசமாங்களுக்கு பீயி மல்லு படுக்கை யில தானாமல்லொ."

"கட்டீட்டு வந்த மவராசிக்குத்தேம் பாவொ, எல்லா அவொ தலையில வெடிஞ்சுருச்சு. பச்செக் கொழந்தைய வெச்சுக்குட்டுச் சீரழியறா."

"நல்லா."

"புள்ளைன்னாலும்புள்ளெ சூரீகாந்திப்பூவாட்ட, அப்பேற் பட்டப் புள்ளையப் போயி, குடி கூத்தியான்னு திரீற இவனுக்குப் பொண்ணுக் கெட்டிக் குடுத்துருக்கறாங்க பாரு."

"சொத்தப் பாத்து ஏமாந்துட்டாங்கொ."

"க்கும், ஏமாந்து குடுத்தாங்கொ, நீ பேசறே பாரு, தெரியாமெ எப்புடியிருக்கு, எல்லா அவிங்கவூரு வண்ணே, நாசுவனெ வுட்டு நம்மூரு வண்ணே நாசுவங்கிட்டெ நல்லா வெசாருச்சுட்டுத்தேம் சம்பந்தம் பேசுனது. எல்லாந் தெரிஞ்சிருந்துதே குடுத்திருக்க றாங்கோ, கொணத்தெ எங்கெ பாக்கறாங்கொ, பொட்டீல எம்முட்டுப் பணம் வெக்கறாங்கொ, நவெநட்டுஎத்தினி போடறாங்கொ, இதுதே மாப்பளையூட்டுக் கணக்கு. காடு பண்ணையம் பட்டி தொழுவம் எத்தினி தேரும்கறதுதே பொண்ணூட்டுக் கணக்கு."

“நல்லா, அப்புடியிருக்கறதாலதே அவியகிட்டப் பணத்தோட பணஞ் சேருது, பணமிருந்தாத்தே அதிகாரமெல்லா.”

“அதுக்காவ தெரிஞ்சிருந்தும் இவுனுக்குப் பொண்ணுத் தரலாமா, புள்ளெ பொழைக்க வேண்டாமா, காசிருந்தா காசையா திங்க முடியி, இல்லெக் காசுதே வந்து கட்டிக்கிட்டு அழுவுமா, நல்ல மனுசரெப் பாத்துப் பொண்ணுத் தர வேண்டாமா, நல்லதுக்குக் காலமேது.”

“சோறு வாங்கப் போவையில பாப்பனல்லொ, அந்தப் புள்ளெய ஒருநா கூட சிரிச்ச முகமாப் பாத்ததில்லெ போ.”

“வனரோசா செத்தப்போ அவெ வயித்துப்புள்ளெக் காரியல்லொ”

“அவெம் பண்டுண பாவத்தெத் தலைல வாங்கறதுக்குன்னே பொட்டப்புள்ளெயாப் பொறந்துருக்குது போ.”

“நல்லா.”

“வனரோசா ஊருக் கண்ணுல வுழுந்தவெ, இவங் கண்ணுலெ வுழுந்தா வுடுவானா, தீத்துப்புட்டே.”

“அதுக்காவெ வூடே முடிஞ்சுருச்சல்லொ, ஊருக்குள்ளார இருக்கப்படாதுன்னு மெரட்டியல்லொ தொரத்துனாங்கொ.”

வனரோஜா செத்துப்போனதையும் ஆறானும் தங்கமும் ஊரைவிட்டுக் கிளம்பிய நாளையும் நினைத்துக்கொண்டு ஆளாளுக்குப் பேசிக்கொண்டார்கள்.

○

நாணப்பாழியில் செத்துமிதந்த வனரோஜாவின் உடலை வெளியே இழுத்துப் பாறையின்மீது போட்டிருந்தார்கள்.

“வயசுப் புள்ளெ. வல்லான உசுரு. இப்பவே உப்புருச்சுப் போச்சு. வெச்சுப் பாத்துக்குட்டு இருக்க வேண்டா. வெரசாக் கருக்கீரோணு.”

எரிக்கும் பொறுப்பு செம்பனனுடையது. அவனுடைய எரிமேட்டுச் சாம்பலில் எலும்பே மிஞ்சாது. தேடித்தான் பொறுக்க வேண்டும். வேலை அத்தனை சுத்தம். அவனையே சாமார்த்தியம் பார்த்தது வனரோஜாவுடைய உடல். வேகவேக மாகக் கட்டையடுக்கினான். தண்ணீரில் ஊறி உப்பரித்துப் போய் எரிய மறுத்துக் கிடந்த சடலத்தைக் கிடத்தினான். முற்றிலுமாக எரித்துவிடக் கட்டைகளால் முடியாதென

நினைத்தவன் அதன்மீது அரைச்சாக்கு பருத்திக் கொட்டையைக் கொட்டினான். எதுவும் எஞ்சிவிடக்கூடாது என்ற முடிவோடு அதற்கும்மேல் ஒரு வல்லம் சர்க்கரையை இறைத்துவிட்டான். பற்றி எரிந்தது. பார்த்துக்கொண்டேயிருந்தவன், “செம்பனென்ன சும்மாவா..” என உக்கிரத்தோடு சொல்லிக்கொண்டான்.

அவள் காலில் போட்டிருந்த இரும்பு வளையம் உக்கிரத்துக்கெல்லாம் உருக்குலைந்து விடாமல், வெந்து தணிந்த சாம்பலுக்கடியில் கருகிப்போய்க் கிடந்தது.

அன்றைக்குக் கிழக்குவீதி முழுக்க வனரோஜாவைப் பற்றியே பேச்சிருந்தது. சத்தமாகவும் ரகசியமாகவும் பேசிக் கொண்டார்கள். சோறுபோட்டுக் கொடுத்த கும்பா வட்டிலைக் கையில் ஏந்திக்கொண்டிருந்த ஆத்தா,“அலுக்குந் தழுக்கும் பொச்சுக்கு கேடுன்னு சும்மாவா சொன்னாங்கொ” என்று தன்னைப்போல பேசியபடிக் கம்மஞ்சோற்றை நாம்பிப் பிசைந்து உருண்டைபிடித்து விழுங்கினாள். காரியம் எல்லாம் முடிந்தது. கிழக்குவீதிச் சனம் இழவு கேட்பதற்காக, ஆறானும் தங்கமும் பொதுவில் வந்து நின்றார்கள். கெடா வேப்பமரத்தடியில் சனம் கூடியது. பொன்னா புடவையை உதறிக் கட்டிக் கொண்டு ஓடினாள். தங்கம் பேசுவதற்கு முயற்சிசெய்தாள். அழுதழுது குரல் மங்கிப்போயிருந்தது. அவளைவிடக் கொஞ்சம் சுதாரிப்பாக இருந்தான் ஆறான். மண்ணுடையார் வீட்டுப் பாப்பாத்திதான் முதலில் ஆரம்பித்தாள். “ஆயாயா அப்புடியான புள்ளெயெ இனி என்னைக்குத்தேங் காங்கறது போ.”

“பேச்சென்னொ, பழமெயென்னொ, சுள்ளிப்பூ வெடிச்சாப் பல சிரிப்பென்னொ, எல்லாம் பாதீல போறதுக்குத்தே” பொன்னா தொடர்ந்தாள்.

“சாவறதுக்குன்னே அப்புடியொரு ரூவத்தோட வந்து பொறந்துட்டாளாட்ட.”

எல்லாரும் ஆளுக்கொன்றாகச் சொல்ல, தாங்கமாட்டாமல் அழுதாள் தங்கம். ஆறான் கையில் வைத்திருந்த மேல்துண்டால் முகத்தை மூடிக்கொண்டு கேவினான்.

“தெடமா இருங்கொ, அழுது பொரண்டா மாத்தரம் போனவ வந்தரவா போறா.”

“செத்துப் போனதெல்லா, அழுது பொலம்புன மாயத்துல, வாராப்பல இருந்தா, எல்லாருஞ் சேந்து ‘கூ கொள்ளேன்னு’ கட்டியழுது பாத்துருவமே.”

“அழுவாத ஆறே, நீ அழுதா அவளெ தாரு தேத்துவா, நீயுமு அழுவாதயாயா, வனரோசா உன்னையுட்டு எங்கும் போவமாட்டா. புள்ளையா உம்பட வவுத்துலதே அடைவா, நீ அழுவாத” தேற்றினாள் பண்ணாடிக் கவுணிச்சி.

கிழக்குவீதியில் வீடுவீடாக வசூலித்துவைத்திருந்த சிறுதொகையைச் சுருக்குப்பையிலிருந்து எடுத்தார் பெரிய பண்ணாடி. ஏற்கெனவே பலமுறை எண்ணிப் பார்த்திருந்த பணத்தை எல்லார் முன்னாலும் மீண்டும் ஒருமுறை எண்ணி விட்டு ஆறானிடம் கொடுத்தார்.

“என்னமோ எங்களால முடிஞ்ச பணொ, கைச்செலவுக்கு ஆகுட்டும் வெச்சுக்க. மனசெத் தேத்திக்கிட்டு ஆவறதெப் பாரு.”

ஆறான் இருகைகளையும் துண்டோடு சேர்த்து ஏந்தி வாங்கிக்கொண்டான். பணத்தோடு சேர்த்துக் கையைக் கூப்பி அவரையும், கூடியிருந்த கூட்டத்தையும் கும்பிட்டான்.

“பத்துநாளைக்கி அடுப்பப் பத்தவெக்க வேண்டா. அன்னம்புளி காச்ச வேண்டா ஆறெ, வூட்டுக்கு ஒருநா சோறு போட்ருவொ.” கிழக்குவீதியின் பிரதிநிதியாகப் பேசிய பெரியபண்ணாடி கூடியிருந்தவர்களிடம் திரும்பினார், “எல்லாருங் கேட்டுக்கங்க, பத்துநாளைக்கு வூட்டுக்கு ஒரு கொடந் தண்ணி கொண்டு போயி ஊத்தீருங்கப்பா, ஆருந் தவறப்படாது சொல்லிப்புட்டெ”இருவரும் மீண்டும் ஒருமுறை எல்லாரையும் கும்பிட்டுவிட்டுக் கிளம்பிப்போய்விட்டார்கள். இருவரும் போனபிறகும் கிழக்குவீதிச் சனமெல்லாம் நெடு நேரத்திற்குப் பேசிக்கொண்டிருந்தார்கள்.

“ஏனுங்கொ நங்கெ, படிகெணுத்துல தண்ணி ஒரேயடியாக் கீழெ போய்க் கெடக்குது. இதென்ன பெரீபண்ணாடியவிய வூட்டுக்கு ஒருகொடந் தண்ணியூத்தச் சொல்றாங்கொ.” பொன்னாளிடம் சரசு கேட்டாள்.

“ஓயாம ஊத்தெடுத்து ஊருக்கே தண்ணி தருது கெணறு, மனுசெ அந்தத் தண்ணியெ எறச்சு ஊத்தச் சலிச்சுக்கிட்டா எப்புடி. புள்ளெப் பெத்த வூட்டுக்கும், எழவு வுழுந்த வூட்டுக்கும் பொதுவுல தண்ணி சேந்தியூத்தறது காலங்காலமா கெழக்கு வீதியில வழமொறமெதே, திக்காலுக்கு ஒண்ணாச் செதறிக் கெடக்கற பலசாதிக நாமொ, நமக்கெல்லா பலமா சனக்கட்டும் இல்லெ. பணக்கட்டும் இல்லெ. நல்லதுகெட்டதுன்னு வந்தா, ஒண்ணுக்கு ஒண்ணா ஒதவிக்கிட்டு,நம்மளெ நாமதே ஆதரிச்சுக்

கோணு, இதெல்லா, பல காலமா ஆகிவந்த மொறமெ." எல்லாரும் கலைந்து சென்ற பிறகும் எழுந்திருக்காமல் அங்கேயே உட்கார்ந்திருந்த பெரியம்மாயி மருமகளிடம் சொன்னாள்.

படிகிணற்றுத் தண்ணீர் வற்றி நிலம் காணக் கிடந்த காலமெல்லாம் உண்டு. அப்போதும் வெறுங்குடத்துடன் படியில் இறங்கியவர்கள் ததும்பத் ததும்ப நிறைந்த குடத்தோடு தான் மேலே ஏறினார்கள். யாரையும் தவிக்கவிட்டதில்லை. இறைக்க இறைக்க ஊறிக்கொண்டேயிருந்தது படிகிணறு. அதன் கருணைமிகுந்த ஊற்றுக்கண்கள் எப்போதும் ஈரத்தைச் சுரந்து கொண்டே இருந்தன.

●

39

“ஏ ... சரசு ... பனங்காட்டு வளவுல உன்னெய முட்டிச்சீலை எடுக்க வரச் சொன்னாங்கொ” வாசல்கூட்டப் போய்விட்டுவந்த பொன்னா வீட்டுக்கு முன்னால் நின்று கூவிவிட்டுப் போனாள். வீட்டுப் பொடக்காணியில் ஏற்கெனவே மூன்று வீட்டு ‘முட்டிச்சீலை’கள் அலசாமல் கிடந்தன. இன்னைக்கோ நாளைக்கோ பனங்காட்டுவளவுச் சின்னாத்தாளுடைய ‘முட்டிச்சீலை’யும் விழுந்து விட்டால், சேர எடுத்துக்கொண்டு ஆற்றுக்குப் போய் விடலாம் என்று எதிர்பார்த்துக்கொண்டு தான் இருந்தாள் சரசு.

முட்டிக்குச்சியை எடுத்துக்கொண்டு போன போதும், முட்டிச்சீலையை எடுத்துக்கொண்டு திரும்பி வந்தபோதும் “ஆரு வூட்டு முட்டிச்சீலெ” என்று கேட்டவர்களுக்கு, ‘இன்னார்வீட்டு முட்டிச் சீலை’ என்று சளைக்காமல் சொல்லிக்கொண்டே வந்தாள் சரசு. ஒரு கன்னிப்பெண் ஒழுங்காகத் ‘தூறம்’ ஆகிறாள் என்பதற்கு அவள்தான் சாட்சி. ‘வயசுக்கு வந்துவிட்டதை’யும் அவள் மட்டுமே உறுதி செய்யமுடியும்.

நான்குவீட்டு முட்டிச்சீலைகளையும் பொடக்காணிக் கல்லில் வைத்துக் காலால் தேய்த்துக்கொண்டே தண்ணீரை ஊற்றினாள். ஒரு முட்டிச்சீலைக்குள் இருந்து பெரிய பூரான் ஒன்று வெளியே வந்து, வேகமாகக் கல்லுக்கடியில் நுழைந்துகொண்டது. தீட்டுக்கவுச்சிக்கு எப்படியும் பூரான் வந்துவிடும். முட்டிச்சீலையை எடுக்கும் போதெல்லாம் கவனமாக இருப்பாள் சரசு.

“இப்பவெல்லாம் நாவரீகமா பாவடெ கட்டிக்கறாங்கொ. அப்பவெல்லா சீலையெக் கட்டி, கொசுவத்தையே உள்ளார சேத்தி வெச்சுக் கட்டிக்குவாங்கொ. அந்தச் சீலையெக் கறெ போவ வெளுக்கறது என்ன சின்ன வேலையா. கொடுமெ.

அதிலீமு சிலபேரு அப்புடியே உருவிப் போட்டுருவாங்கொ. கொஞ்சங்கூட ஈவுதளக்கமில்லாம. நாமளும் மனசிதானொ. நல்ல மவராசிக ஒரு அலாசு அலாசி வச்சிருவாங்கொ. அதெல்லா ஒவ்வொருத்தரோட மனசு. எங்க அப்பனூட்டுல இருந்தவரைக்கும் நா முட்டிச்சீலெ எடுத்ததில்லெ. அப்புடி அருமையா வளத்தாங்க என்னையெ. இங்கெ வந்த பொறவு, வூடு தவறாம நாந்தேம் போயி எடுத்தாருவெ. அப்ப நாங் கண்ணாலங்கெட்டி வந்த புதுசு. ஒருநா இப்புடித்தே முட்டிச் சீலையெ எடுத்தாற வளவுக்குப் போனெ. அப்புடியே நாறிப் போய் கெடக்குது. பாத்த மாத்திரத்துல வவுறெல்லா எரிஞ்சு போச்சு. 'இவளுக்கெல்லா வீங்கி வலிக்கோணும்'ன்னு மனசுக் குள்ளார நெனச்செ. வருசமெல்லாஞ் சென்னு அவ புள்ளெப் பெத்தா. நாலுநாளாகியும் புள்ளெ பிரியலெ. வலியில துடிச்சுப் போனா. நாலு பகலும் அஞ்சு ராவுமா, கத்திக்கிட்டும் அனத்திக் கிட்டும் கெடந்தா. அவுளுக்குப் புள்ளெ திரும்பாதது ஊரெல் லாம் பேச்சா இருந்தது. நாங் குடுத்த சாபந்தே இப்படி யாயிருச்சோன்னு எனக்கு மனசெ அழுத்துச்சு. தாங்கமாட்டாம எம்பட மாமியாகிட்டெச் சொன்னெ. 'அலெப் பாவி சண்டாளி. அழுக்குந் தூமையும் இருக்கற வரைக்குந்தே நமக்குச் சோறு. படியளக்கற ஆண்டவெ அதுக்குன்னுதே நம்மள வண்ணாத்தியாப் படைச்சிருக்கறே. உம்பட நெனப்பே பாவம்லே" ன்னு சொல்லுச்சு. அன்னையில இருந்து எப்புடியிருந்தாலுஞ் சகிச்சுக்குவெ. அப்பறம் பழகிப் போச்சு."

நிழலுக்குப் படுத்திருந்த கழுதைக்குப் பக்கத்தில் உட்கார்ந்திருந்த பெரியம்மாயி பேசிக்கொண்டேயிருந்தாள். அவள் எப்போதும் இப்படித்தான். யாரும் கேட்டாலும் கேட்காவிட்டாலும் தான் பேச நினைப்பதை நிறுத்தாமல் பேசிக்கொண்டேயிருப்பாள்.

அழுக்குமோளி சின்னதுதான். சரசு மட்டும் கிளம்பினாள். கழுதையை எழுப்பி, மோளியை முதுகில் வைத்துப் பற்றி விட்டாள். நான்கு பாவாடைகளையும் முட்டிக்குச்சியில் ஒன்றாகச் சுழற்றி எடுத்துத் தோளில் சாய்த்துக்கொண்டு வெளியே வந்தபோது கையில் சீர்தட்டத்தோடு கண்ணையன் வீட்டிற்குப் போய்க்கொண்டிருந்தாள் பாவாயா. கண்ணையனின் அக்காள். அவளுடன் நாலைந்துபேர் சேர்ந்து கூட்டமாகப் போனார்கள். நல்ல காரியத்துக்குப் போகிறார்கள். குறுக்கே முட்டிச்சீலையோடு போக வேண்டாம் என்று சட்டென்று பின்வாங்கி நின்றுகொண்டாள் சரசு. மோளியை ஏற்றியவுடன் தனக்குப் பழக்கமான பாதையில் ஆற்றை நோக்கி முன்னேறிப் போய்க்கொண்டிருந்தது கழுதை.

●

40

கண்ணையன் வீட்டு சாந்திக்குக் கல்யாணம் கூடிவிட்டது. போனவாரம் வரைக்கும் வேணியோடு விளையாடித் திரிந்த பதினான்கு வயதுச் சிறுமி.

சமைந்த ஏழாம்நாள், சாந்திக்குச் சடங்கு வைத்தார்கள். தலைக்குத் தண்ணீர் ஊற்றிவிட்டுப் புதுத்துணியும் தினைமாவும் பொரிகடலையும் கொடுத்துக் குச்சுக்குள் தள்ளிய கையோடு பாவாயா, தன் மகன் வடிவேலுக்கு சாந்தியைப் பெண் கேட்டாள்.

"இப்பொ என்னக்கா அவசரம்."

"எனக்கு அவசரந்தே, எம் மவனுக்குப் பொண்டாட்டி வேணும், இப்பவே வெத்தலயெ மாத்து. எல்லாச்சொந்தமு இங்கயே இருக்குது. இந்த வாசல்லயே நல்ல வார்த்தையெப் பேசிக்குவொ."

கண்ணையன் பெண்டாட்டியைப் பார்த்தான். அவள் வேண்டாமெனச் சாடை காட்டினாள்.

"அதுக்கில்ல, வேலெவெட்டியில்லாம இருக்கறாப்பல."

கண்ணீர்விட்டு அழ ஆரம்பித்தாள் பாவாயா.

"நீயுமு பொண்ணுத் தருலீன்னா எம்பட பயெனுக்கு வேறாரு தருவா. சொல்லு பாக்கலா. உம்புள்ளையக் கட்டி வையி, அவந் தன்னெப் போல பொறுப்புக்கு வந்துருவே."

"வேலெக்கிப் போவாதது மட்டுமல்லொ, அந்த வைரமடெக்காரியோட தொடுப்புல இருக்கறாப்பல." கண்ணையனின் பெண்டாட்டி குறுக்கிட்டாள்.

“காணாததெயெல்லாம் பேசப்படாது. வேணும்முன்னே தாரு வேணாலு எனத்தெ வேணாலுஞ் சொல்லுவாங்கொ. எம்பட பயெ அப்புடிப் பட்டவனல்லொ. நா அவுனுக்கு அப்புடிப் பால் வாக்குலெ. அதையும் இதையுஞ் சொல்லிக் கடைசீல பொண்ணு இல்லையின்னு சொல்லீருவாங்களாட்டொ. இப்பவே வெத்தலயெ மாத்திலீன்னா எம் பயெனென்ன வாரது, நானே தாலியெக் கட்டிக் கூட்டிப் போயிருவெம் பாத்துக்க, தாரு வந்து குறுக்காட்டுவாங்கன்னு பாத்தர்ற” கண்ணீரை முந்தானையால் துடைத்துக்கொண்டு ஆவேசமானாள் பாவாயா.

“அட இதென்ன பேச்சுப் பேசற, கண்ணையெம் புள்ளையப் பெத்தவெ, அப்பிடிப் பேசறது சகசந்தே. என்னமோ அவஞ் சொல்லறதெ சொல்றே. நாமுளும் கேக்கத்தே வேணு. இத்தனெ பேரு கூடியிருக்கறொ, நெறஞ்ச கூட்டத்துக்குள்ளெ அவெ நாய மில்லாம பண்ணிப்புடுவானா, பேசுவொ, சித்தே பொறுத்திரு பாவாயா.”

சூழ்ந்திருந்த சொந்தங்கள் சமாதானப்படுத்தினார்கள். இரண்டுபக்கமும் பேசினார்கள். சாந்தியைத் தனியாகக் கூட்டிப் போனாள் கண்ணையன் பெண்டாட்டி,

“அலெ ஊமச்சியாட்ட நிக்காதெ. வடிவேலு வயிசானவெ, தறுதலையாத் திரியறவெ, கட்டிக்க மாட்டன்னு சொல்லுலே” என்று அவசரமாகச் சொல்லிக் கொடுத்தாள்.

ஊருக்கு வரும்போதெல்லாம் தன் தகப்பனை அதிகாரம் செய்துகொண்டும் அச்சுறுத்திக்கொண்டும் இருக்கும் அத்தை. அவள் பேச்சே அரிவாளை வீசியதுபோல வேகமாகத்தான் இருக்கும். கண்ணையனோ “ஆமாக்கா,” “சரிக்கா” என்ற இரு வார்த்தைகளைத் தவிர வேறெதுவும் பேசவே மாட்டான். கண்ணய்யன் பெண்டாட்டியும் நங்கையாளின் பேச்சுக்கு, மாற்றிச் சொல்லப் பயந்துதான் கிடப்பாள். அவள் போனபிறகு புருசனிடம் நூனாயமாகப் பேசுவாள். வண்டிவண்டியாக ஆதங்கப்படுவாள். பெரியவள் சுமதி. அவளுக்குக் கல்யாணம் வைத்தபோதே பிரச்சினையை எதிர்பார்த்தார்கள். பெரியவளைத் தன் மகனுக்குக் கட்டிக் கொடுக்கச் சொல்லித் தட்டுக்கரையம் கட்டுவாளோ என்று பயந்தார்கள். அதே பயத்தோடு, கூனம் பட்டிக்குப் போய்க் கல்யாணம் உறுதி செய்த விசயத்தைச் சொன்னபோது, பெருந்தன்மையாகப் பேசினாள் பாவாயா.

“நல்ல சேதிதே. எப்புடிப் பாத்தாலும் உங்கண்ணம் பசவொ உருத்துக்காரனுவதே. நல்லாப் பண்ணுங்கொ” என்று ஆசி வழங்கினாள் .

ஒருவழியாக சுமதியைத் தன் அண்ணன் மகனுக்குக் கட்டிக் கொடுத்துவிட்டதில் நிம்மதியடைந்திருந்தாள் கண்ணையனின் பெண்டாட்டி. இப்போது இளையமகளை அல்லவா பலி கொடுக்கச் சொல்லிக்கேட்கிறாள். எல்லாக் கெட்ட சகவாசங் களையும் கொண்ட ஒரு முதிர்ந்த முரட்டு ஆணுடன் ஏதுமறியாத மகளை மனத்துக்குள் இணைத்துப் பார்க்கவே பதைபதைத்தாள் கண்ணய்யனும் ஆன மட்டும் தகுமானம் சொல்லிப் பார்த்தான்.

"நீ பெரியவளெக் கெட்டிக் குடுப்பேன்னு பாத்தெ, மச்சனம் பயெனுக்கு குடுத்தே. நானெதாலுந் தடுதல் பண்டுனனா, எனக்குந்தேனொ உருத்து இருக்குது. இத்தனெ பேருமு பேசாம உக்காந்திருக்காட்டி என்ன, யாராலுஞ் சொல்லுங்கொ நாயத்தே" என்று கூடியிருந்த சொந்தங்களைப் பார்த்துக் கேட்டாள்.

"அவெ சின்னப்புள்ளெ" கண்ணையன் மன்றாடினான்.

"என்னையெக் கெட்டிக்குடுக்கையில உம்புள்ளெ வயுசுதே எனக்கு. நாம்பெத்துப் பெருவி வாழலயா?"

"பெரியவளெக்கெட்டிக்குடுத்த கடனே இன்னமும் அடைஞ்ச பாடில்லெ" கண்ணையன் எதையெதையோ காரணமாகச் சொல்லிப் பார்த்தான்.

"நவெநட்டு ஒண்ணும் போடவேண்டா, புள்ளையெ மட்டுந் தாட்டியுடு போது. ஒரு ரவைக்குச் சோறுபோட்டு, விடியால செல்லய்யங் கோயல்ல வெச்சுத் தாலியெக் கட்டீரலா" கண்ணையனின் அக்காள் முடிவே பண்ணிவிட்டாள்.

"அதுக்கில்ல இன்னொரு ஆறுமாசம் போவுட்டுன்னு பாத்தெ."

"ஆறு மாசஞ் சென்னா மாத்தரம் உம்பட புள்ளையெ அவுச்சுத் திங்கவா போற?"

"புள்ளைக்கி சம்மதமான்னு தெரீல. நின்னது நிக்க 'சுடுது மடியெப் புடீ'ன்னா எப்புடி."

"சொல்றதெ மாத்திப் பேசற புள்ளையவா நீ பெத்தே."

"நீ சித்தெ பேசாம இரு பாவாயா, நாங்கெல்லாம் பேசற மல்லெொ, எத்தனெ மாசம் சென்னாலு உம்பட புள்ளையெ இன்னொரு வூட்டுக்குக் கெட்டிக் குடுத்துத் தாட்டத் தானொ போறே. மச்சனெ வேணுமுன்னு பெரியவளெக் குடுத்தே, செரிதேங் கண்ணய்யா. இப்பொ பொறந்தவெொ வேணுமுன்னு நெனச்சா சின்னவளெக் கெட்டிக் கொடுக்கறதுதேனொ

நாயொ," கூடியிருந்தவர்களில் யாரும் எதிர்த்துப் பேச முடியாத, வயது முதிர்ந்த மனிதர் ஒருவர், தீர்ப்புச் சொல்வதுபோல பேசினார். கண்ணையனுக்கு எண்ணம் எப்படியிருந்தாலும் இனி அதற்குமேல் பேசவோ, மாற்றிச் சொல்லவோ ஒன்றும் இல்லை.

கண்ணையனின் பெண்டாட்டி, மகளுக்குத் தெரிவது போல நின்றுகொண்டு "வேண்டான்னு சொல்லு" என்றபடி சாடை காட்டிக்கொண்டிருந்தாள். அதைக் கவனித்த கண்ணையன் மரப்பாச்சிப் பொம்மைக்குச் சேலை கட்டியதுபோல நிற்கும் மகளைப் பரிதாபமாகப் பார்த்தான். சாந்தி தன் அம்மாவை ஏறிட்டுப் பார்த்தாள். பின்பு கையறுநிலையிலிருந்த அப்பாவைப் பார்த்தாள். மென்மையாகச் சிரித்தாள். அப்போது அந்தச் சிறுமியிடம் வழிந்த கருணையில் தாய்மையைக் கண்டான் கண்ணையன். நெஞ்சுக்கூடு தழுதழுத்தது அவனுக்கு. ஓடிப் போய்த் தன் மகளை நெஞ்சோடு சேர்த்து அணைத்துக்கொள்ளத் தோன்றியது.

அதே வாசலில் கல்யாணத்திற்கு நாள் குறித்தானது.

"பாழாப் போன மனுசெ, அக்காக்காரி சொல்லீட்டாப் போது, மண்டுக்குட்டு இருக்கற மல்லெக்கோட பாதியிலெ நிறுத்திக்குவே. பவுனாட்டப் பெத்து வளத்துன புள்ளையெ இப்புடிக் கூடப்போட்டுட்டே" தனியாகப் புலம்பினாள் கண்ணையனின் பெண்டாட்டி.

செல்லய்யன் சாட்சியாகக் கோயிலில் வைத்துத் தாலி கட்டி முடிந்தது.

"கூனம்பட்டி மாப்பளைன்னு பொண்ணக் குடுத்தொ, நாங்கொ கண்ணெக் குடுத்தொ, அட அந்த மாப்பளெ போயிப் பாத்தா கோழி மேய்க்கறாரா."

"அழகு பெத்த மாப்பளைன்னு பொண்ணெக் குடுத்தொ, நாங்கொ கண்ணெக் குடுத்தொ, அட அந்த மாப்பளெ போயிப் பாத்தா ஆடு மேய்க்கறாரா."

வீட்டு வாசலில் போட்டிருந்த கல்யாணப் பந்தலின் கீழே நின்று ஆராத்தி எடுத்த கல்யாணப்பெண்ணின் சகோதரி முறை யுள்ளவர்கள், நலங்குப் பாட்டுப் பாடி மாப்பிளையைக் கேலி செய்தார்கள்.

"ஆராத்திக்குப் பணம்போடாதடா வடிவேலு, ஒழக்காட்ட பொண்ணெ வெச்சக்குட்டு என்ன போடு போடறாங்க

பாரு, இக்கத்துல சீலெக்கட்டு நிக்கமாட்டீங்குது உங்கொ பொண்ணுக்கு, மாப்பளெயெப் பழிக்கறீங்களா" சந்தோசத்தோடு கோபித்துக்கொண்டார்கள் மாப்பிள்ளைவீட்டுச் சனங்கள். அதோடு விடவில்லை. மாப்பிள்ளையும் பெண்ணும் பந்தியில் சாப்பிட உட்கார்ந்தபோது, ஓடிவந்து பரிமாறினார்கள் கல்யாணப் பெண்ணின் சகோதரிகள். வடிவேல் வடையை எடுத்துக் கடித்தான். அதனுள்ளே அவனுக்கு மட்டுமென்று திட்டமிட்டு வைக்கப் பட்டிருந்த தேங்காய்ச்சிரட்டின் சில்லு 'கடக்'கென்று கடிபட்டது. வடிவேல் பொறுமையாக எடுத்து இலையின் ஓரத்தில் வைத்தான். சொம்பில் வைக்கப்பட்டிருந்த தண்ணீரை எடுத்துக் குடித்தபோது உப்புக் கரித்தது. பந்தியில் உட்கார்ந்திருந்தவனால் துப்ப முடிய வில்லை. உப்புக் கலந்த தண்ணீரைப் பொறுமையாகக் கொஞ்சங் கொஞ்சமாக விழுங்கினான். கூடி நின்று கெக்கலித்துச் சிரித்தார்கள்.

"மாப்பளெ பொறுமெ பெத்தவருதே" என்றாள் ஒருத்தி.

"இல்ல இல்ல மாப்பள வேகமானவருதே, நம்ப முன்னாடி பொறுமையா இருக்கறாப்பள நடிக்கறாரு" என்றாள் இன்னொருத்தி.

பந்தி முடிந்தது. பெண்ணை, மாப்பிள்ளை வீட்டுக்கு அழைத்துக்கொண்டு போகத் தயாரானார்கள்

"நல்லதாப் பாத்து திருடீட்டு போலா" என்று ரகசியமாகப் பேசிவைத்துக்கொண்டார்கள் மாப்பிள்ளைவீட்டுச் சனங்கள். அதில் குறும்புக்காரப் பெண்ணொருத்தி கண்ணையன் வழக்கமாக காபி குடிக்கும் தம்ளரை முந்தானைச் சேலைக்குள் மறைத்து வைத்து எடுத்துப் போனாள். அடுத்தநாள் பெண் அழைக்கக் கூனம்பட்டிக்குப் போனபோது, திருடிக்கொண்டுவந்த பொருளைப் பெண்வீட்டுச் சனத்திற்கு நடுவில் வைத்துத் தங்கள் சாமர்த்தியத்தைப் பறைசாற்றிக்கொண்டார்கள் மாப்பிள்ளை வீட்டுச்சனங்கள்.

"அட, இந்தத் தம்ளரையா திருடீட்டு வந்தீங்க, எங்கூட்டுல மொத மொதன்ன வாங்குன சில்வர் தம்ளாரு. இதக் குடுத்துருங்கொ, உங்குளுக்கு வேற தாரெ" என்றாள் கண்ணைய னின் பெண்டாட்டி.

"அதெல்லாம் முடியாது. திருட்டுக் குடுத்துட்டீங்கல்லொ. ஏமாந்துட்டீங்கல்லொ. நாங்க எடுத்தது எடுத்ததுதே. திருப்பி யெல்லாந் தரமுடியாது" என்று சத்தமாய்ப் பேசிச் சிரித்துக் கெக்கலித்தார்கள். எல்லாம் முடிந்தது. வடைபாயாசத்தோடு நல்ல விருந்துச் சாப்பாடு. கூட்டமும் கும்மாளமுமாகக் கொண்டாடி

யாயிற்று. கூடியிருந்த உறவுகளெல்லாம் சேர்ந்து சாந்தியை வடிவேலுவுடன் கூனம்பட்டிக்கு வண்டியேற்றிவிட்டு அவரவர் வீடுகளுக்குப் போய்ச்சேர்ந்தார்கள். அவர்களைப் பொருத்த வரையில் எல்லாம் ஒருநாளில் முடிந்துபோன கூத்து. அதன்பிறகு மாப்பிள்ளை எப்படிப்பட்டவன், அவனோடு எப்படி வாழ்ந்தாள் என்பதெல்லாம் அந்தச் சின்னஞ்சிறு பெண்ணான சாந்திக்கே வெளிச்சம்.

●

41

சேரம்பாளையத்து மாரியம்மன் கோயில் பொங்கல் சாட்டிவிட்டார்கள். எட்டுநாள் சாட்டு. கம்பம் நட்ட நாளிலிருந்து எட்டாம்நாள் பொங்கல். செல்லமுத்துவுக்கு இருப்புக்கொள்ளவில்லை. பிதிர் கெட்டு அலைந்தான். பொங்கல் நாளன்று, மாவிளக்கு எடுத்துக்கொண்டு மரகதவள்ளி வருவாள். நினைப்பே ஆனந்தமாக இருந்தது. இருந்ததில் நல்ல சட்டையை எடுத்துக்கொண்டு சின்னான் வீட்டிற்குப் போனான். பெட்டிபோட்டுத் தரச் சொல்லிப் பக்கத்திலிருந்து வாங்கி வந்தான். குளித்து முடித்து உடம்பெல்லாம் மணக்கப் பவுடர் பூசிக் கொண்டான். சட்டைக்காலரை மடித்துவிட்டுக் கொண்டு கோயிலுக்குக் கிளம்பிவிட்டான்.

கோயிலுக்கு முன்னால் பரந்த வெட்டாரவெளி. பொங்கல் வைக்க அடுப்புக் கற்களைக் கூட்டிக் கொண்டிருந்தார்கள் பெண்கள். எல்லாருடைய தலையிலும் கதம்பப்பூச்சரம் தொங்கிக்கொண் டிருந்தது. போன வைகாசிக்குப் பொங்கல் வைக்கப் பயன்பட்ட கருங்கற்கள் கரிப்பிடித்த அடையாளத்தோடு கிடந்தன. கற்களைப் புரட்டிப் போட்டு வாட்டமான கல்லைத் தேடினாள் பொன்னா. அடிக்கல்லைப் புரட்டிவிட்டு, "ஐயோ தேளு" என்று கத்திக்கொண்டிருந்தாள் சரசு. "அலெ பொங்க நாளன்னைக்கி அதெ எனத்துக்கு கொல்றீங்கொ, உட்ருங்கொ போவுட்டும், பாவொ" என்று அடிக்கக் கல்லெடுத்து வந்த பொன்னாளைத் தடுத்தாள் பண்ணாடிக் கவுணிச்சி. அந்தத் தேள், கொடுக்கை உயர்த்திக்கொண்டு வேகமாக ஊர்ந்து போய்ப் பக்கத்தில் குவிக்கப்பட்டிருந்த ஓடைக் கற்களுக்குள் புகுந்து ஒளிந்துகொண்டது. கற்களின் இடையே நீர்த்துப்போய் வளர்ந்திருந்த கோரைப் புற்கள் அடுப்புக்குக் கற்களை நகர்த்தியதில் வாடி வதங்கிக் காய்ந்துகொண்டிருந்தன. கற்களின் அடியிலிருந்த கறையான்களும் தேரைகளும்

பிறப்பொக்கும்

தவளைகளும் சற்றும் எதிர்பாராமல் தங்களது வாழிடத்தை இழந்துவிட்டதில் பதைபதைப்போடு அலைந்தன. சிறுபிள்ளைகள் ஒன்றாகத் திரிந்தார்கள். அடுப்புப் பற்றவைக்க சுப்பும் சுள்ளியும் பன்னாடையும் ஓடிஓடிப் பொறுக்கிக்கொண்டு வந்து தந்தார்கள். பொங்கல் கழிந்து வைப்பதை வேடிக்கை பார்த்தார்கள். பின்பு ஒருவரையொருவர் துரத்திக்கொண்டு ஓடினார்கள். "ஓடுங்க புள்ளைங்களா, அடுப்புத்தீத் தாண்டுது, பக்கத்துல வராதீங்கொ, அக்கட்ட போங்கொ" என்று அவர்களை விரட்டினாள் பண்ணாடிக் கவுணிச்சி.

பிள்ளைகள் தள்ளிப் போனார்கள். ஆவாரஞ்செடிகளை ஒடித்து வந்து அரிசேர்த்துப் பெருக்கு மாறாக்கினார்கள். தரையைக் கூட்டிச் சுத்தம் செய்தார்கள். தெண்டபாணி மண்ணில் கோயில் கட்டிக்கொடுத்தான். வேணி ஒரு வெங்கச்சாங் கல்லைக் கொண்டு வந்து, "இது எங்கொ ரட்டணமூர்த்திசாமி என்றாள். அன்னக்கொடி ஒரு கருங்கல்லைத் தேடி எடுத்து வந்து, "இது எங்கொ தன்னாசிக் கருப்பனெ" என்றாள். "எங்கொ அங்காத்தாளையும் வெக்கோணு" என்று சொல்லிக்கொண்டே கற்களைத் தேடி ஓடினாள் அங்காயா. "இந்தக் கூமாச்சிக் கல்லெ வையி" கல்லைத் தேர்வு செய்து தந்தான் அப்புக்குட்டி. சாமி வைத்து முடித்த பின்பு சிறுகற்களில் அடுப்புக்கூட்டித் தேங்காய்த் தொட்டியில் மண்ணைப் போட்டுப் பொங்கல் வைத்தார்கள். ஆவாரம்பூவையும் கொழுஞ்சிப்பூவையும் பூளைப்பூவையும் வைத்து சாமியை அலங்கரித்தார்கள். சாமிக்கு வைக்கச் சந்தனமும் குங்குமமும் தேவைப்பட்டபோது பூசாரியிடம் போய்க் கெஞ்சினார்கள். அரசமரத்து இலைகளைப் பறித்து வந்து தேங்காய்த் தொட்டியிலிருந்த மண் பொங்கலைப் பரிமாறிக் கொண்டார்கள்; வயிறார உண்டார்கள்; உண்ட உற்சாகத்தில் கூவினார்கள்.

ஒன்றாகச் சேர்ந்துகொண்டு கத்திப் பாடினார்கள்.

தரைமட்டத்திலிருந்த கிணற்றுமேட்டில் சிலர் எசவடைக் காக மண்ணைக் குழைத்து எடுத்து உடம்பெல்லாம் பூசிச் சேற்றுவேசம் போட்டுக்கொண்டு வேப்பங்குழைகளோடு ஆடிக்கொண்டிருந்தார்கள்.

•

42

செல்லமுத்துக்கு எல்லாமே அலுப்பாக இருந்தது. இன்னும் எத்தனை நேரம் காத்திருக்க வேண்டுமோ தெரியவில்லை. உரத்து அடித்தது வெய்யில். பொட்டிபோட்ட சட்டை வேர்வையில் நனைந்து உடம்போடு ஒட்டிக்கொண்டது. அள்ளி யெடுத்துப் பூசி வந்திருந்த பவுடரும் கரைந்து போய் விட்டது. இன்னும் மரகதவள்ளி வந்த பாடில்லை. புளியமரத்தை ஒட்டிய பாதையிலேயே கண்களை வைத்து உட்கார்ந்திருந்தான்.

கொட்டுமுழக்குச் சத்தம் தூரத்தில் கேட்டது. ஆர்வமாக எழுந்து நின்றான். வரிசையாக வந்த வண்டிகளில் மாவிளக்கு எடுத்து வந்தார்கள் நடு வீதிப் பெண்கள். பொங்கலிட்டு முடித்த பெண்கள் அவர்களை எதிர்கொண்டழைக்கத் தயாரானார்கள். நடுவளவு எசமானர் வீட்டுப் பெண்களுடன் கூட்டு வண்டியில் வந்திறங்கினாள் மரகதவள்ளி. விசிறிப்பூ வைத்த மாவிளக்குத் தட்டத்தை எடுத்துக்கொண்டு நடந்தவளைப் பார்த்தமாத்திரத்தில் செல்லமுத்து பரவசமடைந்தான். அபிசேகமும் பூசையும் நடந்து கொண்டிருந்தது.

கழற்றிவிடப்பட்ட செருப்புகளுக்குள் மரகத வள்ளியின் செருப்பைத் தேடிக் கண்டுபிடித்து, அதற்குப் பக்கத்தில் தன்னுடைய செருப்பைக் கழற்றி விட்டான். சோடி சேர்த்து அழகு பார்த்தான். அவள் உட்கார்ந்திருந்த இடத்திற்கு எதிரில் நின்று கொண்டான். அவளிடமிருந்து எப்போது வேண்டு மானாலும் சமிக்ஞை வரலாம். அதைத் தவறவிடக் கூடாதென அவளையே பார்த்தபடி காத்திருந்தான். மரகதவள்ளி வலதுபக்கக் கன்னத்தில் சரிந்த தலைமுடியைக் காதுக்கு மேலே ஒதுக்கிவிட்டுக் கொண்டாள். சட்டென்று சுதாரிப்பானான். ‘இதுக்கு என்ன அர்த்தம்’ யோசிக்க ஆரம்பித்தான். இப்போது காலில் ஊறிய எறும்பைத் தட்டிவிட்டாள். ‘இதுக்கு

என்ன அர்த்தமாயிருக்கும்.' எதுவும் பிடிபடாமல் தலையை உதறிக்கொண்டான் செல்லமுத்து.

பொழுது இருட்டிக்கொண்டு வந்தது. எல்லாம் முடிந்து கூட்டம் கலைய ஆரம்பித்தது. கிளம்பிப் போகும்போது அவனை ஒரேயொருமுறை திரும்பிப் பார்த்தாள் மரகதவள்ளி. 'நாளைக்கு நந்தவனத்தில் சந்திக்கலாம்' எனச் சாடை செய்தாள். போதும் இது போதும். அதற்குப் பிறகு செல்லமுத்துக்கு எந்தச் சத்தமும் கேட்கவில்லை. எதுவும் கண்ணில் படவில்லை. எந்த யோசனைக்கும் இடமில்லை.

யாருமற்ற அமைதியில் சேரம்பாளையத்து ஆத்தாளுக்கு எதிரே போய் நின்றான். தங்களது காதலுக்கு மரகதவள்ளியுடைய அண்ணன்களையும் சொந்தங்களையும் வென்றுவிடும் வலிமை யைத் தரும்படி மனமுருக வேண்டினான். மரகதவள்ளியும் அதைத் தான் வேண்டிக்கொண்டிருப்பாள் என நினைத்தான். அபிசேகத் திலும் பூசையிலும் குளிர்ந்துபோய்ச் சிரித்துக்கொண்டு உட்கார்ந் திருந்தாள் சேரம்பாளையத்து மாரியாத்தா. அந்தச் சிரிப்புக்கும் அர்த்தத்தைத் தேடிக்கொண்டே வெளியே வந்தான்.

மரகதவள்ளி உட்கார்ந்திருந்த தென்னந்தடுக்கில் ஒரு செவ்வந்திப்பூ கிடந்தது. 'நிச்சயமாக மரகதவள்ளியின் தலையி லிருந்துதான் விழுந்திருக்க வேண்டும்'என நினைத்தவன் அந்தப் பூவை எடுத்து முகந்து பார்த்துவிட்டுச் சட்டைப்பையில் போட்டுக் கொண்டான். யாருமின்றி வெறிச்சோடிய வெளியில் தடுக்கை எடுத்துப் போட்டு மல்லாந்து படுத்துக்கொண்டான் செல்லமுத்து.

'கந்தன் கருணை', 'ஆலயமணி'. படப்பெட்டி வந்துவிட்டது. திரைக் கட்டும் வேலை நடந்துகொண்டிருந்தது. இதுபோன்ற 'கலைநிகழ்ச்சி'களுக்கெல்லாம் பொறுப்பேற்றுக்கொண்டு முன்னின்று நடத்தும் வடக்குவளவு நடராசு ஆட்களை ஏவிக் கொண்டிருந்தான். பண்டாரத்துவளவு அங்கமுத்து அவன் சொல்லும் வேலைகளையெல்லாம் பரபரப்பாகச் செய்து கொண்டிருந்தான்.

"என்ன செல்லமுத்து, சித்தெ ஒத்தாசைக்கு வாரது" நடராசு கூப்பிட்டான்.

மல்லாந்து படுத்திருந்த செல்லமுத்து திரும்பி, ஒருக்களித்துப் படுத்துக்கொண்டு அவனைப் பார்த்தான்.

"என்னங்ண்ணா, போன வருசமாட்ட ரெக்கார்டு டான்ஸ் கொண்டாருவீங்கன்னு பாத்தா இப்புடிப் படத்தெக் கொணாந்து போட்டுட்டீங்களே."

“சின்னக்கவண்டருங்கோவ், வெள்ளத்துல போன நரி பள்ளத்துல படுக்காதுன்னு செலவாந்தரஞ் சொல்லுவாங்களே, உங்குளுக்குத் தெரியாதுங்களா” சொல்லிவிட்டு, குழிபறித்துக் கொண்டிருந்த பண்டாரத்துவளவு அங்கமுத்து எதையோ நினைத்துக்கொண்டது போல அடக்கமாட்டாமல் சிரித்தான்.

“டேய் அங்கா , ஒழுங்கா வேலையெப் பார்றா, நாயம் பேசாம குழியெ ஆழமாத் தோண்ட்றா, செல்லமுத்து எனைத்தானொ கேட்டாப்ல, நாஞ் சொல்லிக்கறெ. அட பொண்டு புள்ளைகளெல்லாம் பாக்க வேண்டாமா செல்லமுத்து. நம்மொ சவுரியத்தப் பாத்தா ஆகுது.”

“ஆமாம் பாருங்க, பொண்டு புள்ளைக பேர்ல வெகு அக்கறெ போங்க. கவண்டரு கதையுடறாங்க. சின்னக்கவண்டருங்கோவ், போன வருசொ நடந்த விசியொ உங்குளுக்குத் தெரியாதுங்களா, ரெக்கார்டு டான்ஸ் ஆடவந்த புள்ளெ மேலே இவிய ஒரு கண்ண வெச்சிருக்க, ஆட்டொ முடிஞ்சும் முடியாமெ, நம்ப பெரீகவண்டரு அந்தப் புள்ளையெ சுத்திச் சுத்தி வாராங்கொ, ஒரே ரவுசு. அவிய தொந்தரவு தாங்காம, அந்தப் புள்ளெ தப்பிச்சம் பொழச்சம்முன்னு ஓடீருச்சு. ஓடுனா வுட்ருவாங்களா, பெரிய கவண்டரு அந்தப் புள்ளையெத் தொரத்திப் போய், தூக்கிகிட்டுக் கெழக்காலெ இருந்த கடலெக் காட்டுக்குள்ளாற போயிட்டாங்கொ.”

“அப்பறொ.”

“பாவொ நம்ப சின்னக்கவண்டரு, பொறத்தாலயே தொரத்திக் கிட்டே போயிட்டாங்கொ, பக்கத்துல போயிப் பாத்தா, நம்ப பெரீகவண்டரு..., வேறாராலுனா பொடனி மேல ஒரே போடாப் போட்டுருப்பாங்கொ. பெத்தவராப் போயிட்டாங்கொ பாருங்கொ.”

“அடப் பாவத்தெ. அப்பறொஞ் சொல்லு.”

“என்னத்தைங்கொ சொல்றது, பொறவு, நம்ப சின்னக் கவண்டரு, கையிலெ புடிச்சது புடிச்சபடிக்கு டார்ச்சு லைட்டெப் புடிச்சுக்குட்டு விருமத்தி புடுச்சாப்பளெ நடுக்காட்டுக்குள்ளாற நட்டமா உக்காந்துட்டாங்கொ” கம்பைகள் ஆடாமல் இருக்கிறதா என்று சோதித்துப்பார்த்தபடி பேசிக்கொண்டிருந்தான் அங்கமுத்து.

“கடலெக் காடு ஒசரஞ் செரியா இருக்குமா, அவடத் தாலைக்கே சோளக்காடு ஒண்ணுமில்லையா, நல்ல மறப்பா இருந்திருக்குமல்லொ.”

"பெரீகவண்டரு இருந்த முசுவுல சோளக்காட்டெ எங்கீன்னு தேடுவாங்கொ, கடலெக்காட்டுலயே பூந்துட்டாங்கொ போங்கொ."

செல்லமுத்து சிரித்துக்கொண்டு எழுந்து உட்கார்ந்தான்.

"மூடிக்கிட்டு வேலையெப் பாருடா" அங்கமுத்துவை அடக்கினான் நடராசு.

"ஏனுங்ண்ணா அங்கமுத்து சொல்றது நெசந்தானுங்களா."

"ஏஞ் செல்லமுத்து நீயி, அவஞ் சொல்றாருன்னு கேக்கற பாரு" சொல்லும்போது நடராசு முகத்தில் ஒருவருடத்திற்கு முன்னால் அடைந்த ஏமாற்றம் சோகமாகப் படர்ந்திருந்தது.

நிரவிப் போட்ட காட்டுக்குள் படம் காட்ட எல்லாம் தயாரானது. சனங்கள் விரித்து உட்கார, கோணிச் சாக்குகளுடன் வந்துகொண்டிருந்தார்கள்.

சட்டைப்பையில் இருந்த செவ்வந்திப்பூவை எடுத்துப் பார்த்தான். மனசெல்லாம் மரகதவள்ளி இருந்தாள். இரண்டு வாரமாக அவளைச் சந்திக்க முடியவில்லை. இன்றைக்கு அவளைப் பார்த்தும் பேச முடியவில்லை. ஏக்கம் நெஞ்சைக் கவ்வியது. இப்போதே அவளைப் பார்க்க வேண்டும் போல வேகம் வந்தது செல்லமுத்துவுக்கு. அடுத்தநாள்வரைக்கும் காத்திருக்கச் சிரமப்பட்டான். ஊரே படம் பார்த்துக்கொண்டிருந்தது. பொட்டல் காட்டுக்குள் ஓடிய ஒற்றையடிப் பாதையில் வீட்டைநோக்கித் தன்னந்தனியாகப் போய்க்கொண்டிருந்தான் செல்லமுத்து.

●

43

கண்ணையனுடைய இரும்புப் பட்டறை.
ஊதுலையின் தணலுக்குள் கிடந்த இரும்பு, பழுத்துத் தணலாகவே மாறும்வரைக்கும் சக்கரத்தின் கைப்பிடியை விடாமல் சுழற்றினாள் கண்ணையன் பெண்டாட்டி. காற்று, தணலுக்குள் நுழைந்த வேகத்தில் பொறிப் பறந்தது. இரும்புத் துண்டங்களைக் கிடுக்கியில் பிடித்து வெளியே எடுத்துப் போட்டான். சம்மட்டியால் அடித்தான். மீண்டும் தணலுக்குள் போட்டான். வெளியே எடுத்து அடித்தான். சுத்தியலால் நெருக்கித் தட்டினான். நீண்டநேரமாகப் போராடினான் கண்ணையன். இரும்புத் துண்டங்கள் வீச்சரிவாள்களாக மாறி யிருந்தன. பின்பு தாழித்தண்ணீரில் சீற்றத்தோடு மூழ்கின. சாணை பிடித்துக் கூர்மையாக்கினான். பக்கத்தில் கிடந்த மரக்கட்டையில் பதம் பார்த்தான். ஒரே வெட்டு. துண்டாய்த் தெறித்து விழுந்தது. வீச்சரிவாள் நல்ல பதம்.

•

44

பொழுது சாயும் நேரம். கோவிலுக்குப் புறப்பட்டுப் போன மரகதவள்ளி நந்தவனத்துக்குள் நுழைந்தாள். அடர்ந்த புற்களுக்குள் வேகமாக நடந்தாள். நின்று சுற்றும் முற்றும் பார்த்தாள். யாரும் தென்படவில்லை. சட்டென்று அரளிப்புதருக்குள் புகுந்தாள். செல்லமுத்து ஏற்கெனவே புதருக்குள் இருந்தான். அவள் வரும்வரைக்கும் தவிப்போடு காத்திருந்தவன், வேகமாக அவள் கையைப் பிடித்துப் புதருக்குள் இழுத்துக்கொண்டான். வெட்கப்பட ஆரம்பித்தாள். அவனுக்கு மிக நெருக்கத்தில் அவளது வெட்கம் பரவிய முகம், கன்னத்தில் அரும்பியிருந்த பரு ரோஜா மொக்குப் போல சிவந்து போயிருந்தது. மெல்லமெல்ல கிறக்கத்துக்குப் போய்க் கொண்டிருந்தான் செல்லமுத்து. திடீரெனப் புதரைச் சுற்றிலும் சத்தம் கேட்டது.இருவரும் திகைத்துப் போனார்கள்.

முன்னால் விட்டுப் பின்னாலேயே வந்த மரகத வள்ளியின் மூன்று அண்ணன்களும் புதரைச் சுற்றி வளைத்துச் சூழ்ந்துகொண்டிருந்தார்கள். மூன்று பேருடைய கைகளிலும் கண்ணையனிடம் பதமாகச் சாணை பிடித்துத் தரச் சொல்லி வாங்கி வந்திருந்த வீச்சரிவாள்கள் பளபளத்தன. அவ்வளவுதான், இனித் தப்பிக்கவே முடியாது, ஆயுள் முடியப் போவது உறுதி. ரத்தம் தோய்ந்த அம்பின் முனையைப் போன்றஅரும்புகளும் பிசுபிசுப்பான மணத்துடன் விரிந்திருந்த பூக்களும் நிறைந்த கிளைகள் நடுங்கின. பதற்றடத்துடன் அசைந்தது அரளிப்புதர். எந்த யோசனைக்கும் இடம் தராமல் மூன்றுபேரும் ஒரே நேரத்தில் அரிவாளை ஓங்கினார்கள். சரமாரியாய் வெட்டத் தொடங்கினார்கள்.

○

“இப்புடி வெட்டிப் போட்டுட்டாங்களே, எப்புடித்தே மனசு வந்துதோ, ஒரே போடுலெ சாய்ச்சுட்டாங்களே, கண்ணு மாயமா ஒண்ணுமில்லாமப் பண்ணிப் போட்டுட்டாங்களே.”

“இப்புடி ஒலவத்துலயுமு நாங் கண்டதில்லெ போ.”

“பேண்டவனெ உட்டுப்போட்டு பீயெ வெட்டுன கதையா, நந்தவனத்துல இருந்த அரளித்தூரெ நெரவிப் போட்டாங்களாம்மல்லொ.”

“இதென்ன கூத்தா இருக்குது, கெரவத்தெ அதெ வெட்டுன மாயத்துல ஆச்சா.”

“தெனத்துக்கும் அதுக்குள்ளதேம் பேசிக்கறதாமா.”

“எத்தச்சோட்டு தூரு, சடுதியிலெ வெட்டிப் போட்டுட்டாங்கொ.”

“செல்லமுத்து தட்டுப்படறதெக் காணமா.”

“ஊருக்குள்ளயே இருக்கப்படாதுன்னு மெரட்டித் தாட்டியுட்டுட்டாங்களாமா.”

“உசுரோட உட்டாங்களே, பெரீ பண்ணாடி செச புண்ணியந்தே.”

“நடுவளவுல அவுசாரமா மாப்பளெ பாக்கறாங்களாமல்லொ.”

“இருக்குமல்லொ பின்ன.”

“பொட்டப்புள்ளெ விசியொ, தாராயிருந்தாலுமு அதெத் தானொ செசாகோணு.”

“பொதருக்குள்ளாற, பேசறதோட நின்னுருக்குமா.”

“அதெப்புடி நிக்கு, வாயில பேசறதுக்கு எனத்துக்கு பொதருக் குள்ளாற போவோணு.”

“அதெச்சொல்லு நல்லா.”

“இந்தச் சோலி இன்னிக்கி நேத்தல்லொ, வெகுநாளா நடக்கு மாட்டொ.”

“நம்ப சரசாளெ வெசாரிச்சாத்தே சமாச்சாரமெல்லாந் தெரீயி. ஏஞ் சரசா, நடுவளவுலெ முட்டிச்சீலெ கணக்கா மாசந்தவறாம வுழுந்துதா.”

“அதெல்லா, மாசஞ் சென்னா, பொடக்காணிலெ முட்டித் துணி செரியா வுழுந்து கெடக்கு, சும்மா எப்புடிச் சொல்றது. போன வாரந்தேனொ ஆத்துக்குக் கொண்டுபோயி அலாசிக் கொணாந்தெ.”

“என்னுமோ போ சரசாளுஞ் சொல்றா. என்னொ நடந்து துன்னு நம்ப செல்லையனுத்தனொ வெளிச்சொ.”

கெடா வேப்பமரத்தடியில் இதே பேச்சாக இருந்தது. செல்லமுத்து இல்லாத கிழக்குவீதி வெறிச்சோடிப் போனது.

வாட்டசாட்டமான மாப்பிள்ளை. ஒட்டன்சத்திரத்தில் பெரிய தலைக்கட்டுக் குடும்பம். கல்யாணத்திற்கு செல்வக் குமாரசாமி கோயிலை அடைத்துப் பந்தல் போட்டிருந்தார்கள். கம்பையில் வரிசையாகக் கட்டப்பட்டிருந்த குழல்விளக்கு களால், இரவெல்லாம் பகலாக ஜொலித்தது. காரும் வில்வண்டி யும் கூட்டுவண்டியும் அரசமரம் வரைக்கும், வரிசைகட்டி நின்றன.

வேணியும் அன்னக்கொடியும் தெற்கிலிருந்து வடக்காக வரிசையாகக் கட்டியிருந்த டியூப்லைட்டுகளை ஒவ்வொன்றாக எண்ணிக்கொண்டே போனார்கள்; திருப்பி எண்ணிக்கொண்டே வந்தார்கள். ஒளிர்ந்துகொண்டிருந்த விளக்குகளைச் சுற்றிலும் சிறுபூச்சிகள் கூட்டங்கூட்டமாய்ப் பறந்துகொண்டிருந்தன. அரசமரநிழலில் நிறுத்தப்பட்டிருந்த பிளைன்மவுத் காரையும் அம்பாசிடர் காரையும் பக்கத்தில் போய் ஆச்சரியமாகப் பார்த்தார்கள். “இங்க பாரு பிளசருக் காரு” வெள்ளைநிறக் காரைத் தொட்டுத் தடவினாள் அன்னக்கொடி. வேணியும் தொடப் போனபோது “தே ஆளுக வாராங்கொ, ஓடியாந்துரு தே” என்று பொய்யாகக் கத்தியதில் பயந்துபோய்த் திரும்பி ஓடிவந்துவிட்டாள் வேணி. அதன்பிறகு அப்படியொரு காரை வேணியால் தொட்டுப் பார்க்கவே முடியவில்லை.

•

45

மாரானும் சின்னானும் ஓடிக்கொண்டு திரிந்தார்கள். அழைப்புச் சொல்லி ஊரழைத்து, விடிய விடிய கல்யாணச்சீர்களை நடத்தி, மங்கல வாழ்த்துச் சொல்லி சீர்க்கூடை தூக்கிப் போய்க் களைத்துப்போனான் மாரான்.

சின்னானும் சரசுவும் கல்யாணக் கூட்டத் துக்குள் துணிமோளியைச் சுமந்துகொண்டு பரபரப்பாக அலைந்தார்கள். கூரை கட்டினான். மாப்பிள்ளையும் பெண்ணும் நடந்துவருவதற்கு நடைமாத்து விரித்தான். சாப்பாட்டுப் பந்தலில் பந்திமாத்து விரித்தான். சீர் நடக்கும்போது தீப்பந்தம் பிடித்து நின்றான். கல்யாணம் முடிந்து கூலியாகக் கொடுத்த நெல்லை மூட்டையாகக் கட்டிச் சுமந்த படி வீடு வந்து சேர்ந்தார்கள். மணவறை சோடித் திருந்த சாமந்திப் பூக்களைக் கூடைநிறைய எடுத்து வந்திருந்தாள் பொன்னா. ஒவ்வொரு வீட்டுத் திண்ணையிலும் சாமந்திப்பூக்களைக் கோத்துக் கொண்டிருந்த வேளையில், "அன்னக்கொடி வயிசுக்கு வந்துட்டா" என்று வீதியில் யாரோ சொல்லிக் கொண்டு போனார்கள். கோத்துக் கட்டிய பூக்களைத் தலைகொள்ளாமல் சூடிக்கொண்டார்கள் கிழக்கு வீதிப் பெண்கள்.

வேணிக்குக் கவலையாக இருந்தது. முதலில் சாந்தி, இப்போது அன்னக்கொடி. வயதிற்கு வந்து விட்டால் அவ்வளவுதான். விளையாடுவதற்கு அவர்களால் வீதிக்கு வர முடியாது. இனி வீட்டுக்குள் தாயக்கரமும் பல்லாங்குழியும் தான் விளையாட முடியும். புதுத்தாவணி போட்டுக் கொண்டு குச்சுக்குள் உட்கார்ந்திருந்த அன்னக் கொடியை, அன்னியமாக உணர்ந்தாள் வேணி. சரிக்குச் சரியாகத் திரிந்தவள், இப்போது மூத்து முதிர்ந்தவளாகத் தெரிந்தாள். பலகாரங்களும் ஆரஞ்சுமிட்டாயும் அச்சுவெல்லமும் பச்சரிசியும்

பொரிகடலையும் சீப்புசீப்பாக வாழைப்பழங்களும் பெரிய தட்டத்தில் வைத்து, அன்னக்கொடிக்குக் கொடுத்தார்கள். பவுடர்டப்பாவும் கண்ணாடிச்சீப்பும் பொட்டும் பூவும் புதுத்துணியும் கொடுத்தார்கள். அதையெல்லாம் பார்த்துக் கொண்டு நின்ற வேணிக்கு ஏக்கமாக இருந்தது. அன்னக்கொடி தட்டத்திலிருந்து அச்சுவெல்லம் ஒன்றை எடுத்துக் கொடுத்தாள். அதைக் கடித்துக்கொண்டே, திரும்பி வீட்டுக்கு வந்த வேணி "நானெப்ப வயிசுக்கு வாரது" என வாய்விட்டுக் கேட்டுக் கொண்டாள்.

●

46

செல்லமுத்துவும் அவன் காதலும் இல்லாமல், அவன் அழுக்குமோளியில் சாய்ந்துகொண்டு கதையளப்பதைக் கேட்காமல், அவனிடம் பீடி வாங்கிப் புகைக்காமல் பொழுதே போகவில்லை. வெறுமையாயிருந்தது சின்னானுக்கு. செல்லமுத்து காணாமல்போய்க் கார்த்திகையோடு மாதம் ஆகிவிட்டது. பண்ணாடிக் கவுணிச்சி அழுது புலம்பிக்கொண்டு கோயில்கோயிலாகச் சாமியாடிகளைத் தேடிப் போனாள். ஓடியோடிக் குறி கேட்டாள். யாரும் நல்ல சொல்லாகச் சொல்லவில்லை. மகனைப் பற்றி ஒரு துப்பும் கிடைக்கவில்லை. நிம்மதியில்லாமல் அலைந்தாள்.

●

47

நாற்சந்தி அரசமரம். அதனடியில் சூடிக்கயிற்றால் சேர்த்துக் கட்டப்பட்டிருந்த கால்களை அசைக்க முடியாமல் படுத்திருந்தது மாடு. விரிந்திருந்த கண்ணில் கண்ணீர் வழிந்து கொண்டிருந்தது. பெரியவூட்டுவளவு எசமாங்க, சவாரி வண்டிக்குப் பூட்டுவதற்காக, கண்ணபுரம் சந்தையிலிருந்து நல்ல விலை கொடுத்து வாங்கி வந்திருந்தார். ஊக்கமான சாதி மாடு. சுழி சுத்தமான வெள்ளை. மயிலைக்காளை.

வேட்டியைத் தார்பாய்ச்சிக் கட்டிக்கொண்டு மாட்டின் காலருகே குத்தவைத்து உட்கார்ந்தான் கண்ணையன். ஏற்கெனவே கட்டியிருந்த நான்கு லாடங்களையும் கொறடு வைத்து மெதுவாகக் கழற்றி எடுத்தான். தேய்ந்துபோன லாடங்களைத் திருப்பிப் பார்த்து ஆராய்ந்தான். ஒரு லாடம் மட்டும் சீராகத் தேயாமல் ஒரு பக்கமாகத் தேய்ந்திருந்தது. காலைத் தடவிச் சோதித்துப் பார்த்தான். கால்குளம்பை விட்டுத் தள்ளிச் சதையில் இறங்கி யிருந்தது பழைய லாடத்தின் ஆணி. பாவம், இத்தனை காலமும் வலியோடு லாடம் தேயத்தேய நடந்திருக்கிறது அந்த மாடு. தோல்ப்பையில் இருந்து புதுலாடங்களை எடுத்து மாட்டின் கால்குளம்பில் வைத்துப் பொருத்திப் பார்த்தான். சிறு சுத்தியலை எடுத்துக்கொண்டு லாவகமாக லாடம் கட்டினான். வேலை ஆன பின்பு பண்ணையத்து ஆளிடம் மாட்டைப் பற்றிவிட்டான்; விட்டுக் கிளம்ப மன மில்லை. யோசனையோடு அடிமரத்தில் சாய்ந்து உட்கார்ந்துவிட்டான்.

கூனம்பட்டியிலிருந்து அக்காள் வந்திருக்கிறாள். அவள் வந்தாலே கண்ணையனுக்குக் கலவரம்தான். மகளைக் கட்டிக் கொடுத்தபிறகு, அந்தக் கலவரம் இன்னும் கூடியிருந்தது. அதிகாலையிலே அவள் வந்திருந்ததும் உடனே பேச்சை ஆரம்பிக்காமல் "போற சோலியெப் பாத்து முடிச்சுக்குட்டு வா பேசிக்கலாம்" என்று முத்தாய்ப்பு வைத்ததும் அத்தனை நல்லதாகப் படவில்லை. காலையில் அவன் பெண்டாட்டி ஊற்றிக்கொடுத்த கரைசோற்றைக் கூடக் குடிக்க மனமில்லாமல் லாடம் அடிக்க வந்துவிட்டான்.

கண்ணையன் வீட்டில் அக்காளின் அந்தஸ்து கூடியிருந்தது. சம்பந்தி ஆனதிலிருந்து அவளுடைய பேச்சில் வேகமும் தோரணையும் ஏறியிருந்தது. இனி வீட்டுக்குப் போயாக வேண்டும். எதற்கோ அடிப்போட்டுக்கொண்டு வந்திருக்கும் அக்காளை எதிர்கொள்ள வேண்டும்.

வீட்டுக்குள் நுழைந்தான் கண்ணையன்.

"சோறு உண்டாச்சாக்கா."

"சோத்துக்கென்ன. ஒரு முடுவு தெரீட்டு, அப்பறம் பாக்கலா."

அவளே சொல்லட்டும் என்று எதுவும் பேசாமல் உட்கார்ந்தான்.

"புருசனும் பொண்டாட்டிமு வங்கியாவரமாப் பேசாமெ இருந்தா எப்புடி, என்ன ஏதுன்னு கேட்டால்லொ சொல்லலா."

"..."

கூடப் பொறந்தவனாச்சே, பொட்டப்புள்ளெயெ வெச்சுக்குட்டு தடுமாறிக்கிட்டுக் கெடக்கறானேன்னு 'சீரு ஒண்ணும் வேண்டா, பொண்ணக் குடு போதும்'னு ஒரு பேச்சுக்குச் சொன்னா, சொன்னபேச்சுக்கே வெறுங்கையோட தாட்டியுட்டுட்டே."

"எம்புள்ளைக்கிச் செய்ய நீ கேக்கோணுமா. பொறு, தையும் மாசியும் முடியுட்டு. சேமலை, சென்னிமலைன்னு சுத்திச் சுத்தித் தேரும் பொங்கலும் வருது. ராட்டனம் போட்டு வாரதெ வெச்சு செய்யவேண்டீதெ செஞ்சர்றெ."

"அதெல்லா ஒண்ணுஞ் செய்ய வேண்டா. எம்பட பொறவி நீயி, நாங் காணப் பொறந்தவெ, உங்கட்டப் போயி செய்மொறெ செய்யிலீன்னு சொல்லிக் காட்டுவனா, காசு பணத்தெக் கணக்குப் போட்டு வாங்கறதுக்கு நீயி என்னொ பிறத்தியா, அதுக்கெல்லா நா வருலெ."

“ராட்டனத்தெக் குடுத்துரு போது.”

கண்ணையன் அதிர்ந்துபோனான். ஒவ்வொரு இக்கட்டான வேளையிலும் செய்வதைப் போல பெண்டாட்டியைப் பார்த்தான்.

“வடிவேலு என்னமோ இப்பவல்லா வேலைக்கிப் போவ மாண்டீங்கறே. உம்பட புள்ளெயெக் கட்டுன பேர்வாசியோ என்னமோ மழெ துளியெக் காணா. ஆடுமாட்டுக்கு மேச்சலு மில்லெ. ராட்டனத்தெக் குடுத்தீன்னா நாலு காசு பாத்துப் பொழச்சுக்குட்டுப் போறே.”

“. . .”

“எனத்துக்கு இத்தனெ ரோசனெ, மவுளுக்குத் தானொ குடுக்கறே, எனக்கா தாரெ” கேட்க வந்ததைக் கேட்டுவிட்டு கிளம்பிப் போய்விட்டாள் அக்கா.

கொய்யா மரத்துக்குக் கீழே கழற்றிப் போட்டிருந்த ராட்டனத்தைப் பார்த்துக்கொண்டு அசையாமல் உட்கார்ந் திருந்தான். பக்கத்தில் வந்து உட்கார்ந்தாள் கண்ணையன் பெண்டாட்டி.

“குடுத்துருங்கொ” ஒற்றைச் சொல்லைச் சொல்லிவிட்டு எண்ணெய் இறங்கியிருந்த காதுத் தோட்டைக் கழற்றி கண்ணையனுடைய கையில் வைத்தாள்.

“நாளெ மாசத்துக்குத் திழுப்பிக்கிட்டாப் போவுது” சொல்லிவிட்டு எழுந்துபோய்விட்டாள். பெருமூச்சோடு எழுந்தான் கண்ணையன்.

○

ராட்டினத்தைப் பார்க்கவே ஆசையாயிருந்தது. பளபளப் புடன் கம்பீரமாக நின்றது. நீலம் பச்சை சிவப்பு ஊதா என்று நான்கு பெட்டிகளும் பழுதுபார்க்கப்பட்டு வண்ணப்பூச்சுடன் மெருகேறியிருந்தன. ராட்டினத்தின் அச்சு, எண்ணெய் பூசியதில் வெண்ணெய்யில் வழுக்குவதுபோல சுற்றியது. பூச்சு உதிர்ந்து, உடைந்த பெட்டிகளுக்கு, ஒட்டுப்பலகையை அடித்து வைத்துச் சமாளித்துக்கொண்டு, தேருக்கும் பொங்கலுக்கும் ஊர்ஊராகப் போய் ராட்டினம் சுற்றி வந்திருக்கிறான் கண்ணையன். பழுது பார்த்துச் சரிசெய்யச் சொன்னால், “பாக்கலாம் . . . பாக்கலாம் . . .” எனத் தள்ளிக் கொடுத்துக்கொண்டே வந்தவன், இப்போது மகளுக்கென்றதும் யோசிக்காமல் செலவுசெய்து ராட்டினத்தைப் புத்தம்புதிதாக மாற்றிவிட்டான். காதுத்துளை யில் வேப்பங்குச்சியைச் செருகியிருந்தாள் கண்ணையனின்

பெண்டாட்டி. காதுத்தோடு இல்லாமல் மங்கிக் கிடந்த முகத்தில் நம்பிக்கை மட்டும் மின்னியது. 'இந்த ராட்டனத்தைக் கொடுத்துவிட்டால் போதும், மகள் நல்லபடியாகப் பிழைத்துக் கொள்வாள்' என்று நம்பினாள். அந்த நம்பிக்கையைத் தொடர்ந்து வாங்கிய கடன்களும் அன்றாடச் சுமைகளும் ஒன்றன்பின் ஒன்றாக மேலெழும்பின. மேலும் கீழுமாகச் சுழன்றது அவர்களது வாழ்க்கை, ராட்டினத்தைப் போலவே.

●

48

வனரோஜா பேயாகப் பிடித்துக்கொண்டு ஆட்டினாள்.

"வல்லான வயசுல ஆசெ அடங்காமச் செத்துப் போனவ, வயிசுப் புள்ளையெப் புடுச்சுக்குட்டு ஆட்றா."

"நாளைக்கி இன்னொரு வூட்டுக்கு கெட்டித் தாட்டியுடற புள்ளையெப் புடுச்சுக்குட்டு இப்புடி யொரு சீரழுவெப் பண்றாளே கொறத்தி."

"ராமெ வராமெ வேலெக்கி ஆவாது. போயிக் கையோட கூட்டியாங்கொ, தாமசம் பண்டா தீங்கொ."

"எங்கிருந்தாலு தொளாவிப் புடுச்சுக் கூட்டி யாந்துருங்கொ. ராமெ வந்தாகோணு."

ராமபண்டிதனைக் கூட்டி வர யாரை அனுப்பி வைக்கலாம் என்று யோசித்தார்கள்.

ராமபண்டிதன்.

அவனுடைய அண்ணன் தம்பியெல்லாம் குடிசெய்யப் பழகியபோது, பொறுப்பான நாவித னாகக் குடிமுறை செய்து மூட்டை மூட்டையாகத் தவசதானியங்களைக் கொண்டு வந்து அடுக்கிய போது, அடப்பத்தைக் கையில் எடுக்க மறுத்து, புத்தகங்களைத் தேடி அலைந்தான் ராமபண்டிதன்.

அரண்மனையிலிருந்து கடைசிக்குடி வரைக்கும் அவனுக்கு மதிப்பிருந்தது. 'சித்தெ நின்னு பேசீட்டுப் போறது' என்று அவனை நிறுத்தி வைத்துக் கொண்டார்கள். ஊர்ஊராக அவனைக் கூட்டிப் போனார்கள். மாதக்கணக்கில் தங்க வைத்துக் கொண்டு கதையும் பாட்டும் சொல்லச் சொல்லிக் கேட்டார்கள். வேட்டியும் துண்டும் பொருளும் கொடுத்து அவனுடைய தேவைகளைப் பார்த்துக்

கொண்டார்கள். மீண்டும் எப்போது வருவான் எனக் காத்துக் கிடந்தார்கள்.

ராமபண்டிதனைக் கூட்டிவர கருப்பமூப்பனும் பெரிய பண்ணாடியும் போவது என்று முடிவானது. பொழுது உச்சிக்கு வருவதற்கும் முன்பாகவே இருவரும் கிளம்பிப் போனார்கள். ஓலப்பாளையத்திலிருந்து ராமபண்டிதனையும், அவனுக்குப் பின்பாட்டுப் பாடும் பழனியையும் கூட்டிக்கொண்டு திரும்பி வந்தபோது பொழுது ஒருசாமத்தை நெருங்கியிருந்தது. ஊரே அடங்கியிருந்தது. தூக்கத்தில் விழுந்து சலனமற்றுக் கிடந்தது கிழக்குவீதி. முச்சந்தியில் உடம்பைச் சுருட்டிக்கொண்டு படுத்திருந்த மணி ஆளரவம் கேட்டவுடன் வேகமாக எழுந்து குரைக்கத் தொடங்கியது. அதைத் தொடர்ந்து ஊரைச் சூழ்ந்த எல்லாத் திசைகளிலிருந்தும் நாய்களின் குரைப்புச் சத்தம் எழுந்தது. பெரியபண்ணாடி "ச்சுடே" என்று ஒற்றைச் சொல்லில் மணியை அடக்கிவிட்டார். மீண்டும் முச்சந்திக்கே போய்ப் பறித்திருந்த குழியை மீண்டும் பறித்துப் படுத்துக்கொண்டது மணி. அது தொடங்கி வைத்த சத்தம் மட்டும் எல்லாத் திக்குகளிலிருந்தும் நெடுநேரத்திற்கு ஓயாமல் கேட்டுக் கொண்டிருந்தது.

பெரிய பண்ணாடியுடைய வீட்டுவாசலில் கட்டிலைப் போட்டுப் படுத்திருந்தான் ராமபண்டிதன். அவனுக்குக் கட்டில் இல்லாமல் தூங்க முடியாது என்பதால் போகும் இடத்தி லெல்லாம் படுத்துக்கொள்ள ஒரு கட்டிலைத் தந்துவிடுவார்கள். தரையில் விரித்திருந்த சாக்கில் நல்ல தூக்கத்தில் இருந்தான் பழனி. கட்டுத் தளர்ந்திருந்த கட்டில் அத்தனை சவுகரியமாக இல்லை. தூக்கம் பிடிபடவில்லை. எழுந்து உட்கார்ந்தான். வேட்டி முடிப்பைப் பிரித்துப் புகையிலையைக் கிள்ளிப் போட்டுக் கொண்டான்.

கிழக்கே உப்புக்கிணத்துத் தோட்டம். வேலியோரத்தி லிருந்த அடர்ந்த வாகையின் கிளைகள் எல்லைக்குள் அடங்காமல் வீதிவரைக்கும் படர்ந்து, தரையெங்கும் கருநிறக் கோலம் வரைந்ததுபோல நிழலை விரித்திருந்தது. இறங்கி வந்த நிலா வெளிச்சத்துடன், எந்த சமரசத்திற்கும் இடங்கொடுக் காமல் மரத்தினடியில் பிடிவாதமாக நின்றது இருட்டு. திடீரென ஆந்தைகள் அலறிக்கொண்டு கிரீச்சிட்டன. மந்தை முடக்கில் சடச்சடவென்று ஏதோ முறிந்து விழுந்தது. சத்தம் வந்த திசையிலிருந்த பேய்ப்புளியமரத்தின் உச்சிக் கிளை உலுக்கிவிட்டதைப்போல வேகமாக அசைந்தது. பறைவளவில் நாய்கள் குரைக்கும் சத்தம் கேட்டது. எதிர்பாராத வகையில் பூவாசனை அவனைச் சூழ்ந்தது. அப்போது உப்புக்கிணத்துத்

தோட்டத்து இட்டேறித் தடத்திலிருந்து ஒரு பெண் உருவம் கிளம்பி மிதப்பதுபோல நடந்துபோனது. அரவம் காட்டாமல் எழுந்து மாரானுடைய வீட்டுச் சுவரை ஒட்டிக்கொண்டு நின்று பார்த்தான். அந்த உருவம் வடக்கு நோக்கி நகர்ந்து போய்க் கொண்டிருந்தது; பார்த்துக்கொண்டிருக்கும்போதே மறைந்து போனது.

ராமபண்டிதன் உப்புக்கிணத்துத் தோட்டத்து இட்டேறிக்கு முன்னால் போனான். காற்று விட்டுவிட்டு வீசியது. வேலி யெங்கும் கொத்துக்கொத்தாகப் பூத்திருந்த காட்டுமல்லிப் பூக்களின் அதீத வெண்மை அச்சத்தைத் தூண்டுவதாக இருந்தது. அங்கிருந்தபடியே பேய்ப்புளியமரத்தைப் பார்த்தான். இருளில் அவனை முறைத்துப் பார்ப்பதுபோல எந்த அசைவுமற்று விறைப்பாய் நின்றுகொண்டிருந்தது பேய்ப்புளியமரம். சிறிது நேரம் அங்கேயே நின்றான். வாயிலிருந்த புகையிலையைத் துப்பிவிட்டு, சிறுநீர் கழித்தான். புறங்கையைக் கட்டிக்கொண்டு யோசித்தபடியே மெதுவாக நடந்து கட்டிலுக்கு வந்து, மல்லாந்து கொண்டான்.

நிலவு மெதுவாக நகர்ந்துகொண்டிருந்தது.

நிச்சலனமாக இருந்த வானத்தில் ஒரு மீன் மட்டும் நீண்டு அறுந்துகொண்டே போய் விழுந்தது.

“ஆல், அத்தி, வேம்பு, அரசு, பலா . . .” பால்மரங்களை நினைத்துக்கொண்டான்.

○

ராமன் வந்துவிட்டான். கிழக்குவீதிச் சனங்கள் உற்சாக மானார்கள். இனி பொழுது விடிந்து பொழுது போனால் பாட்டும் கதையும் கிழக்குவீதியே களைகட்டிவிடும். ராம பண்டிதன் பேய் ஓட்டுவது கூத்துப் பார்ப்பதைப் போல நல்ல வேடிக்கையாக இருக்கும். பேயை ஓட்டிவிட, நாலைந்து நாட்களாவது ஆகும். பேயோட்டி முடித்த பின்னரும் அவனைப் போக விடாமல் தங்க வைத்துக்கொண்டு, பாட்டும் கதையும் சொல்லச்சொல்லிக் கேட்டார்கள்.

குன்னுடையாக் கவுண்டன் பாட்டை அவனைப் போல பாட ஆள் ஏது?

வேலைக்குப் போன சனங்கள் பொழுதுசாய்ந்தவுடன் பறந்துகொண்டு வீடுவந்து சேர்ந்தார்கள். ஆக்கிப்போட்டு அவதியோடு தின்றுவிட்டுப் பொதுச்சாவடியில் கூடினார்கள். ஒவ்வொரு வீடாக முறைவைத்துக்கொண்டு ராமனுக்குச்

சோறிட்டார்கள். கிழக்குவீதி மொத்தமும் உரிமை கொண்டாடி னார்கள்.

ராமபண்டிதன் கதை சொன்னான். பாட்டுப் படித்தான். ராமாயணத்தையும் மகாபாரதத்தையும் வரிவிடாமல் சொன்னான். குன்னுடையாக் கவுண்டனையும் தாமரையாளை யும் தங்காளையும் சின்னண்ணன் பெரியண்ணனையும் தருமரையும் அர்ச்சுனனையும் பாஞ்சாலியையும் கர்ணனையும் கிழக்குவீதி சனங்களுக்கிடையே பாட்டாகப் படித்துக் கூட்டி வந்து உலவ விட்டான். தூக்கத்தை மறந்து, பொழுதுக்கும் உழைத்த உடல்வலியை மறந்து கேட்டார்கள். அவர்களைப் பாதித்த கதைகளையும் பாட்டுக்களையும் திரும்பச் சொல்லச் சொல்லிக் கேட்டார்கள். நேரமும் கிழமையும் நகர்வதே தெரியாமல் கேட்டுக்கொண்டிருந்தார்கள்.

வந்த வேலை முடிந்தவுடன் ராமபண்டிதன் கிளம்பிப் போய்விடுவான். ஆனால் அவன் கூட்டிவந்த கதாபாத்திரங்கள், அவனோடு போக மறுத்துவிட்டுக் கிழக்குவீதியிலேயே உலவிக் கொண்டிருந்தார்கள், பலநாட்களுக்கு. ஒவ்வொருவருக்குள்ளும் புகுந்து புறப்பட்டு விளையாடிவிட்டுப் பின்பு நிதானமாக ராமபண்டிதனிடம் திரும்பிப் போனார்கள்.

அதற்கப்புறம் கிழக்குவீதியே மாறிப்போயிருக்கும். தருமரைப் போல நியாயமாக நடந்துகொண்டார்கள். விட்டுக் கொடுத்தார்கள். தன்னை அர்ச்சுனனாகப் பாவித்து அச்சத்தை விட்டொழித்து வீரம்கொண்டு நிமிர்ந்து நடந்தார்கள். பெரிதாக எதுவும் இல்லாத வீடுகளில்கூட கர்ணனை நினைத்துக்கொண்டு இருப்பதைப் பகிர்ந்துகொடுத்தார்கள்.

“கர்ணன் ஆரு, சூரியனோட அம்செ, ஈரேழு ஒலகத்துல யும் அந்தச் சூரியனெ யாராச்சும் நெருங்க முடீமா சொல்லுங்க பாப்பொ, அப்பேர்ப்பட்ட சூரியனுக்குப் பொறந்த கர்ணனே, கேவலப்பட்டு வெதும்பி வேதனெப்பட்டு வாழ்க்கையெ வாழ்ந்து முடுச்சுட்டுப் போனே.அவெ அனுபவிக்காத துன்பமா. அவம் பொறப்பென்னொ, வீரமென்னொ, வாரிக் கொடுக்கற மனசென்னொ. வாங்கிவந்த விதிக்கு முன்னாலெ எதுஞ் செல்லுபடியாவுலெ. கர்ணனுக்கே அந்தக் கதியின்னா, தூசுந் துரும்புமா இருக்கற அற்பப் பொறப்பான நாமெல்லா எம்மாத்தரஞ் சொல்லுங்கொ. எல்லா நம்மளப் படைச்ச பகவேங் கையில இருக்குது, நம்ம கையில ஒண்ணுமில்ல.” ராமன் சொல்லச் சொல்ல வாழ்க்கையைப் பலவிதமாகப் பகுத்துப் பார்த்தார்கள். வாழ்வினை எதிர்கொள்வதற்கு, எல்லாருக்கும் பொருந்தும்படியான பொதுவான சூத்திரம் என்று ஏதும் இல்லை

என்பதை உணர்ந்துகொண்டார்கள். அதுவரை அனுபவித் திருந்த துரோகங்களையும் ஏமாற்றங்களையும் துன்பங்களையும் இழப்புக்களையும் தாமரையாளுடைய வாழ்க்கையோடும் பாஞ்சாலியுடைய வாழ்க்கையோடும் இணைக்கட்டிப் பார்த்தார்கள். உறவுகளைப் பறிகொடுத்தவர்கள் தங்காளைப் போல பாடியழுது மனப்பாரங்களைத் தீர்த்துக்கொண்டார்கள். வனவாசத்தை நினைவுகூர்ந்தார்கள். அந்த வனவாசத்தோடு தங்களது துயரங்களை ஒப்பிட்டு அமைதியடைந்தார்கள். தாமரை யாளுக்காக தங்காளுக்காக பாஞ்சாலிக்காக அழுதார்கள்; பின்பு தங்களுக்காக அழுதார்கள். அதன்பின்பு தன்னைச் சுற்றி வாழும் மனிதர்களின் துன்பங்களுக்காக அழுதார்கள். அழுகை ஓய்ந்தபின் ஒருவரையொருவர் தேற்றிக்கொண்டு ஆறுதலடைந்தார்கள். அதற்கும் மேல் விதியை ஒத்துக்கொண்டார்கள். விதிக்கு மேலும் கடவுளை ஏற்றுக்கொண்டார்கள். வாழ்க்கையின் மேல் நம்பிக்கை வைத்தார்கள். வருவதை எதிர்கொள்ளத் தயாரானார்கள். அவரவர்க்கு விதிக்கப்பட்டிருந்த வாழ்வை அவரவர்க்கு விதிக்கப் பட்டிருந்த வழியில் வாழ்ந்து பார்ப்பதெனத் துணிந்து நின்றார்கள். வாழ்க்கை வேறுவேறாய். அதில் பிரச்சினைகள் வேறுவேறாய். கண்ணீரும் நம்பிக்கையும் மட்டும் எப்போதும் ஒன்றாயிருந்தன.

கிழக்குவீதியில் கலக்கம் கூடி, மீண்டும் நம்பிக்கைகளை இழக்கத் துவங்கும் தருவாயில் எங்கிருந்தாவது எதாவது ஒரு காரணத்தைப் பற்றிக்கொண்டு வந்து சேர்ந்துவிடுவான் ராம பண்டிதன். தன்னுடைய கதாபாத்திரங்களுடன். ஒரு கடவுளைப் போல.

○

வடக்குவீதி பண்ணாடிவீட்டு இந்திராணியைப் பிடித்துக் கொண்டாள் வனரோஜா.

இந்திராணியைப் பெண் பார்த்துப்போயிருந்தார்கள். மாப்பிள்ளையெல்லாம் உறுதியான மாதிரிதான். கோயம்முத்தூ ரில் மில் வேலை பார்க்கிறானாம். பேண்ட், சட்டை போட்ட மாப்பிள்ளை. அவன் வைத்திருந்த தொங்குமீசையையும் பெரிய கிருதாவையும் பார்த்து அசந்துபோய்விட்டது பண்ணாடிவீடு. தங்களது மகள் டவுனில் வாழப்போவதை நினைத்துப் பூரித்துப் போனார்கள்.

“நீங்கொ போயிருக்கறீங்களா கோயம்முத்தூரு?”

“நனெங்கெலே அங்கெயெல்லாம் போனெ.”

“போனதில்லையாக்கு.”

"ஆனாக்கா, நானெல்லா ஈரோடு கட்டிச் சுத்தியிருக்கறெம் பாத்துக்க."

"எத்தாந் தொலையோ காணா."

"ரண்டு மூணு விசுக்கா ஈரோடு போற தொலெ இருக்க மாட்டெடா."

"பஸ்சுக்குச் சாருசு எம்முட்டோ காணா. காசுக்குக் கணக்குப் போட்டக்குட்டு என்னெயெக் கூட்டியோறதா."

"புள்ளையெக் கெட்டிக் குடுத்துட்டா, எட்டுக்கு ஒருக்கா போனாக் கெடக்குதுலே, உன்னையெக் கூட்டியோவாமையா."

"என்னத்தெத்தேஞ் சொல்லுங்கொ, புள்ளையெ எட்டிக் குடுத்தாப்புல கட்டிக் குடுத்துப் போட்டு சந்தெ சந்தைக்கிப் பாத்தறோணு, நெனச்சாப் போற தொலையிலயா இருக்குது கோயமுத்தூரு."

"மாப்பளெப் பயெனுக்கு நம்ப புள்ளெயெப் புடுச்சுப் போச்சுலே, இவொ ஒருத்தியாச்சி டவுனுக்குப் போயிப் பொழைகட்டும் வுடு" பண்ணாடியும் பண்ணாடிக் கவுணிச்சியும் இரவெல்லாம் தூங்காமல் பேசிக்கொண்டிருந்தார்கள்.

அந்த வீட்டின் வியப்பும் மகிழ்ச்சியும் இந்திராணியைத் தொற்றவேயில்லை.

"புள்ளெ விட்டத்தப் பாத்துக்குட்டு வெறுச்சுப் போயி உக்காந்துருக்கறா, கேட்ட கேள்வைக்கு பேச்சில்லெ. இருந்திருந் தாப்பல சாமத்துலெ அழுவறா."

"வேறாரு, அந்தக் கொறத்திதே அண்டீட்டாளாட்டொ, கொமுரியாச் செத்துப் போனா, கொமுரியாப் பாத்துப் புடுச்சுக் குட்டு, அவொ அப்பாசையெத் தீத்துக்கத் தீரறா, தூறமான புள்ளையெ ஒத்தையிலெ மந்தைக்கி உடாதெலேன்னு எத்தனை தாட்டிச் சொல்றது."

"ஆமா நங்கே."

"அதே கணக்குத்தேம்போ, அவொ அடங்காத அக்குசுலெ போனவொ, ரேசுலெ வுட்றமாட்டா. நாமதேங் கோளாறு பண்ணோணு. வுட்டுட்டா அப்பிடியே நெலெ கொண்டுக்குவா, நம்ப புள்ளெ நம்முளுக்கில்லெ பாத்துக்க."

ஆளாளுக்கு யோசனை சொன்னார்கள்.

கண்களில் அழுத்தமாக மைதீட்டிக்கொண்டாள்; அலங்கரித்துக்கொண்டாள்; மஞ்சள் நிறத் தாவணியைப்

போட்டுக்கொண்டாள். இடுப்பை வளைத்துக்கொண்டு நடந்தாள். வனரோஜாவாகவே மாறியிருந்தாள் இந்திராணி.

இதற்கெல்லாம் ஒரு முடிவு கட்டத்தான் ராமனைக் கூட்டி வந்திருந்தார்கள்.

ராமன் எப்பேர்ப்பட்ட பேயையும் ஓடவைத்து விடுவான். பேயோட்டுவதில் கெட்டிக்காரனான ராமனிடமே தட்டுக்கரையம் கட்டிக்கொண்டு பத்துநாட்களுக்குஆட்டம் காட்டிய பேய்களும் உண்டு.

இருட்டு விழ ஆரம்பித்தது. பெட்ரமாஸ் லைட்டை வாங்கி வந்து கட்டியிருந்தார் பண்ணாடி. பொழுதணையும் நேரத்தில் காட்டிலும் வயலிலும் இருந்த இறக்கை முளைத்த பூச்சிகள், வெளிச்சத்தை நோக்கிப் படையெடுப்பதைப் போல பறந்து வந்து விளக்கில் ஒட்டிக்கொண்டிருந்தன.

“நா உன்னையெத்தே நம்பியிருக்கறெ, நல்லது பண்ணிக் குடுத்துரு ராமே.”

“நம்ம செல்லையென் இருக்கறே, நம்புங்கொ, நிச்சயமா வழியுடுவே.”

இந்திராணியைக் கூட்டிவந்து பூசையில் உட்கார வைத்தார்கள். தலைக்கு ஊற்றிக் குளிக்க வைத்திருந்தாள் பண்ணாடிக் கவுணிச்சி. மகளுக்குத் தலைசீவும் தினுசில் உச்சிமயிரில் அவள் அறியாதபடிக்கு ஒரு முடிச்சைப் போட்டு விட்டிருந்தாள். ராமன் சொன்ன யோசனைதான் அது. அப்படிச் செய்யாவிட்டால் தன்னை ஓட்டப் போவதைக் கள்ளம் கண்டுகொண்டு, பேய் வெளியேறிப்போய் எங்காவது ஒளிந்து கொள்ளும். மரத்திலோ உத்திரத்திலோ தொங்கிக்கொண்டு நடப்பதை வேடிக்கை பார்த்துக் கொண்டிருக்கும். ஓட்டும்போது ராமனுடைய பிடிக்குச் சிக்காது. ஓட்டிப் பார்த்துவிட்டு ராமன் போனபின்பு, உத்திரத்திலிருந்து இறங்கிவந்து மறுபடியும் அண்டிக்கொண்டு பாடாய்ப் படுத்தும். பேய்க்குத் தெரியாமல் உச்சியில் முடிச்சைப் போட்டுவிட்டால் அந்த முடிச்சை மீறிக் கொண்டு பேயால் நகரக்கூட முடியாது; வசமாக மாட்டிக் கொள்ளும்.

ராமன் பூசையை ஆரம்பித்தான். தேங்காயை உடைத்து வைத்துச் சூடம் காட்டினான். முதலில் பிள்ளையாரைப் பாடி அழைத்தான். பண்ணாடிவீட்டுக் குலதெய்வம் எதுவென்று கேட்டுக்கொண்டு வரவைத்தான். பின்பு இஷ்ட தெய்வங்களைக் கூப்பிட்டான். ராமனுடைய உடுக்கைச் சத்தம் மற்ற எல்லாச் சத்தங்களையும் அடக்கிவிட்டு மேலெழும்பியது. அவனுக்குப்

பின்பாட்டுப் பாடிக்கொண்டே சாம்பிராணியை அள்ளி வாக்கணத்திலிருந்த தீக்கங்கில் போட்டுக்கொண்டிருந்தான் பழனி. புகை மூட்டத்திற்கு நடுவே அசையாமல் உட்கார்ந்திருந் தாள் இந்திராணி.

தெய்வங்களை அழைத்து முடித்துவிட்டு, பேயை அழைக்க ஆரம்பித்தான் ராமன்.

"பொன்னாளெப் புடுச்சுருக்கறயே நீயாரு."

". . ."

"சொல்லு, சொல்லாம நீயி இம்மிகூட மிசுங்க முடியாது. சொல்லு."

". . ."

"ம்... சொல்லு யாரு நீயி... சொல்றயா முள்ளுச் சாட்டையெ எடுக்குட்டா."

". . ."

உடுக்கையை முன்னிலும் வேகமாக விடாமல் அடித்தான். பழனி சாம்பிராணியை அள்ளிப்போட புகை குபுகுபுவென எழுந்தது.

அதுவரை சாதுவாக வேடிக்கை பார்த்துக்கொண்டிருந்த இந்திராணி விரிந்துகிடந்த தலையைச் சுழற்றி ஆட ஆரம்பித்தாள்.

"ம்கூம். . . ம். . . ம். . ."

"சொல்லு ஆரு நீயி."

"சொல்ல மாட்டன்டா. . . ம்கூம். . ." ஆவேசமாகச் சொன்னாள்; வேகமாகச் சுழன்றாடினாள்.

"சொல்லாத போனா நா உடமாண்டெ. நல்லாக் கேக்கற போதே சொல்லீரு." உடுக்கையைப் பலங்கொண்ட மட்டும் அடித்தான் ராமன். எல்லாத் திசைகளிலும் எல்லா அரவங்களும் அடங்கின. உலகமே ஒலியும் அசைவும் அற்றதாக மாறியது. இப்போது உடுக்கைச் சத்தம் மட்டுமே கேட்டது இந்திராணிக்கு.

"இந்தப் பொன்னால ஏம் புடுச்சே சொல்லு."

". . ."

வெளியே கேட்ட உடுக்கைச் சத்தம் இப்போது அவளுக் குள்ளே கேட்டது. அவளைத் துளைத்துவிடுவதுபோல உரத்துக் கேட்டது. கைகளால் காதுகளை மூடிக்கொண்டாள்.

“ம். . . ம் ம். . . கூம். . . டேய் நிறுத்துங்கடா” வெறியோடு கத்தினாள்.

ராமன் முன்னிலும் வேகமாய் நிறுத்தாமல் அடித்தான்.

“ய்யேய். . . நிறுத்துடா” திமிறிக்கொண்டு வேகமாய் எழுந்து நின்ற இந்திராணியை முடியைப் பிடித்து அறைந்தான் ராமன்.

“வேண்டா நாஞ் சொல்லீர்றெ. நானாருன்னு சொல்லீர்றெ. . . ம். . . கூம். . . ஆனா என்னையெப் போவச் சொல்லப்படாது. . . எனக்கு இந்தப் பொன்னா வேணு. . . ம். . . ம். . .”

“அதெல்லா அப்பறெ, இப்ப நீயி ஆருன்னு சொல்லு?”

“யேய். . . யேய். . . அக்கிரமத்துக்குன்னே இருக்கற நாயிகளா. எனையெ நிம்மதியா வுட மாண்டீங்களாடா. யாருன்னு கேக்கறயா நீயி. . . நானாருன்னு தெரீலியா. . . நாம். . . பச்செக்காரி.”

“இந்தப் பொன்னால எப்புடிப் புடிச்சே?”

“உச்சி மத்தியானத்துல படிகெணுத்துல தண்ணி மோக்கற துக்குத் தனியா நடந்து வந்தாளா, கொப்புளிச்ச கெணுத்துத் தண்ணியெப் பாத்து வெறுக்குன்னு பயிந்தாளா, அப்பவே புடிச்சுக்குட்ட. ம். . . ம்கூம். . . என்னையெ ஓட்ட முடியாது, நாம் போவ மாண்டே. . . . ம். . .ம். . .”

இந்திராணி எடுத்துக்கொண்டு ஆடினாள். ஆறேழு ஆண்கள் சேர்ந்தும் அவளைக் கட்டுப்படுத்த முடியவில்லை; திமிறினாள். சொம்பில் இருந்த தீர்த்தத்தை எடுத்து முகத்தில் அடித்தான் ராமன்; அடங்க மறுத்தாள். பிடிக்கவந்த ஆண்களைக் காலால் உதைத்தாள். பிடிக்குக் கிடைத்த கையைக் கடித்தாள்.

“யேய். . . எவுனுமு என்னையெத் தொடாதீங்கடா. தள்ளிப் போயிருங்கடா. போங்கடா அக்கட்டெ. . . ம். . . போவுலீன்னா நாந் தீயிலெ தாண்டீருவெ. . . ம். . . ராமே சொல்லு ராமே. எவனையுமு தொடப் படாதுன்னு சொல்லு ராமே” என தொண்டை கிழியக் கத்திக்கொண்டு வாக்கணத்திலிருந்த தீக்கங்கில் உள்ளங்கையை வைத்தாள்; அலறிக்கொண்டே மயங்கி விழுந்தாள்.

ராமன் எல்லாரையும் தள்ளிப் போகச் சொன்னான். பெரிய சொம்பில் தண்ணீர்கொண்டுவரச் சொன்னான். சொம்பைத் தொட்டுக்கொண்டு கண்களை மூடி முணுமுணுத்தான். மயங்கிக் கிடந்தவள் முகத்தில் தண்ணீரை அறைந்தான். காற்றோட்டமான இடத்தில் அவளைப் படுக்கவைத்து, விசிறி ஒன்றைக் கொண்டு வந்து விசிற ஆரம்பித்தார்கள். மயக்கம் தெளிந்தது. சோர்ந்து போய்த் தலைகுத்தி உட்கார்ந்திருந்த இந்திராணி கீச்சுக்குரலில் அழ ஆரம்பித்தாள்.

“ராமே, நீயிமு என்னையெப் போவச் சொன்னா, நா எங்கு போவெஞ் சொல்லு. இவொ எஞ்சோட்டுக்காரி” பேசிய தினுசிலிருந்து அது வனரோஜா என்று தெரிந்துகொண்டான் ராமன்.

“ஏஞ்சாமி. இது நாயமா. உஞ் சோட்டுப் புள்ளையின்னு சொல்லிக்குட்டுப் புடுச்சிருக்கறையே. இந்தப் புள்ளெ போயிப் பொழைக்க வேண்டாமா.”

“என்னையெ ஆருமு பொழைக்கறதுக்கு வுடுலயே ராமே” பேய் அழுதது.

“வாஸ்தவந்தே. இல்லைங்குலெ. அந்தத் தீம்பெ இந்தப் புள்ளையா செசுது, நீ பண்றது பாவமில்லையா சொல்லு பாக்கலா.”

“என்னையெ ஓட்டீராதெ ராமே, எங்கு போவே நானு, எனக்கு மனசெளக யாருமில்லையா” பேய் தேம்பியழுதது. இப்போது சுற்றிலும் வேடிக்கைபார்த்துக்கொண்டிருந்தவர் களில் சில பெண்கள் பேயின் துன்பத்திற்காக இரங்கினார்கள். பொடிந்த கண்ணீரை முந்தானைச் சேலையில் துடைத்துக் கொண்டார்கள்.

“நீயி போயித்தேந் தீரோணு. போவாம இருக்கறதுக்கு ஆவாது. உனக்கு என்ன கொறையின்னு சொல்லு. நெறெவேத் தறெ. நல்ல புள்ளையா வேணுங்கறதெ கேட்டு வாங்கீட்டுப் போயரோணு.”

“நாங் கேட்டதெல்லாங் குடுப்பையா.”

“குடுக்கறெங் கேளு கண்ணு.”

“என்னெயெச் சிங்காரிச்சுக்கோணு, ஆசையா இருக்குது. கண்ணாடி சீப்பு வேணு, பூவு வேணு, செவப்புக்கலரு சாந்துப் பொட்டு வேணு.”

“ம் . . . அப்பறொ.”

“கட்டிக்கறதுக்கு மஞ்ச நெறத்துல தாவணி வேணு.”

“ம் . . . இப்பிடிக் கேட்டால்ல நல்லாருக்கு. இன்னமும் என்ன வேணுமோ மனம்போல கேளு கண்ணு.”

“கறியுஞ் சோறும் வேணு.”

“எல்லாந் தாருவொ, வாங்கீட்டுப் போறேன்னு சத்தியம் பண்ணு.”

“நாம் புடிச்ச பொன்னாள வுட்டுப் போறேம் போறெ. . . புங்கமரம் புளியமரம் போறேம் போறெ. . . எஞ்சோட்டுப்

பொன்னாள வுட்டுப் போறேம் போறெ. . .” பேய் காலை நீட்டி உட்கார்ந்து தரையில் அடித்துக்கொண்டு ஒருமூச்சுப் பாடியழுதது.

அழுது ஓய்ந்த பின்பு வெற்றிலையில் சத்தியம் வாங்கிக் கொண்டான் ராமன். ஆசைப்பட்டதை எல்லாம் வாங்கிக் கொண்டு விலகிப் போய்விட்டாள் ‘வனரோஜா’.

எல்லாம் முடிந்தது. பேயிடம் சத்தியம் வாங்கிய வெற்றிலையைத் தீர்த்தம் இருந்த சொம்பில் போட்டு மூடி மஞ்சள் துணியால் வேடு கட்டினான் ராமன். கறிச்சோற்றைத் தின்றுவிட்டு கிறங்கிப்போய்க் கிடந்த இந்திராணியின் தலையி லிருந்து உச்சி மயிரை அறுத்துக்கொண்டான். அவள் கட்டி யிருந்த தாவணியில் கொஞ்சம் கிழித்தெடுத்தான். தலையோடு அவளுக்குத் தண்ணீரை ஊற்றிவிட்டு, திரும்பிப் பார்க்காமல் கூட்டிப் போகச் சொன்னான். பழனியைக் கூட்டிக்கொண்டு கிழக்கே நடந்தான். பழனி கொண்டுவந்திருந்த ஆணியில் துணிக் கிழிசலையும் அறுத்த மயிரையும் சுற்றிப் பேய்ப்புளிய மரத்தில் அடித்தான். திரும்பிப் பார்க்காமலும் எதுவும் பேசிக்கொள்ளா மலும் வந்தார்கள்.

அடுத்தநாள் காலையில் இந்திராணியைப் பார்க்கப் போனான் ராமன். வாக்கணத்துத் தணலில் சுட்டுக்கொண்ட உள்ளங்கையில் கொப்புளம் போட்டிருந்தது. மஞ்சளும் பச்சிலை யும் கலந்த எண்ணெய்யை இறகினால் தொட்டெடுத்து மெதுவாகத் தடவினான்.

“வலிக்குது ராமே” அவள் கண்களில் கண்ணீர் நிற்காமல் வழிந்தது.

அவளைப் பரிவோடு பார்த்தான்.

“வலிக்கும்கறது எனக்குத் தெரியாதுங்களா, செரியாப் போயிருமெடுங்கொ, உங்களப் புடிச்சது என்னன்னு வந்தன் னைக்கே எனக்கு தெரியிங் கண்ணு. ஒரு மரத்துச் செராயி ஒரு மரத்துல ஒட்டாதுங்கொ. சாதிசனம் இல்லாமப் பொழச்சற முடீமா, பெத்தவீகளெ நெனச்சுப் பாருங்கொ, காலம் முன்னுக்குப் போகையிலெ நாம அதும் பொறவுக்கே போயரோணுங் கண்ணு, ஆறிப்போயிரு, எல்லாமே ஆறிப்போயிரு. . . மனசெத் தெடம் பண்ணுங்கொ கண்ணு . . . பல மனுசரெப் பாத்து வந்த நாஞ் சொல்றெ. . . எல்லாஞ் செரியாப் போயிரு”. வலி கொஞ்சம் குறைந்திருந்தது. மருந்து வேலை செய்தது. இனி ஆறிவிடும். ராமன் தடவிவிட்ட விதம் அப்படி.

பெற்றவர்கள் ஏற்பாடுசெய்த கல்யாணத்திற்குத் தயாரா னாள் இந்திராணி. பெரிய கிருதாவும் தொங்குமீசையும் வைத்துக்

கொண்டு, மில்லில் வேலை பார்க்கும் கோயம்புத்தூர் மாப்பிள்ளைக்குத் தன்னைப் பொருத்தமானவளாக மாற்றிக் கொள்ள ஆரம்பித்தாள்.

ராமன் கிளம்பும்போது பெரிய பண்ணாடியும் பண்ணாடிக் கவுணிச்சியும் வந்து நின்றார்கள்.

"எங்க செல்லமுத்து கதியென்ன ராமே. நீயி ஒரு நல்ல வாக்காச் சொல்லீட்டுப் போவயாமா. உனக்குப் புண்ணியமாப் போவுமப்பா."

சுருக்குப்பையில் முடிந்துவைத்திருந்த பலவரப்பாசிகளை எடுத்தான். கண்களை மூடிக் கும்பிட்டுவிட்டு, பாசிகளை குலுக்கிச் சுழற்றிப் போட்டான். மல்லாந்து விழுந்தவற்றை எண்ணினான். எண்ணிக்கை இரட்டை இலக்கத்தில் இருந்தது. மறுகை குலுக்கிச் சுழற்றிப் போட்டான். இந்த முறை எண்ணிக்கை ஒற்றைப் படையில் இருந்தது.

"செரிதானுங். கட்டி வழியுட்டாச்சு. சின்னக்கவண்டரு உசுருக்கு ஒண்ணும் அழும்பில்லெ, பண்ணாடியுமு நீங்களுமு பயெங்கிட்டெக் கொள்ளி வாங்க யோகமிருக்குது. நேரங்காலஞ் செரியில்லெ. தை முடிஞ்சு மாசி பொறக்கறதுக்குள்ளெ எங்கிருச் தாலுமு கண்டெங் கண்டன்னு நம்ப சின்னப் பண்ணாடி வந்துரு வாங்கொ. நீங்கொ அழுவாதீங்கொ, தெகிரீமா இருங்கொ, நம்பொ செல்லையெங் கொண்டாந்து சேத்தீருவேம் பாருங்கொ" ராமன் சொன்ன வாக்கை அப்படியே நம்பிக்கொண்டு, வடிந்த கண்ணீரை அழுந்தத் துடைத்துக்கொண்டாள் பண்ணாடிக் கவுணிச்சி.

"ராமனிருந்தான்னா எத்தனெ பழமெ, எத்தனெ சந்தோசொ. அவெம் போன மாயத்துலெ வீதியே விறோச்சுன்னு போச்சு போ."

ராமன் கிளம்பிப்போய்விட்டான்.

மீண்டும் ராமனை அந்த ஊருக்கு வரவழைப்பதற்காகவே, பேய்புளிய மரத்தின் கிளைகளில் பேயாகத் தொங்கிக்கொண் டிருந்தாள் வனரோஜா.

•

49

அதிகாலையின் அமைதியைக் கலைத்துக் கொண்டு, திடும்மச் சத்தம் உரத்துக் கேட்டது.

கோயில் கொடிக் கம்பத்துக்கு முன்னால் நின்று கும்பிட்டுவிட்டுத் திடும்மத்தை அடிக்கத் தொடங்கி யிருந்தான் வீரன்.

"த்திடுந்... த்திடுந்... த்திடுந்... த்திடுந்..."

"சாமியோவ்... வார பாஞ்சாநாளு... மாசி ஏழா நாளு... நெறஞ்ச வெள்ளிக் கெழமெ... நம்பொ செல்லையெந் தேருக் கொடிக் கட்டுங்கோவ்... சாமியோவ்..."

"த்திடுந்... த்திடுந்... த்திடுந்... த்திடுந்..."

வீரனுடைய சத்தம் அவன் இடுப்பில் கட்டி அடித்துக்கொண்டிருந்த திடும்மச் சத்தத்தைவிட உச்சத்திலிருந்தது. பத்துப்படி மண்டபத்தைக் கடந்து கிழக்குவீதிக்குள் நுழைந்தான். தொடர்ந்து முன்னேறி னான். நடுவீதியைக் கடந்து மேற்குவீதியை நோக்கித் தேய்ந்துகொண்டே போனது திடும்மச் சத்தம்.

பொழுதுவிடிந்தவுடனே, ஒரு கொண்டாட்டத் துக்கான முன்னோட்டத்தை அறிவித்திருக்கும் வீரனுக்கு எதையாவது கொடுத்துவிடப் பரபரத்துக் கொண்டு திரிந்தார்கள் கிழக்குவீதிச் சனங்கள்.

வேலை முடிந்து வளவுக்குத் திரும்பிய வீரனை வெறும் வயிற்றோடு போக விடவில்லை.

"இந்தா வீரு, இதெக் குடிச்சுப்புட்டு நல்லாத் தெம்பாப் போ."

சிலுப்பிக்கொண்டிருந்த மோரில் வெண்ணெய்யைப் பிரிக்காமல் அப்படியே கொண்டு வந்து ஊற்றினாள் பண்ணாடிக் கவுணிச்சி. அவள் ஊற்ற ஊற்றக் கையை வாயோடு சேர்த்துவைத்துக் குடித்துவிட்டு, கையில் பிசுபிசுப்பாக ஒட்டிக்

கொண்ட வெண்ணெய்யைக் குண்டித் துணியில் துடைத்துக் கொண்டான்.

"களிக் கெளரி ரக்கிறி கடைஞ்சு வெக்கறெ. போற போது சித்தெ வந்து உண்டுட்டுப் போவயாமா, உனக்கொசரொந்தே மாவெ உண்டுனாப் போட்டுருக்கறெ" மண்ணுடையாம் வீட்டு பாப்பாத்தி ஆயா பிரியமாகச் சொன்னாள்.

"கொஞ்சொ தட்டெப்பயிறு தாரெ, கொண்டோயி வேவுச்சுத் திம்பையாமா, போவையிலெ வந்துட்டுப் போ" கிளாம்பாடிக் கவுணிச்சி சொன்னாள்.

"மேவறத்துத் தோட்டத்துல இருந்து கத்திரிக்கா கொணாந்தெ. நீயுமு நாலெக் கொண்டு போ" தன் பங்கிற்கு பொன்னா சொன்னாள்.

குளிர்ந்துபோனது வீரனுக்கு.

❍

ஊரே பரபரப்பானது.

வருடம் முழுக்க மனிதர்கள் நடமாடிய அந்தச் சிறிய ஊரின் வீதிகளெல்லாம் செல்லையன் தேரேறி வருவதற்காகத் தயாரானது.

சுத்தமாக மாறத் தொடங்கியது.

தேரை மூடியிருந்த ஓலைகளைப் பிரித்துப் போட்டார்கள். 'என்னை என்ன வேண்டுமானாலும் செய்துகொள்ளுங்கள்' எனத் தன்னை ஒப்புக்கொடுப்பதுபோல நிமிர்ந்துநின்ற தேரை அக்கறையோடு சூழ்ந்துகொண்டார்கள். வண்டிவண்டியாகத் தண்ணீர்விட்டுத் தேய்த்துக் கழுவிப் பளபளப்பாக்கினார்கள். குடங்குடமாக எண்ணெய்யை ஊற்றித் தேர்ச்சக்கரங்களின் அச்சுக்களை இலகுவாக்கினார்கள். தேரைச் சுற்றிச்சுற்றி வந்து இன்னும் என்ன செய்யலாம் என்று யோசித்தார்கள். பார்த்துப் பார்த்துச் சரிசெய்தார்கள்; அலங்கரிக்கத் தொடங்கினார்கள். வீதிகளைச் சுத்தம் செய்வதற்காக, பெண்களும் ஆண்களுமாக ஆட்கள் வந்திறங்கினார்கள். வீதியோரங்களில் அண்டியிருந்த செடிசெத்தைகளைக் கொத்தியெடுத்துக் கூட்டியள்ளித் தீவைத்தார்கள்.

குறத்தெருவிற்கு எதிரில், நான்குபக்கமும் கம்பைகளை நட்டு ஓலைப்பாயைச்சுற்றிக் கட்டி ஒதுக்குகளைக் கட்டினார்கள். கடைபோடவும் தேர் பார்க்கவும் வரும் சனங்கள் அவசரத்துக்கு ஒதுங்குவதற்காகச் செய்த ஏற்பாடு அது.

ஓதுக்குகளுக்கு உள்ளேயும் வெளியேயும் சுண்ணாம்புத்தூளைக் கொட்டித் தூவி வைத்தார்கள்.

கிழக்குவீதியையொட்டிச் சுத்தம்செய்யப்பட்ட இடத்தில் தான் ராட்டினத்தூரியும் குடைத்தூரியும் போடுவார்கள். அதற்கும் மேற்கில் குளிர்பானக்கடைகளும் அச்சுமிட்டாய்க் கடைகளும் தின்பண்டக் கடைகளும் இருக்கும். நடுவீதியின் தெற்குப்பகுதியில் ஆரம்பித்து வடக்கே கோயில் வரைக்கும் பாசி வளையல் கடைகளும் பொம்மைக்கடைகளும் பாத்திரக் கடைகளும், வரிசையாக இருக்கும். வீதியோரங்களில் போடப் படும் தேர்க்கடைகளுக்கெல்லாம் தைமாதத்திலேயே வரி வாங்கியாகிவிட்டது. போன வருடத்தைவிட இந்த வருடம் கடைகள் அதிகம். நிறையப்பேர் கடைபோட அனுமதிகேட்டு வந்து நின்றார்கள். அப்படிக் கேட்டவர்களுக்கெல்லாம் இல்லை யென்று சொல்லாமல் அனுமதி கொடுத்தாயிற்று. வரிப்பணம் போன வருடத்தைவிட அதிகமாக வசூலாகியிருந்தது. கடைகள் அதிகமானதால் இடமும் கூடுதலாகத் தேவைப்பட்டது. வரியை வாங்கிவிட்டபின்பு, கட்டாயமாக இடம் ஓதுக்கித் தரவேண்டியிருந்தது. கோயில் தர்மகர்த்தாவான பெரிய எசமாங்க, கடைகளுக்கு இடம் ஓதுக்கும் பொறுப்பு முழுவதை யும் கிழக்குவீதிப் பெரியபண்ணாடியிடம் விட்டிருந்தார்.

ஆட்கள் சுத்தம் செய்வதை மேற்பார்வை பார்த்தபடியே நடந்து வந்த பெரியபண்ணாடி, ஒவ்வொரு கடைக்குமான இடத்தைக் கண்களாலேயே அளந்துகொண்டு வந்தார். இடம் இன்னும் கூடுதலாகத் தேவைப்பட்டது. வரிகொடுத்த எல்லா ருக்கும் இடம் தந்தே ஆக வேண்டும். புறங்கையைக் கட்டிக் கொண்டு யோசித்தபடியே நடந்தவர், முக்கன்னியர் குவையின் மதிற்சுவரை ஒட்டியிருந்த புதரைப் பார்த்ததும் நின்றார். புதரைத் தூர்த்து எடுத்துவிட்டால் அந்த இடத்தில் மூன்று கடைகளுக்கு இடம் ஓதுக்கித் தந்துவிட முடியும் என்று கணக்குப் போட்டார்.

பெரிய சங்கம்புதர் அது.

சங்கம்முள்ளோடு சூரிமுள்ளும் நாயுருவியும் ஒட்டுப் பூண்டும் போட்டிபோட்டுக்கொண்டு வளர்ந்து நின்றன. ஒருமுறை, நாய் ஒன்று முயலை விரட்டிக்கொண்டுவந்தபோது தப்பித்துக்கொள்வதற்காகத் தாவியோடி இந்தப் புதருக்குள் நுழைந்து ஒண்டிக்கொண்டது. காதுகளை விறைத்துக்கொண்டு பயத்துடன் பதுங்கியிருந்த முயலை சின்னானும் ரெங்குநாயக்க னும் பார்த்துவிட்டார்கள். இருவருமாகச் சேர்ந்து புதரைக் கலைத்துப் பிடித்தே விட்டார்கள். பெரிய பெட்டை முயல்.

அப்போதுதான் குட்டி ஈன்றிருக்கும்போல. கொன்று தோலுரித்துக் கறியரிந்தபோது அதன் மார்க்காம்பில் பால் வழிந்தது.

ஒருமுறை, ஊருக்குள் திருடன் புகுந்துவிட்டான். ஊரே சேர்ந்து, திருடனைத் துரத்தியபோது அவன் இந்தப் புதருக்குள் தான் ஒளிந்துகொண்டிருந்தான்.

நல்ல இருட்டு; சுற்றி வளைத்துவிட்டார்கள். ஆனால் யாரும் புதருக்குள் நுழையத் துணியவில்லை. கூர்மையான முட்களோடு செழிப்பாக நின்ற சங்கம்புதரின் அடர்த்தி ஒருவரையும் அருகே அண்டவிடாமல் மிரட்டியது. அரிக்கேன் விளக்கைப் பிடித்துப் பார்த்தார்கள். திருடன் தெரியவே யில்லை. குத்தீட்டியைப் புதருக்குள்ளே செருகிக் குத்தினார்கள். பெரிய கவையைக் கொண்டுவந்து புதரை விலக்க முயற்சி செய்தார்கள். சின்னான் தீப்பந்தத்தைக் கொளுத்திக்கொண்டு ஓடி வந்தான்.

“இப்பொ வெளியெ வாரையா, பொதரோட சேத்திப் பொசுக்குட்டா” என்று சொல்லிக்கொண்டே தீப்பந்தத்தை புதருக்கருகில் கொண்டு போனான். உடம்பெல்லாம் கீறல்க ளோடு புதருக்குள்ளிருந்து வெளியே வந்த திருடனைப் பிடித்து இழுத்துக்கொண்டு, நடுவீதி மண்டபத்திற்குப் போனார்கள். அங்கிருந்த தூணில் சேர்த்துக் கட்டினார்கள். ஆளாளுக்கு அடி போட்டார்கள். திருடன் பிடிபட்டதைச் சொல்ல பெரிய எசமாங்க வீட்டுக்குச் சிலர் ஓடினார்கள். நடுவீதிக்கு வந்த பெரிய எசமாங்களோடு, அவருடைய அம்மா பெரியாத்தாவும் வந்துவிட்டாள்.

உடம்பெல்லாம் ரத்தம் வழியக் காயங்களோடு நின்ற திருடனைப் பார்த்தவுடன் பெரியாத்தா பதறிப்போய் விட்டாள்.

“எனுத்துக்கடா இப்புடிப் போட்டு அடிச்சீங்கொ. செத்துப் போயிருவானாட்டொ, அவனெ அவுத்து வுடுங்கொ.”

“ஆத்தா அவெந் திருட வந்தவனுங்கொ.”

“உனக்கெனுத்துக்கடா இந்தப் பொழப்பு, கையிங்காலுமு தெறமாத்தேனொ இருக்குது” தலையைத் தொங்கப் போட்ட படி நின்றுகொண்டிருந்த திருடனைப் பார்த்துக் கேட்டாள்.

“ஆத்தா வுடுங்கொ. அவங்கிட்டெயெல்லாம் பேசுனா வேலைக்காவாது. இன்னொ நாலு ஈடு போடோணுங்.”

“அவுத்துவுடுங்கடா மொதல்ல, இத்தனெ பேரு சுத்தி நிக்கையிலெ எங்க போயிருவே” பெரியாத்தாளுடைய பேச்சுக்குக் கட்டுப்பட்டு அவனை அவிழ்த்துவிட்டார்கள்.

“மயக்கம் போட்டுருவானாட்டொ, சலவா ஒழுகுது பாரு, இப்புடியாடா போட்டு அடிப்பீங்கொ? மேலுக் காலெல்லா நத்தமாகிக் கெடக்குது, உடுப்பெலாங் கிழிச்சுப் போட்டீங்க ளாட்டொ, டே பயா, தண்ணி கிண்ணி குடிக்கறயா?”

தலை தொங்கிப்போயிருந்தது. வாங்கியிருந்த அடியில் மயக்கத்திற்குப் போய்க்கொண்டிருந்தான். தண்ணீரை முகத்தில் தெளித்தவுடன் உணர்வுவந்தவனாக அனத்தினான். பெரியாத்தா அவனைப் பரிதாபமாகப் பார்த்தாள்.

“தே சின்னே, ஒரோட்டம் போயி சின்னாத்தாக் கிட்ட சோறு கரைச்சு வாங்கியா போ. அப்பிடியே பழைய சட்டெத் துணியொன்னெ கேட்டு எடுத்தா.”

“ஆத்தா திருடுப் பயலுக்குப் போயி எளக்கங் காட்றீங்கொ. வுட்டிருந்தா எல்லாவூட்டிலயும் பூந்து சுருட்டியிருப்பானுங்.”

குண்டாநிறையக் கரைசோறும் சட்டைத் துணி ஒன்றையும் கொண்டுவந்துவிட்டான் சின்னான்.

“நீயே சோத்த ஊத்து சின்னு, குடிச்சப்புட்டு ஊரெப் பாக்கப் போய்ச்சேரு, இனி ஒருக்கா இங்க தட்டுப்படப் படாது.”

“எந்தூருக் காரன்னு தெரீல, வாயே தொறக்க மாண்டீங்கறே, அவனெ வுடப் படாதுங்காத்தா.”

“வேண்டா . . . வுட்டுருங்கடா போவுட்டு. இவுனுக்காவ வுடச் சொல்லுலெ. பாவொ, இவனெப் பெத்துப் போட்டுருப்பா ளல்லொ மவராசி ஒருத்தி, இவெ இப்பிடி அடிதின்னிருக்கறதப் பாத்தா அவ வவுறு குமுறுமடா, அவுளுக்காவொ வுட்டுருங்கொ. முடியமாண்டாத சீவனெல்லா பாடுபட்டுத் திங்கயிலெ உனக்கென்னடா, இதுக்கு நாலூட்டுலெ எரந்து திங்கலா. போ, போயிப் பித்தியாப் பொழச்சுக்கொ” கரைசோற்றைக் குடித்து முடித்தான். கிழிந்த சட்டைத் துணியை மாற்றிக்கொள்ளச் சொன்னாள் பெரியாத்தா.

திருட வந்தவன் பெரியாத்தாளைப் பார்த்துக் கையெடுத்துக் கும்பிட்டான். அடிபட்ட உடம்பைச் சிரமத்தோடு நகர்த்திப் போனான்.

எத்தனை பெரிய புதர்.

“இந்தப் பொதரெ வெட்டுங்கப்பா, முழுசா, வேரோட தோண்டியெடுத்துருங்கப்பா. இருந்த எடந் தெரியப்படாது. நல்லா கட்டுத்தரையாட்ட நறுவுசா நெரவியுட்டுருங்கொ” பண்ணாடிக் கவுண்டர் சொன்னதும் கவை, கொத்து, கடப்பாரை, அரிவாளோடு

ஆட்கள் புதரைக் களைய ஆரம்பித்தார்கள். சங்கம்முள்ளும் சூரிமுள்ளும் கிழித்துப் பதம் பார்த்தன. வெட்டி இழுத்துப் போட்டு, ஒன்றாகக் கூட்டித் தீ வைத்தார்கள்.

புதர் இருந்த இடம் தெரியாமல் போனது.

இப்போது வீதி சுத்தமாக மாறியிருந்தது.

○

பெரியபுத்தூர் சூளையிலிருந்து சுண்ணாம்புக் கற்களைக் கட்டைவண்டியில் ஏற்றிக்கொண்டு வந்து விற்றுப் போனார்கள்.

"வூட்டும் மின்னாலெ தேரு நிக்கறப்ப, செவுரெல்லாங் காரெ பேந்து கெடந்துதுன்னா நல்லாவா இருக்கு."

சுடுநீரில் போட்ட சுண்ணாம்புக்கற்கள் மண்தாழியில் கொதித்துப் பொங்கியது. பூவாய் மலர்ந்து இளகிக்கிடந்த சுண்ணாம்போடு மணலைக் கலந்து, பெயர்ந்துகிடந்த சுவர்களுக்கெல்லாம் காரை இழுக்கினார்கள். பொடிநீலத்தையும் சுண்ணாம்பையும் கரைத்து வீடு பூசினார்கள்.

"கூடெ மொறொம் பூசி, அடுப்பெ வழிச்சுடோணு, போயி எளங் கன்னுக்குட்டிச் சாணியாப் பாத்து எடுத்தாலே" ஆத்தா சொன்னவுடன், கன்றுக்குட்டிச் சாணியைத் தேடிப்பிடித்து எடுத்து வந்தாள் வேணி.

காலையில் இருட்டிருக்கவே கரைத்து வழிக்க ஆரம்பித்தாள் ஆத்தா. கரைக்கும்போது வழுவழுப்பாய் இருக்கும் கன்றுக் குட்டிச் சாணி ஏனோ ஒட்டாமல் மொரமொரத்துக் கிடந்தது. எதனால் இப்படி என்று யோசித்தபடியே அடுப்பை வழித்து விட்டுக் கூடையையும் முறத்தையும் பூசுவதற்காகக் கையில் எடுத்தாள் ஆத்தா.

"தே இந்த நாத்தொ நாறுது" கேட்டுக்கொண்டே பொன்னா வந்து பார்த்தபோது பொழுது வெளுக்க ஆரம்பித்திருந்தது.

"ஆமா நாறுது."

"த்தோ கெரவத்தே, பன்னிப் பீயெப் போட்டுக் கரைச்சு வழிச்சா நாத்தொ நாறாமெ மணமணங்குமா" பொன்னா சத்தம் போட்டாள்.

"அலெ வேணிதேங் கொணாந்தா, கன்னுக் குட்டிச் சாணியின்னு."

"வேணி கொணாந்தான்னா, நமக்கென்ன கண்ணு பொடனி மேலயா இருக்குது."

“ச்சேரி உடுலே, கழுவியுட்டுப் போட்டு, மறுக்காலுமு வழிச்சாக் கெடக்குது, வாக்குத்தக்கம் எனத்துக்கு, நோம்பி நாளும் அதுமா, ஓரியாட்டங் கட்டுனா, வூட்டுக்கு சாமி வராது. பூடெதேம் வரும் பாத்துக்க. அப்பறொ வருசமெல்லா வூட்டுக்குள்ளெ ஓரியாட்டமாத்தே இருக்கு.”

வீடு தவறாமல் கரைக் கட்டிப் பூசிவழித்தார்கள். வேப்பங் குச்சியில் துணியைச் சுற்றிக் கட்டித்தூரிகையாக மாற்றி னார்கள். சுண்ணாம்பிலும் காவியிலும் தொட்டெடுத்துக் கோலம் போட்டார்கள்.

வீடு சுத்தமானது.

அன்றிரவு கிராமசாந்தி. சீக்கிரமாகச் சாப்பிட்டு முடித்து விட்டு எல்லாரும் கதவடைத்துப் படுத்துவிட்டார்கள். ஊரே அடங்கிவிட்டது.

“இன்னைக்கிக் கெராம சாந்தி.பேயி பெசாதெல்லா நத்தச்சோத்தப் புடுச்சுத் திங்கறதுக்குப் பறந்துக்குட்டு வரும். சீக்கரமா வந்து படுத்துக்க.”

“ஆத்தா . . . பேயி பெசாதெல்லா வீசிப்போடற ரத்தச் சோத்தெத் திங்குமா” வேணி பயத்தோடு கேட்டாள்.

“ஆமா, இத்தனெ சோத்த வீசறாங்களே, காத்தால போயிப்பாரு, ஒருசோறு கீழெ கெடக்காது. வீசற சோறு, கீழெ வுழுவறதுக்கு மின்னாலயே புடுச்சுக்கு. ஒண்ணுடாமெத் தின்னுபோடு.”

கதவையடைத்துவிட்டு வந்த பொன்னாளை இறுக்கமாகக் கட்டிக்கொண்டு படுத்திருந்தாள். பேய்களெல்லாம் ரத்தச் சோற்றைத் தின்பதைக் கற்பனை செய்துபார்த்த வேணிக்கு உடம்பே நடுங்கியது.

அன்றிரவு ஊருக்குள் யாரும் வீட்டிற்கு வெளியே படுக்க வில்லை.

பூசாரிகள் சேர்ந்து, பொங்கல் வைத்தார்கள். தேருக்கு கருங்கெடா ஒன்றை வெட்டிப் பலி கொடுத்தார்கள். அதன் பின்பு, வெட்டிய ஆட்டுக்கெடாயின் ரத்தத்தைப் பொங்கல் சோற்றுக்குள் கலந்து பிசைந்தார்கள்.

நேரம் சாமத்தை நெருங்கிக்கொண்டிருந்தது.

உரிமைக்காரப் பூசாரியை இரும்புச்சங்கிலியில் பிணைத்தார்கள். பிணைத்த சங்கிலியின் முனைகளை, இரண்டு பக்கமும் இரண்டுபேர் பிடித்துக்கொள்ள, ரத்தச் சோறிருக்கும்

குண்டாவை ஒருவன் பூசாரிக்கு முன்பாக ஏந்தி வந்தான். சங்கிலியை அசைத்தபடி, ஆவேசத்தோடு திமிறிக்கொண்டு நடந்தான் பூசாரி.

"புடுச்சுக்கோ... புடுச்சுக்கோ... புடுச்சுக்கோ..." பூசாரியின் கனத்த சத்தத்தில் பேய்களுக்கெல்லாம் ஈரக்குலையே நடுங்கியது.

ஊரைச் சுற்றி எட்டுத்திக்கிலும் பச்சைரத்தம் கலந்த சோற்றுருண்டைகளை வீசியபடியே, சத்தம் போட்டுக்கொண்டு போனான் பூசாரி. மரங்களிலும் பாழடைந்த கட்டடங்களிலும் தூர்ந்துபோன கிணறுகளிலும் அண்டி அலைந்துகொண்டிருந்த பேய்களும் பூதங்களும் காட்டேரிகளும் ரத்தச்சோற்றைப் பிடித்துத் தின்றுவிட்டு ஊர் எல்லையைத் தாண்டிப்போய் அமைதியாகக் கட்டுக்குள் இருந்துகொள்ள வேண்டியதுதான். இனி கொடிக்கட்டி, தேர்இழுத்து, சுற்றி வந்து, நிலைக்குக் கொண்டுபோய்ச் சேர்த்து, கொடி இறக்கும்வரைக்கும் அந்தக் கட்டுத் தளர்த்தப் படாது.

கிராமசாந்தி செய்தாயிற்று.

காவல் தெய்வமான முன்னீட்டுக் குப்பயணனுக்கு, பொங்கலிட்டுப் பரிவட்டம் கட்டிப் படிக்காணிக்கை கொடுத்தார்கள். இனி இந்த ஊருக்கும் தேருக்கும் மட்டுமல்ல, தேர்பார்க்கவரும் பதினெட்டுக் கிராமத்துச் சனத்துக்கும் அவன்தான் பொறுப்பு.

அடுத்ததாகச் சிறு முனிகள். ஒரு வருடமாக நீள்தூக்கம் கொண்டிருக்கும் சிறுமுனிகள் எட்டுப்பேரையும் எழுப்பினார்கள். மேளச்சத்தத்தில், தூக்கம் களைந்து எழுந்த சிறுமுனிகள், பொங்கலையும் படிக்காணிக்கையையும் ஏற்றுக்கொண்டு, எட்டுத் திக்கிலும் காவலுக்குப் போய் நின்றுகொண்டார்கள். அவர்களுக்கெல்லாம் தேர்முடியும்வரைக்கும், தினமும் காலையிலும் மாலையிலும் தவறாமல் தீபம்காட்டிப் பூசை கொடுத்துப் பொங்கல்சோற்றைப் படைத்தார்கள் முறைகாரப் பூசாரிகள்.

•

50

பெண்கொடுத்துப் பெண் எடுத்த வீட்டுக்கெல்லாம் தேர்அழைப்பு போனது. எசமானர்கள் வீட்டுச் சொந்தங்களுக்கெல்லாம் அழைப்புச் சொல்ல ஊர்ஊராக அலைந்து கொண்டிருந்தான் மாரான். மகளுக்கு அழைப்புச் சொல்லிவிட்டு வந்த மாரான் தங்கச்சியை நினைத்துக்கொண்டான். அவனால் பொன்னாளை எதிர்த்துக்கொண்டு எதுவும் செய்ய முடியவில்லை.

கூடையை இடுப்பில் இடுக்கிக்கொண்டு சந்தைக்குக் கிளம்பிவிட்டாள் பொன்னா. அவள் கையைப் பிடித்துக்கொண்டு மாடுநோஞ்சிக்கல் வரைக்கும் கூடவே போனாள் வேணி.

“பொறகாலையே வராதலே. போதும் போ.”

“ம்மா முறுக்கு வாங்கியா.”

“ச்சேரி வாங்கியாறனெடு.”

வாழைநாரில் கோத்திருக்கும் முறுக்கை நினைத்துக்கொண்டே மாடு நோஞ்சிக்கல்லில் ‘குதிரை’ ஏறி உட்கார்ந்துகொண்டாள். இப்போது அவளுக்குப் புதுக் கிணற்றுமேடு தெரிந்தது. சந்தையில் இருந்து சனங்கள் வந்துகொண்டும் போய்க்கொண்டும் இருந்ததை வேடிக்கை பார்த்தாள்.

சந்தைக்கூடையைத் தலையில் வைத்தபடிச் சந்தையிலிருந்து வந்துகொண்டிருந்தாள் பாப்பாத்தி ஆயா.

“ஆயா எங்கம்மாளெப் பாத்தீங்களா ?”

“உங்கொம்மா இப்பத்தேஞ் சந்தைக்குள்ளார போறா.”

அடுத்ததாக வந்த கிளாம்பாடி கவுணிச்சியிடம் கேட்டாள், "கவுணிச்சீங்கோவ் எங்கம்மாளெப் பாத்தீங்களா?"

"உங்கம்மா சந்தெக்குள்ளெ கத்திரிக்கா வாங்கீட்டிருந்தா."

"அய்யனுங்கோவ் சந்தையிலெ எங்கம்மாளெப் பாத்தீங்களா" சைக்கிளை உருட்டிக்கொண்டுவந்த ரெங்குநாயக்கனிடம் கேட்டாள்.

"பொன்னா வெத்தலெ பொாவீலெ வாங்கீட்டிருந்தாப் பலெ" சொல்லிவிட்டுப் போனான். அவனுக்குப் பின்னால் சரசு வந்து கொண்டிருந்தாள்.

"அத்தே, எங்கம்மாளெ இன்னொங் காணொ. நீங்கொ பாத்தீங்களா?"

வேணியை, சிரிப்போடு பார்த்துக்கொண்டிருந்தாள் பெரியம்மாயி, "அலெ உங்கோயா வெங்காயக்காரங்கோடப் போய்ட்டாளாம் போ."

"நெசந்தானா, எங்கம்மா இனிமேட்டுக்கு வூட்டுக்கு வராதா" வேணிக்குக் குரல் கம்ம ஆரம்பித்தது.

"அலெக் கேணக் கொமுரி, நாஞ் சும்மானாச்சுக்குச் சொன்னெ. அழுவாதெ. உங்கம்மா போன மாயத்துல வந்துருவாளா. தேரு வருதல்லொ, சாமானமெல்லா நெறக்க வாங்கீட்டுதேனொ வரோணு."

இன்னும் புதுக்கிணற்று மேட்டையே உற்றுப் பார்த்துக் கொண்டிருந்தாள். அம்மா சிவப்புநிறச் சேலை கட்டியிருந்தாள். தூரத்தில் சிவப்புச்சேலையில் வருபவர்களையெல்லாம் அம்மா என்று நினைத்து, நெருங்கி வந்தபோது ஏமாந்தாள். துக்கம் தொண்டையைக் கவ்வியது. மீண்டும் புதுக்கிணற்றுமேட்டைப் பார்த்தாள். அம்மா தெரியவேயில்லை.

சந்தைக்குள் கரும்புச்சக்கரை வாங்கிக்கொண்டு நிமிர்ந்த பொன்னா, எதிர்ச்சாரியில் பயிறு வாங்கிக்கொண்டிருந்த லட்சுமியைப் பார்த்துவிட்டாள். 'ரச்சியா இது, இப்புடி காஞ்சு போயிக் கெடக்கறாளே' அவளைப் பார்த்த மாத்திரத்தில் பொன்னாளுக்கு இரக்கம் சுரந்தது. பயிறு வாங்கித் துண்டுத் துணியில் முடிந்துகொண்டிருந்த லட்சுமி, எதிரே வந்து நின்ற பொன்னாளைப் பார்த்தவுடன் வாயைக் கோணிக்கொண்டு அழுதாள்.

"கோடி சனமிருந்துமு நா அனாதியாப் போனனே நங்கே, நாம் பேசுனது தப்பிதந்தே."

“ரச்சீ. . . என்னமோ ஒரு வேகத்துலெ பேசிப்புட்டெ. குத்தம் எம்பேர்லெதே.”

“அண்ணெ நல்லாருக்குதா ?”

“ம். . . அவீளுக்கென்னொ, சந்தெச் சனமெல்லா வேடிக்கெ பாக்கறாப்பள. எனுத்துக்கு கண்ணுலே தண்ணியுடறே, இன்னத்த நாளைக்கித் தேரு வருதல்லொ, அழப்புச் சொல்ல உங்கொண்ணெ வரும் போ.”

வேணிக்குத் தரச் சொல்லிப் பட்டாணிக்கடலை வாங்கிக் கொடுத்தாள் .

●

51

செல்லமுத்து வந்துவிட்டான்.

கிழக்குவீதியில் செல்லமுத்து வந்த செய்தி அவன் காணாமல் போனதைவிட அதிகமாகப் பேசப்பட்டது.

தேருக்கு வந்திருந்த மகனிடம், செல்லமுத்து திரும்பிவந்த செய்தியைச் சொன்னாள் பிரகலாம்பாள். செல்லமுத்துவுடைய காதலையும் அதற்கு நேர்ந்த கதியையும் நன்றாகத் தெரிந்தவன் கோபால். மனமுடைந்துபோயிருக்கும் நண்பனைப் பார்த்து ஆறுதல் வார்த்தை சொல்லித் தேற்ற நினைத்தான். உடனே கிளம்பிப் போனான்.

"வாங்க, நலமா இருக்கீங்களா, விடுப்புலெ வந்திருக்கறீங்களா?"

வந்திருப்பது பழைய செல்லமுத்து அல்ல என்பதை அவன் பேச ஆரம்பித்தபோதே தெரிந்து கொண்டான் கோபால். பேச்சு, பார்வை, தோரணை எல்லாமே மாறிப்போயிருந்தது. எதிர்பார்த்துப் போன துக்கம் அவனிடம் இல்லாததில் ஏமாற்ற மடைந்தான் கோபால்.

"எங்கெ நாலஞ்சு மாசமா ஆளு சொல்லாமெக் கொள்ளாமெப் போய்ட்டீங்க, எங்கெ போனாப்பலெ?"

"அதெவுடுங்க. உங்ககிட்டெ ஒரு உயில் இருந்துதே, அதெக் கொண்டாங்க, ஈரோட்டுல நம்ம வழக்கறிஞர் தோழர் ஒருத்தர் இருக்கறாரு. நம்ம அமைப்புல இருக்கறவரு. எனக்கு ரொம்ப நெருக்கம். அவர்கிட்டக் காமிச்சு சட்டப்படி உங்க வயலெ மீட்டெடுப்போம். பாடுபட்டு உழைக்கற பாட்டாளி வர்க்கத்துக்குத் தான் நிலம் சொந்த மாகணும். நியாயமாக் கேட்டாக் கொடுக்க மாட்டாங்க, பிடுங்கணும்."

பிறப்பொக்கும்

பேசிவிட்டு நிறுத்தினான். நண்பனிடம் எந்த எதிர்வினையும் இல்லை. எப்பாடுபட்டாவது நண்பனுக்கு சோசலிசத்தைப் புரியவைத்துவிடும் முனைப்போடு மேலும் பேசினான்.

"எத்தனை நாளுக்குத்தான் அடங்கிப் போறது? ஆளும் வர்க்கத்துக்கும் அதிகார வர்க்கத்துக்கும் சாவுமணி அடிக்கணும். நிலம் பொதுவுடைமை ஆகணும். கூடிய விரைவில் புரட்சி வெடிக்கும் தோழர். அந்தப் புரட்சியெ முன்னெடுத்துட்டுப் போறது நம்ம கையிலதான் இருக்குது." பேசப்பேச உதடுகளும் கன்னச்சதையும் துடித்தது. முழு வீச்சில் இருந்தான் செல்லமுத்து.

அதிர்ச்சியோடு நின்றான். நண்பனின் தோற்றுவிட்ட காதலுக்காகக் கொண்டுவந்திருந்த ஆறுதல் வார்த்தைகளைச் சுருட்டி எடுத்துத் தனக்குள்ளேயே புதைத்துக்கொண்டான் கோபால்.

"நீங்க முதல்காரியமா அந்த உயிலெ கொண்டு வாங்க தோழர். உங்க நிலத்தெ மீட்க நடவடிக்கை எடுப்போம். எப்போமே, போராடத் தயாரா இருக்கணும்."

"எங்கம்மாகிட்டக் கேக்கறெ."

"ஊதியூர்லதானெ அந்த வயல் இருக்கறதாச் சொன்னீங்க."

"இதென்ன புத்தகொ" மேசையின் மீது இருந்த புத்தகத்தைக் கையில் எடுத்தபடிப் பேச்சைத் திசை திருப்ப முயன்றான் கோபால்.

"அது 'தாய்' நாவல் தோழர், 'மாக்ஸீம் கார்க்கி' எழுதுனது."

"அதாரு?"

"ரஷ்ய எழுத்தாளர். படிச்சுப் பாருங்க."

"இந்த ராணிமுத்து இல்லைங்களா? 'ஆயிரம்தீவு அங்கயற்கண்ணி' அப்பறொ. . . 'யவனராணி' இப்புடி எதாலும் இல்லைங்களா."

"அதெல்லாம் படிக்காதீங்க தோழர், நம்ம நேரத்தெக் கொன்னுரும். நாம தெரிஞ்சுக்க வேண்டிய விசயங்கள் நெறைய இருக்குது. இப்போ சோவியத்துல. . . "

"எனக்கு நெம்பொ அவசரமான வேலையொண்ணு, பாத்துட்டு அப்பறமா வருட்டுங்களா."

திரும்பிப் பார்க்காமல் வேகமாக வெளியே வந்தான்.

காதல் பாடல்களை மட்டுமே ஓயாமல் ஒலித்துப் பழக்கப் பட்டிருந்த டேப்ரெக்கார்டரில் இப்போது 'மனிதா மனிதா

இனி உன் விழிகள் சிவந்தால் உலகம் விடியும்' என்று ஜேசுதாஸ் உரக்கப் பாடிக்கொண்டிருந்தார். ஒரு முறை அல்ல, இருமுறை அல்ல. பல முறை. ஒலிநாடா தேயும்வரைக்கும். தொடர்ந்து ஓடிக்கொண்டேயிருந்ததில் பாட்டு இழுத்துக்கொண்டே வந்து, திடீரென வேகமாக ஓடியது. கேசட்டிலிருந்து நாடா பிரிந்து வெளியே வந்து விழுந்து, விநோதமான சத்தத்தோடு நின்றுவிட்டது. கேசட்டை வெளியே எடுத்தான். பிரிந்துகிடந்த நாடாவைச் சுண்டுவிரலால் சுற்றிவிட்டுச் சரிசெய்து மீண்டும் போட்டுப் பார்த்தான். மெதுவாகச் சுழல ஆரம்பித்த ஒலிநாடா, இருந்திருந்தாற்போல மீண்டும் வேகமெடுத்தது. இப்போது நாடா ஒரேயடியாக அறுந்துபோயிருந்தது. அதை எப்படி ஒட்ட வைக்கலாம் என்று யோசித்துக்கொண்டிருந்தான் செல்லமுத்து.

வீட்டு வாசலில் உட்கார்ந்து, பழைய வேட்டிகளைக் கிழித்துப் பந்தம் சுற்றிக்கொண்டிருந்த சின்னானுக்குச் சிரிப்பு நிற்கவேயில்லை. "சின்னக் கவண்டருங்கோவ், இந்தப் பாட்டெச் சித்தெ நிறுத்துவீங்களாமா" சத்தமாகச் சொன்னான் சின்னான். திரும்பிவந்த செல்லமுத்து, மரகதவள்ளியைப் பற்றி எதுவுமே கேட்காதது ஏமாற்றமாயிருந்தது அவனுக்கு. அப்போது சவரத்துக்காக அடப்பத்தோடு போய்க்கொண்டிருந்த மாரான் அவனிடம் பேச்சுக்கு நின்றான்.

"மச்சேஞ் சவரத்துக்குப் போறாப்பலயாட்ட."

"ஆமாமா, அது போனாக் கெடக்குது மாப்பளே . . . மொள்ளொ போலா."

"என்னமோ சின்னக்கவண்டருக்குப் பேச்சும் பழமையுஞ் செரியில்லெ, பித்தி மாறாட்டம் ஆயிட்டாப்பள இருக்குது."

"ஆமா மாப்பளே. . . அப்புடித்தே, தலையிலெ அடியெப் பெலமாத் தாங்கிப் போட்டுட்டாங்களாட்டொ, மூளெ கீளெ கொழம்பிப் போச்சாட்ட இருக்குதா."

"பிரிச்சு முடுக்குனதுலெ மனசு கெட்டுப் போயி பைத்தியம் புடுச்சுட்டாப்பள இருக்குது."

கடித்துவிட்டுப் பறந்த அசுவுணியைத் தாண்டிப் பிடிக்க முயற்சிசெய்து பார்த்த மணியன், சொரிந்துகொண்டே இருவருக்கும் நடுவில் படுத்துக்கொண்டது.

ஒலிநாடாவைச் சரிசெய்வதைத் தற்காலிகமாகக் கை விட்டுவிட்டு, வீதியைச் சுற்றிக்கொண்டு சின்னான் வீட்டுக்கு வந்தான் செல்லமுத்து.

சின்னானிடம் சாவகாசமாகப் பேசிக்கொண்டிருந்த மாரான், செல்லமுத்துவைப் பார்த்த மாத்திரத்தில் அடப்பத்தைத் தூக்கிக்கொண்டு வேகமாக எழுந்துவிட்டான். சொரிவதை நிறுத்திவிட்டு மணியும் எழுந்தது. அவன் போவதை விரும்பாததைப் போல, தாண்டுக்கால் போட்டுக் கொண்டு கையை நக்கியது.

“சின்னக்கவண்டரெப் பாக்கவே முடீலீங்களா, எங்க வெளீல வாரதையே காணமாட்டெொ, நம்பகிட்டெ நின்னு பேசக்கோட நேரமில்ல பாத்துக்குங்கொ, சவரம் ஒண்ணு இருக்குது, அவுசாரொ, நாம் போறனுங்க சின்னக்கவண்டரே, ச்சுடே, போ அக்கட்டெ. கெரவொ எங்க வந்து நக்குது பாரு, இந்த நாயிக்கி வேலையென்னொ” மணியனைத் தள்ளிவிட்டு, நழுவி ஓடினான்.

செல்லமுத்துவிடம் பேச்சுக் கொடுப்பதில் சின்னானுக்கும் கலவரம்தான். தப்பித்துப் போக என்ன செய்வதென்று தெரிய வில்லை. மரத்தடியில் படுத்திருந்த கழுதையைப் பார்த்தான். விடியற்காலையில் அழுக்குமோளியைச் சுமந்து கொண்டு ஆற்றுக்குப் போன கழுதை, அவிழ்த்துவிட்டதிலிருந்து ஆற்றங் கரையெங்கும் வளர்ந்திருந்த கொழுக்கட்டாம்புற்களையும் அரிசிப்புற்களையும் வயிறுபுடைக்க மேய்ந்துவிட்டுச் சுடு மணலில் புரண்டுகொண்டு கிடந்தது. பின்பு, வெளுத்து முடித்த துணிமோளியோடு நடக்கமாட்டாமல் நடந்து வீடுவந்துசேர்ந்த கழுதை, கெடா வேப்பமரத்து நிழலில் சொகுசாகத் தூங்கிக் கொண்டிருந்தது. வேகமாகப் போன சின்னான் அதை அடித்து எழுப்பினான்.

“கழதையெ மேய்ச்சுக் கொணாரனுங்க சின்னக் கவண்டரே, நல்ல மேவு இல்லைங்களா, கழதெ வவுறு வத்திக் காஞ்சுபோயிக் கெடக்குது. நா வாரனுங்கோவ்” கயிற்றுத் தும்பைக் கழுத்தில் மாட்டிவிட்டுக் கழுதையை இழுத்தான். நல்ல மதமதப்பில் இருந்த கழுதை அசைய மறுத்தது. சின்னா னுடைய இழுப்புக்கெல்லாம் அசங்காமல் நான்கு கால்களிலும் நங்கூரம் பாய்ச்சிக்கொண்டு நின்றது. இழுத்துக்கொண்டிருந்த கயிற்றை விட்டுவிட்டுப் பின்னால் வந்து ஓங்கி ஒரு உதை விட்டான். “கூறுகெட்ட கழதெ, நெவுந்து குடுக்குதான்னு பாரு, மனசெம் படுற பாடு தெரியாம, சப்பெயெ ஒடைக்கறன் இரு” உதை வாங்கியதில் கத்திக்கொண்டே நகர்ந்து போன கழுதையைப் பார்த்துக்கொண்டு தனியாக நின்றான் செல்லமுத்து.

●

52

நரிக்குறத்தியிடம் ஈர்கொல்லியும் பேன்சீப்பும் வாங்கி வந்திருந்தாள் மயிலாத்தா. மகளுக்கு ஈர்ஈற்றிவிட்டு, பேன் சீவிக் குத்தினாள். அழுக்குத் தேய்த்துக் குளித்துக்கொண்டாள் சௌந்திரம். கத்தரிப்பூ நிறத்தில் ஒரு டர்லின் சேலையைக்காங்கயம் சந்தையிலிருந்து வாங்கி வந்திருந்தான் ரெங்குநாயக்கன். தேர் வரும்போது சௌந்திரம் அந்தச் சேலையைத்தான் கட்டிக் கொள்ளப் போகிறாள்.

"ஐயனுங்கோவ், சித்தெ வந்து எங்க சவந்தராளுக்கு அந்த வெலங்கெக் கத்தரிச்சு வுட்ருவீங்களாமா, தேரு முடியறமுட்டு வீசி நடந்துட்டுப் போறா, பாவொ" போய்ச் சொல்லி விட்டு வந்தான் ரெங்குநாயக்கன். கால்விலங்கைக் கழற்றிவிட வந்த கண்ணையன் சௌந்திரத்தைப் பார்த்து ஆச்சரியப்பட்டுப் போனான். அழுக்கும் பேனும் இல்லாமல் போனதில் அவள் எடையில் அரைவீசம் காணாமல் போயிருந்தது. வாரிச் சீவி முடித்த தலையில் விளக்கெண்ணெய் மினுமினுத்தது.

'சவந்தரமா இது.'

முகங்கொள்ளாமல் சிரித்தாள் சௌந்திரம். அவளுடைய சிரிப்பு கண்ணையனையும் பற்றிக் கொண்டது. சிரித்துக்கொண்டே விலங்கைத் தரித்துவிட்டான்.

கருப்ப மூப்பனுக்கு இப்போது போன உயிர் வந்ததுபோல இருந்தது. துரையனால் எழுந்து நிற்க முடிகிறது. கைத்தாங்கலாகப் பிடித்துக்கொண்டால் மெதுவாக வீட்டுக்கும் வாசலுக்கும் எட்டு வைக்கிறான். சிங்கிரிபாளையத்து வைத்தியரை நம்பியது வீண்போகவில்லை. தெளுவுக்காய்ச்சக்

கிளம்பியபோது, கூடவே புறப்பட்ட மருமகளை ஆச்சரியமாகப் பார்த்தாள் நாச்சாத்தா. அந்த வீடு மெதுவாகப் பழைய நிலைக்குத் திரும்பிக்கொண்டிருந்தது.

"எனக்கு அன்னைக்கே தெரியி, என்னையெ செல்லை யெங்கையுட்ற மாட்டே. தேரு வாரதுக்குள்ள எம்படவூட்டெ நல்லது பண்ணிக் குடுத்துருவேன்னு தெரியி, நம்ப செல்லை யென் ஆரு, பக்கத்தொணையிருந்து கூடவே பேசற சாமியாக்கு" சொன்ன நாச்சாத்தாளுக்கு வார்த்தை தளுதளுத்தது.

தட்டுத் தடுமாறி எழுந்து நின்றது அந்த வீடு. துரையனைப் போலவே.

●

53

தேர் நெருங்கிவிட்டது. வீதியெங்கும் கடைகள். எல்லாக் கடைகளிலும் கூட்டம் நிரம்பியிருந்தது. வடிவேல் அச்சில் ஏறி நின்று கொண்டு ஊக்கமாய் மிதித்தான். ராட்டினத்தின் வீச்சு கண்ணையன் சுற்றுவதைவிட படுவேகமாக இருந்தது. நான்குபெட்டிகளும் விசிறிக்கொண்டு சுற்றி வந்தன. அந்த வேகம் தந்த உற்சாகத்தில் கூச்சலிட்டார்கள். சில குழந்தைகள் பயத்தில் பெட்டியின் கம்பியைக் கெட்டியாகப் பிடித்துக் கொண்டு கத்தினார்கள். பொட்டிக்கூடை போல உப்பியிருந்த வயிற்றில் சுருக்குப்பையைச் செருகிக் கொண்டு, அதில்,தூரி ஆடுவதற்கான கட்டணத்தை வாங்கிப்போட்டுக்கொண்டிருந்தாள் சாந்தி. வேணி இதயக்கனி அங்காயா எல்லோரும் சேர்ந்து கொண்டு தேர்க்கடையைச் சுற்றி வந்தார்கள்.

“நா இந்தப் பாசிதெ வாங்குவெ.”

“நானு இந்த வளையலெ வாங்கப் போறம் பாரு, எங்க அத்தெ வந்திருக்குது. எனக்குத் தேர்க்காசு தரும்.”

“நா வந்து சினிமாப் பாட்டுப் புத்தகொ வாங்குவெ.”

“எங்க அக்காளும் மச்சானும் வந்திருக்க றாங்கொ. எனக்குத் தூரியாட காசு குடுப்பாங்கொ.”

மண்ணுடையாம்வீட்டு பாப்பாத்திஆயா மண்பாண்டக் கடை போட்டிருந்தாள். விதம் விதமாகச் சாயம் பூசப்பட்ட உண்டியல்களை வரிசைகட்டி வைத்திருந்தாள்.

“இங்க பாரு பனங்கா உண்டி.”

"அய்யோ, பனங்காயெல்லா மந்தங்காட்டுக்குள்ள வுழுந்து கெடக்கு, அதுலெ போட்டா காசே சேராது."

"இதா பாரு மாங்கா உண்டி."

"மாங்கா நம்ப சந்தையிலெ கூட வாங்கீரலா, அழுவிப் போன கொட்டெமாங்கா, அதும் வேண்டா."

"அங்க இருக்குது பாரு ஆப்பிள் உண்டி."

"அய். . . யா . . . ஆப்பிள் உண்டி, அதுல காசுபோட்டா சீக்கரத்துல சேந்துரும்."

"அக்கட்டெ போங்க புள்ளைகளா, மேலெ வுழுந்து கிழுந்து ஒடச்சுப் போடாதீங்க.போங்க அக்கட்டெ" பாப்பாத்தி ஆயா எல்லாரையும் துரத்தினாள்.

ஒவ்வொரு கடையாக நின்று வேடிக்கைபார்த்துக் கொண்டே வந்தார்கள். அந்தக் கடைக்கும் முன்பாக வந்து நின்றபோது, நகராமல் நின்றுவிட்டாள் வேணி. அங்கே, உயரமாயிருந்த பலகையின்மீது, வரிசையாக வைக்கப்பட் டிருந்த கண்ணாடித் தம்ளர்களில் ரோஸ்நிறத்திலும் பச்சை நிறத்திலும் சிவப்பு நிறத்திலும் மஞ்சள்நிறத்திலும், நூல்நூலாகச் சேமியா மிதந்தது. பாயாசக்கடை அது. தன் தோழிகளை அங்கேயே விட்டுவிட்டு வேகமாக வீட்டை நோக்கி ஓடினாள். போன வேகத்தில், பொன்னாளிடம் பாயாசம் வாங்கித் தரச் சொல்லிக் கேட்டாள்.

"அலெ, நாளெ மக்கியாநாளுத் தேரு. ஊருக்குள்ள எல்லா வூட்டுலயும் பாயாசொ ஊத்துவாங்கொ. குடிக்க முடியாம போசி நெறையாக் கெடக்கு. இப்ப எனத்துக்குக் காசு போட்டு வாங்கோணு."

வேணி கேட்கவில்லை.

"எனக்குத் தேர்க்கடையில விக்கற கலர் பாயாசந்தே வேணு."

வாசலில் உட்கார்ந்து காலை உரசிக்கொண்டு அழுதாள்; அடம்பிடித்தாள்.

"கடெப் பாயாசொங் கேக்குதா உனக்கு, கத்திக்கிட்டே கெட லே" பொன்னா அவள் வேலையைப் பார்க்கப் போய் விட்டாள்.

வேணிக்குக் குதிகாலில் தோல் உரிந்ததுதான் மிச்சம். கண்ணீர் வராமல் வரட்டு அழுகை அழுது வாய் வலித்தது. புருசன்பிள்ளைகளோடு தேருக்கு வந்துசேர்ந்த லட்சுமி,

கொண்டு வந்த பையைத் திண்ணையிலேயே வைத்துவிட்டு, "நா வாங்கித் தாரெம் வா சாமி" என்றுகூட்டிப் போனாள். அவள் கேட்ட ஆரஞ்சுக்கலர் பாயசத்தை வாங்கித் தந்தாள். ஒரே சந்தோசம் வேணிக்கு. இனிப்போ இனிப்பு. ஆரஞ்சு நிறத்திற்கு மாறியிருந்த நாக்கை நீட்டிநீட்டிப் பார்த்துக் கொண்டாள். தோழிகள் யாரிடமாவது சொல்ல வேண்டும்போல இருந்தது. வாசலுக்கு வந்து தெற்கேயும் வடக்கேயும் திரும்பிப் பார்த்தாள். யாரும் தட்டுப்படக் காணோம். அந்த நேரத்தில் வாலை ஆட்டிக் கொண்டுவந்து நின்ற மணியனிடம், "நாந் தேர்க்கடையில பாயாசங் குடிச்சனாக்கு" எனச் சொல்லிச் சிரித்தாள். சிரித்துக்கொண்டே அதன் உடலை வருடினாள். எதிர்பாராமல் கிடைத்துவிட்ட வருடலைத் தாள முடியாமல் உயரத் தாண்டிக் குதித்தது மணியன்.

உறவுகளால் நிரம்பிய வீடுகளிலிருந்து பேச்சும் சிரிப்பும் வாசல்தாண்டி வீதியெங்கும் வழிந்தது. மாசிமாதப் பனி. மரமே நடுங்கும் பனி. போர்த்துக்கொள்ளப் போர்வைகள் போதாமல் புடவைகளைப் போர்த்திக்கொண்டார்கள். படுத்துக்கொள்ள இடம் போதாமல் நெருக்கிக்கொண்டு படுத்துக்கிடந்தார்கள். உறவுகள் போதாதென்று தேர்பார்ப்பதற்காகக் கட்டிச்சோறு கட்டிக்கொண்டு, வந்திருந்த வெளியூர்ச் சனங்கள் கிடைத்த வீடுகளில் நுழைந்து, ஆசாரத்திலும் வாசலிலும் இடம்பிடித்துக் கொண்டார்கள்.

சொந்தங்களெல்லாம் ஒன்றுகூடிய சந்தோசம். கச்சாயமும் சீடையும் போசி நிறையக் கிடக்கும் சந்தோசம். புட்டுமாவும் தோசையும் பணியாரமும் வடையும் சுட்டுத்தின்னப் போகும் சந்தோசம். கடைகடையாக அலைந்து பொருள்களை வாங்கும் சந்தோசம். கூட்டங்கூட்டமாக வந்துபோகும் சனங்களின் முகங்களைப் பார்க்கும் சந்தோசம். ஊரே சந்தோசத்தில் நிறைந்து திணறியது.

பெரியூட்டு எசமாங்க வந்துவிட்டார்.

"ஏப்பா பஞ்சாங்கத்தெப் பாத்துட்டியா, நல்ல நேரந்தேனொ, அச்சாரங் குடுத்தறலாம்மல்லொ" வடிவேல் பண்டாரத்தைக் கேட்டார்.

"நல்லா குடுக்கலாமுங்கொ சாமீ."

செல்லையனோடு கூடவே தேரேறி வரும் மங்களப்பட்டி ஐயருக்கு முதலில் அச்சாரம் தந்தார். அடுத்ததாக செல்லையனைத் தேருக்குத் தூக்கிவரும் மூக்குத்திப் பண்டாரம் வந்து அச்சாரத்தை வாங்கிக்கொண்டான். முளைப்பாரி

எடுத்துவரும் பெரிய பண்ணாடி, பூரணக்குடம் எடுத்துவரும் தோணைச்செட்டியார், தவிலுக்கும் நாயனத்துக்கும் கிருட்டிணக் கைக்கோளன், உப்புச் சர்க்கரைப் பானையை எடுத்துவரும் சண்முக மண்ணுடையான், தேர் முழுக்க மொழுக்குப்பூசி எண்ணெய் வார்க்கும் எண்ணெய்ச் செட்டியார் நாச்சியப்பன், தேர் வடச்சங்கிலியையும் சக்கரத்தின் அச்சுக்களையும் பரிசோதித்துத் தரும் கண்ணையன் ஆசாரி, தேரின் மரச்சட்டங்களோடு இணைப்புக்களையும் சரிசெய்து தரும் தங்கவேல் ஆசாரி, தேர்ச் சேலைகளுக்குச் சாயம் தோய்த்துத் தைத்துக் கட்டித் தரும் அங்கப்ப முதலியார், தேர் சீராக நகரச் சண்ணைக்கட்டை போடும் ரெங்குநாயக்கன், தேரை மூடியிருந்த ஓலையைப் பிரித்துத் தரவும் தேர் ஓடி வந்து நிலை சேர்ந்தபிறகு புதுஓலை வேய்ந்து கொடுக்கவும் வந்திருக்கும் கருப்பமூப்பன், தீப்பந்தம் பிடித்துத் தேருக்கு வழிகாட்டும் சின்னா வண்ணான், விளக்கு சுமந்துவரும் மாரான் நாவிதன், பறையடித்துக் கொம்பூதும் ஈசன், செல்லையனுக்குச் செருப்புக்கட்டிக்கொண்டு வரும் வீரன் என ஒவ்வொருவராக வந்து தேரில் ஏற்றப்பட்டிருந்த சேவல் கொடியைப் பார்த்துக் கும்பிட்டுவிட்டு வெற்றிலையில் வைத்துக்கொடுத்த அச்சாரத்தை வாங்கிக்கொண்டார்கள்.

"நம்ம செல்லையெ, நம்ம வூருத் தேரு. அத்தனெபேரும் ஒண்ணா ஒத்துமையா நின்னு, எந்தத் தீம்பும் தெடங்கலும் இல்லாமெ,தேரு ஊரெச் சுத்தி வந்து, நல்லபடியா நெலெ சேர ஒத்துழைக்கோணு, எல்லாருஞ் சேர்ந்து நல்லா நடத்திக் குடுத்துருங்கப்பா" பெரியூட்டு எசமாங்க எல்லாருக்கும் பொதுவாகக் கேட்டுக்கொண்டார். சேவல்கொடியைப் பார்த்துக் கும்பிட்டுக்கொண்டார்.

அடுத்த நாள் தேரோட்டம்.

●

54

அதிகாலையின் அமைதியில். . .

கண் திறந்தான் செல்லையன்.

தாங்கமுடியாத சந்தோசம் அவனுக்கு. இருக்காதா பின்னே? ஒரு வருசம் ஒரே இடத்தில் அடைந்துகிடப்பதென்றால் சாமானியப்பட்ட காரியமா என்ன? இனி மூன்று நாள்களுக்கு ஊர்வலமாக ஊரைச் சுற்றி வரலாம். உற்சவம் தான், உல்லாசம்தான். மனசெல்லாம் பரபரத்தது. பீடத்திலிருந்து இறங்கிக் குதித்து ஆட வேண்டும் போல இருந்தது செல்லையனுக்கு. சும்மாவா பின்னே. இந்த நாளுக்காகத்தான் ஒருவருசமே காத்திருந்தான் செல்லையன்.

போதிய வெளிச்சம் இல்லாமல் இருள் சூழ்ந்திருக்கும் கருவறைக்குள் அடைந்தே கிடப்பது அலுப்பாக இருந்தது அவனுக்கு. கருவறையினுள் பரவியிருக்கும் எண்ணெய் மொழுக்கு வாசனை யும் தோக்குருவி அண்டுவதால் எழும் வீச்சமும் செல்லையனுக்குப் பிடிக்கவேயில்லை.

இன்றைக்கு மூக்குத்திப் பண்டாரம்தான் பூசைக்கு வந்திருக்கிறான். அவன்தான் செல்லையனை அலங்கரிக்கப் போகிறான்.

சுத்தமாகக் குளித்துவிட்டுத்தான் பூசைக்கு வருவான் மூக்குத்தி. அவன் சித்தப்பன் கோயில் முறை என்றால் எங்காவது ஓடிவிடலாம்போல இருக்கும் செல்லையனுக்கு.

'கண்ணுப்பூளையெ ஒழுங்காகக் கழுவ மாண்டே. மல்லெ மண்டுபோட்டுக் காலெச் சுத்தமாக் கழுவமாண்டே. பாதங்காலெல்லா ஒரே மல்லுத் தாரையா இருக்கும். கெரவெொ, பல்லெக் கில்லெ வெளக்குவானா இல்லையான்னு காணா. நெத்தி நெறையா துன்னூரெப் பூசிக்கிட்டு பூசெத்

தட்டத்தெத் தூக்கிக்கிட்டு வந்துருவே சுத்தக்காரனாட்ட. இவெம் மொறெ முடியறமட்டும் இதே துக்கந்தே.' வாய்க்குள் ளேயே முணுமுணுத்துக் கொள்வான் செல்லையன்.

உச்சிப்பூசையை முடித்ததும், பந்திசாளைக்குப் போய் உலர்ந்த வாழைமட்டைகளை வெட்டி ஈர்க்குச்சிகளால் இணைத்து மட்டைஇலை போடுவான் மூக்குத்தி. சிலநாட்கள் வேலை எதுவும் இருக்காது. சாயந்திரம்வரைக்கும் யாரும் பூசைக்கு வரப்போவதில்லை. அப்போது மூக்குத்தியும் அவன் சித்தப்பனும் ஆடுபுலி ஆட்டம் ஆடுவார்கள். கரித்துண்டு ஒன்றை எடுத்துவந்து முன்மண்டபத்திலேயே கட்டம் வரைந்து கொள்வார்கள். பதினைந்து வேப்பங்கொட்டைகள் ஆடுகளாக வும் மூன்று புளியங்கொட்டைகள் புலிகளாகவும் உருமாறி யிருக்கும். மூக்குத்தி, ஒரு ஆட்டத்தில் புலியாகப் பாய்வான். அடுத்த ஆட்டத்தில் ஆடுகளாக ஓடுவான். புலி பதுங்கிப் பதுங்கி ஒவ்வொரு கட்டமாக நகரும். தந்திரமாக ஒரு ஆட்டை மட்டும் தனியாகப் பிரிக்கும்.ஏமாந்த ஆடு இடம்கொடுத்துத் தனிமைப்பட்டுவிட்டால்ஒரே பாய்ச்சலில் பாய்ந்து அடித்து விடும். இப்படியே ஒவ்வோர் ஆடாக அடித்து அந்த ஆட்டத்தில் புலிகள் வெற்றிபெற்று விடுகின்றன.

ஆடுகளுக்கும் வெல்வதற்கு வாய்ப்பில்லாமல் இல்லை. அடுத்த ஆட்டத்தில் ஒவ்வொன்றும் மிக சாமர்த்தியமாக நகரும். பதுங்கிவரும் புலிக்கு,பாய்வதற்கு இடமே கொடுக்காமல் சேர்ந்து நிற்கும். ஒவ்வொரு நகர்வையும் யோசித்து யோசித்து கவனமாக எடுத்துவைக்கும். ஆட்ட முடிவில் பதினைந்து ஆடுகளும் சேர்ந்து மூன்று புலிகளையும் சுற்றிவளைத்து நகர விடாமல் முடக்கிப் போட்டுவிடும். இப்போது ஆடுகள் வெற்றி கொண்டதற்காக எக்காளமிட்டன.

அவர்களது ஆடுபுலி ஆட்டத்தை வேடிக்கைபார்த்துக் கொண்டிருந்தான் செல்லையன். ஆடுகளும் புலிகளும் மாறி மாறி நகர்வதை அக்கறையோடு கவனித்தான். வாய்ப்புக் கிடைக்கும் போதெல்லாம் ஒருவரையொருவர் ஏமாற்றிக் கொண்டார்கள். அதையெல்லாம் நமட்டுச் சிரிப்போடு ரசித்தான். 'அடுத்த நகர்வில் நீ அடிபடுவாய்' என்று ஆடுகளை எச்சரிக்கத் நினைத்தான். சில நேரம் 'நீ சுற்றி வளைக்கப் படுவாய்' என்று புலிகளை எச்சரிக்கத் தோன்றியது. ஆனால் அடுத்தடுத்த நகர்வுகளைத் தீர்மானிப்பதற்கு அவர்களுக்கு மட்டுமே உரிமை உண்டு. அவர்களுடைய ஆட்டத்தை அவர்களே ஆட வேண்டியதுதானே விதி என்று விலகி நின்று விடுவான். இறுதியில் வென்றுவிட்ட அவன் சித்தப்பனுக்காகப்

பூரித்துப்போன செல்லையன், தோற்றுப்போன மூக்குத்திக்காக அனுதாபப்பட்டான். ஒரே சமயத்தில் ஆடாகவும் புலியாகவும் செல்லையனால் இருக்க முடிந்தது.

இப்படித்தான் செல்லையனுக்கு, பொழுதுபோய்ப் பொழுது விடிந்துகொண்டிருந்தது.

இன்று எல்லாவற்றிலிருந்தும் விடுதலை. கோயிலை விட்டு வெளியேறும் நினைவே சுகமாக இருந்தது. பக்கத்திற்கொன்றாக அவன் மனைவியர் இருவரும் நின்றுகொண்டிருந்தார்கள். ஏனோ அவர்கள் இருவரிடமும் செல்லையனிடமிருந்த உற்சாகத்தைக் காணோம். 'சரிதான், ஒரு துன்பம்னு வந்துட்டா எம்பட மக்கள் எல்லாரும் என்னையெத்தாங் கூப்படறாங்க, கூப்பாடு கோரிக்கை எல்லா எங்கிட்டத்தான் வெச்சுக்குறாங்க. வார்த்தெ வசவுங்கூட எனக்குத்தான், வள்ளியையும் தெய்வானையையும் நினைப்பாரும் இல்ல. குறையெச் சொல்லிக் காப்பாத்திக் குடுன்னு கூப்பிடுவாரும் இல்லெ. வைவாருமில்லெ. ஒருவேளெ, நம்ம ஊருக்கு வாக்கப்பட்டுவந்த மருமகப்புள்ளைககிட்டெ நம்ம வழக்கெல்லாம் எதுக்கு சொல்லோணுமின்னு நினைக்கறாங்களோ என்னமோ' யோசித்துக்கொண்டே இருவரையும் திரும்பித் திரும்பிப் பார்த்தான். அவர்களுக்கு ஒரே இடத்தில் அடைந்து கிடப்ப தெல்லாம் பிரச்சினையே இல்லைபோல. ஆனால் வேறு பிரச்சினைகள் இருந்தன. அப்போதுதான் அலங்காரம் செய்து முடித்திருந்தார்கள். உடல் முழுக்க நகைகள், கல் வைத்த ஆரமும் அட்டியும் ஒட்டியாணமும் பிரமாதமாக ஜொலித்துக் கொண்டிருந்தன. இருவரையும் பார்க்கப் பார்க்க செல்லைய னுக்குப் பரவசமாக இருந்தது. அபாரமான அலங்கரிப்பு. பிரமாதம். நகையெல்லாம் பிரச்சினையில்லை, அவர்களுக்குக் கட்டிவிடப்பட்டிருந்த புடவைதான் பிரச்சினை. பிடிக்கவில்லை. புடவை என்பது சாதாரண விசயமா என்ன? இருவருக்கும் பிடிக்கவேயில்லை. காலகாலமாக ஒரே நிறம்தான். வள்ளிக்குச் சிவப்புப் புடவை, தெய்வானைக்குப் பச்சைப்புடவை. இது என்ன சட்டமா? எத்தனை நிறம் இருக்கிறது, அதெல்லாம் இவர்களுக்குக் கிடைக்காதா? ஒருநாளாவது வேறு நிறத்தில் புடவை உடுத்திவிட்டால் என்னவாகிவிடுமாம். அதிருப்தியில் இருவரும் முகத்தைச் சுளித்துக்கொண்டார்கள்.

பட்டுவேட்டியைக் கட்டிக்கொண்டான். ஓரமெல்லாம் ஜரிகையில் நெய்த அங்கவஸ்திரத்தைச் சரிசெய்தபடிப் பூரித்துப் போடு, கண்களில் காதல் வழிய தன் தேவியர் இருவரையும் பார்த்தான் செல்லையன்.

பிறப்பொக்கும்

"க்க்கூம்" சொல்லிவைத்தார்ப்போல இருவரும் வெடுக் கென்று கழுத்தை ஒடித்து முகத்தைத் திருப்பிக்கொண்டார்கள்.

"இந்தப் பொம்பளைங்களே இப்புடித்தே. வந்தவளுஞ் செரியில்லெ, வாய்ச்சவளுஞ் செரியில்லெ. ஒண்ணுக்கு ரெண்டாக் கெட்டியுமு ஒரு பிரயோசனமில்லெ. இவளுக எந்தக் காலத்துலதே, உள்ளது போதும்னு நெனச்சுருக்கறாளுக, இன்னைக்கென்ன புதுசா. இவங்க பிரச்சனைக்குள்ளார ஆம்பளைக நாமெல்லாம் தலையெக் குடுத்தறவே கூடாது. கண்டுங் காணாமெ செரிசெரீன்னு போயற வேண்டீதுதே" செல்லையன் தனக்குள் பேசிக்கொண்டான்.

மேளச்சத்தம் கேட்டது. பரபரப்பானான் செல்லையன்.

"மங்களப்பட்டி ஐயர் மந்திரம் சொல்ல ஆரம்பித்து விட்டார். இதோ என்னைத் தேரில் எழுந்தருள வேண்டுமென அழைக்கிறார். மூக்குத்தியும் வந்துவிட்டான். இன்னும் சில நிமிடங்கள்தான். நான் தேரில் ஏறிவிடுவேன். எனக்கு முன்னால் ஊர்வலமாகக் கொண்டுவந்த முளைப்பாரியை வைத்துவிட்டுக் கும்பிட்டு நிற்கிறார் பெரியபண்ணாடி. மாவிலையும் புதிதாகப் பூத்த தென்னம்பாளையும் வைத்த பூரணகும்பம்கொண்டு என்னைத் தேருக்கு வரவேற்கத் தயாராக நிற்கிறார் தோணைச் செட்டியார். கோயிலுக்கு வெளியே பந்தம்பிடித்துக்கொண்டி ருக்கிறான் சின்னான்.தேருக்குப் பக்கத்தில் வந்தாயிற்று. இதோ வீரன் நிற்கிறான். எனக்குப் புதுச் செருப்புத் தைத்துக்கொண்டு வந்திருக்கிறான். பராத்துத் தட்டத்தில் பூக்களுக்கு நடுவே வைத்துத் தலைக்கும்மேல் தூக்கி வந்திருக்கிறான். போன வருடம் கொண்டு வந்த செருப்பை விட இந்தச் செருப்பு அழகாக இருக்கிறதே, வீரன் அப்படியே இருக்கிறான். அவன் மகனே பாட்டுக்கு வந்திருப்பான். ஆனாலும் வீரனுக்கு வயசே தெரிய வில்லை. தேருக்குப் பின்னால் ரெங்குநாயக்கன், அவனுடைய ஆட்களோடு சண்டை போடத் தயாராக நிற்கிறான். நாயனமும் தவிலும் சத்தமாய் முழங்குகின்றன. அந்தச் சத்தத்தை அடக்குவது போல பறையும் கொம்பும் ஒன்றாக ஒலிக்கின்றன.

இதோ என்னைத் தேரில் ஏற்றி விட்டார்கள். வருச மெல்லாம் விளைந்த விளைச்சலின்முதல்படிப் பள்ளயத்தைத் தேரைச் சூழ்ந்துகொண்டு வாரியிறைக்கிறார்கள். தவசமும் தானியமும் பயிறும் பருத்தியும் மழைபொழிவதுபோலக் கொட்டித் தீர்ந்தன. தேரில் ஏறி, உயரத்திலிருந்து பார்க்கிறேன். எங்கு பார்த்தாலும் என் மக்கள்.

"நாம் பெத்த மக்கா. . ."

தேருக்கு முன்னால் என் மக்களெல்லாம், வடச் சங்கிலியைப் பற்றிக்கொள்ள வரிசையாக நிற்கிறார்கள். பெரியூட்டு எசமாங்க முதல் பூசைக்குத் தேங்காய்பழத் தட்டத்தைத் தருகிறார். பச்சைநிறத் துண்டை எடுத்துத் தலைக்கும் மேலே வட்டமடித்துச் சுழற்றுகிறார் பெரிய பண்ணாடி. இதோ எல்லாரும் தயாராகிவிட்டார்கள். தொட்டுக் கும்பிட்டுவிட்டு வடத்தைப் பிடிக்கிறார்கள். ஒன்றாக இழுக்கிறார்கள். என் மக்கள், என் உறவுகள். ஆனந்தத்தில் துளிர்த்துப் பார்வையை மறித்துவிட்ட கண்ணீரை மேல்துண்டால் துடைத்துக்கொண்டு, ஒவ்வொரு முகங்களையும் பார்க்கிறேன்.

அத்தனை முகங்களிலும் பேரானந்தம். என்மேல்கொண்ட அன்பின் பொருட்டு, பெருகும் கண்ணீர். என்போலவேதான் எல்லாருக்கும் நெகிழ்ந்திருக்கிறது மனது.

அடைந்திருக்கும் பரவசத்தைப் பலத்தோடு பொருத்திக் கொண்டு வடத்தை இழுக்கிறார்கள்.

தேர் அப்படியே நிற்கிறது.

"ஏப்பா எளவட்டமெல்லா கலந்து நில்லுங்கப்பா, நீ முன்னுக்கு வா, நீ வடத்தெ இங்க புடி, ம். . . ஆவட்டும். . . இழு. . . வுடாமெ இழுங்க. . ." பெரிய பண்ணாடி ஆணையிட்டுக் கொண்டும் ஆலோசனை சொல்லிக்கொண்டும் முன்னும் பின்னும் ஓடிக் கொண்டிருக்கிறார். அத்தனைபேரும் ஒன்றாக இழுக்கிறார்கள்.

தேர் நகரவில்லை.

தேரை நிமிர்ந்து பார்க்கிறார்கள். அத்தனை கண்களிலும் உத்வேகம். கைகளால் பற்றியிருந்த வடத்தை இப்போது மனத்தால் பற்றுகிறார்கள். மிக்க வலுவோடும், மிகுந்த பலத்தோடும்.

ரெங்குநாயக்கன் தேர்ச்சக்கரத்திற்கடியில் சண்ணைக் கட்டையைச் செருகி ஏறுகிறான்.

முழுவீச்சில் பறையடிக்கிறான் ஈசன். தன் சக்தியெல்லாம் ஒன்றாகத் திரட்டி நிலமெல்லாம் அதிர பறையடிக்கிறான். அடிக்கும் வேகத்தில் பறையும் பறைக்குச்சியும் கண்ணுக்குத் தெரியாமல் அரூபமாய் மாறிவிட்டதே. அவன் உடம்பே பறையாக மாறிவிட்டதா என்ன? 'பறைச்சத்தத்தாலேயே தேரை அசைத்து விடுகிறேன் பார்' என ஆவேசம் கொண்டவனாகப் பிடித்த வேகத்தை விடாமல் அடித்துக்கொண்டிருக்கிறான். அவனுக்குப் பின்னால் நிற்கும் இளவட்டங்கள் அவனுக்கு ஈடுகொடுத்து அடிக்கத் திணறுகிறார்கள். கொம்பை

உயர்த்திப் பிடிக்கிறான் ஈசனின் மகன் ரட்டான். "நான் என்ன சளைத்தவனா"என மொத்தக் காற்றையும் இழுத்து நெஞ்சுக் கூட்டுக்குள் நிறைத்துக்கொண்டு பறைச்சத்தத்திற்கு இணையாகக் கொம்பூதுகிறான்.

பறையின் ஆவேசம் இப்போது ஒவ்வொரு மனத்திற் குள்ளும் இறங்குகிறது. இழுத்துக்கொண்டிருக்கும் கைகளில் தெறித்துவிடுவதைப் போல நரம்புகள்புடைக்கின்றன.

பெரியூட்டு எசமாங்க தேருக்குப் பக்கத்தில் நின்று கொண்டு தேரையும் சனங்களையும் மாறிமாறிப் பார்க்கிறார். பெரிய பண்ணாடி துண்டை வேகமாகச் சுழற்றிக்கொண்டு இரண்டு வடங்களுக்கு நடுவே நின்று முழக்கமிடுகிறார்.

ரெங்குநாயக்கன் குதித்து மிதிக்கிறான். சண்ணைக்கட்டை தேர்ச்சக்கரத்தை முன்னே தள்ளுகிறது.

"இழு இழு... இழேய்... வுடாத... வுடாத புடி ... இழு... இழு... இழேய்... ய்..."

"க்க்கடக்."

தேர்ச்சக்கரம் நகர்ந்தது.

"செல்லையாஆ. . ." ஆகாசமே கிடுகிடுத்தது. அத்தனை பேரும் கூக்குரலிடுகிறார்கள்.

தேர் அசைந்துகொண்டே நகர்கிறது. தொங்கவிடப் பட்டிருக்கும் பூச்சரங்களும் தேர்த் தோரணங்களும் அங்கு மிங்கும் ஆடுகின்றன. அலங்காரமாகக் கட்டப்பட்டிருந்த தென்னம்பாளைகளும் பாக்குக்குலைகளும் குலுங்குகின்றன.

"அரகரா அரகரா அரோகரா."

"அரகரா அரகரா அரோகரா."

சத்தம் பறையொலியைப் பின்னுக்குத் தள்ளியது.

தேர் முன்னேறிச் செல்கிறது.

பெரியூட்டு எசமாங்க என்ன இப்படி இளைத்துப் போய் விட்டார், அவருடைய சத்தம்கூட போன வருடத்திற்கு இந்த வருடம் உரைப்பாக இல்லை. உடம்பு கிடம்பு செரியில்லையோ என்னவோ.

பெரிய பண்ணாடியிடம் அதே கனத்த குரல்; மாறவே யில்லை.

இதோ இளவட்டங்களுக்கு இணையாக, கம்பை ஊன்றிக் குதித்து, தேருக்குச் சண்ணைக்கட்டை போட்டுக் கொண்டிருக்கிறான் ரெங்குநாயக்கன்.

இடுப்பில் துண்டைக் கட்டிக்கொண்டு விளக்குத் தூக்கிக் கொண்டு நிற்கிறான் மாரான். என்ன வயசு மாரானுக்கு, அதற்குள்ளாகத் தலையில் நரை கிளம்பிவிட்டதே. பந்தம் பிடித்து வரும் சின்னான் ஒரு சுற்றுப் பெருத்துவிட்டான். கருப்பமூப்பன் கட்டுத் தளராமல் இருந்தாலும், முகத்தைப் பார்த்தால் வயது கூடிவிட்டதைப்போல தெரிகிறான்.

அசைந்து அசைந்து தேர் நகர்ந்துகொண்டேயிருக்கிறது.

தேர்வரும் வீதிக்குத் தண்ணீர் தெளித்துக்கொண்டிருக்கும் இந்தக் கிழக்குவீதிப் பெண்களுக்குத்தான் எத்தனை உற்சாகம்.

"இவங்ளையெல்லாம் பாக்கப் பாக்க, எம்பட ரோசனெ பேச்சு பழமெயெல்லாங்கூட மாறுதே, இதாருசாந்தியா. . . போன வருசமெல்லா, சின்னத் தேரெ இழுத்துக்கிட்டுச் சின்னப் புள்ளைகளோட ஒண்ணா சிட்டாட்டத் திரிஞ்சவ. இப்பப் பாத்தா பெரிய மனுசியாட்ட. ஆளே மாறீட்டாளே, எம்பட மவளே, பெத்துப் பெருவி மவராசியா இரு.

புருசனைக் கைத்தாங்கலாப் பிடிச்சுகிட்டு நிக்கறா ஈஸ்வரி. "இந்நேரத்துக்கெல்லா தொரையன் இப்படியா இருப்பே. தேரை ஒத்தையாளா இழுக்கறவனாட்ட முன்னுக்கு வந்து நிப்பானே, கவலெப்படாதடா தொரையா, நல்லாப் போயிரும்."

பெரிய வண்ணானுக்கு வாக்கப்பட்டு வந்தவ. ஒரு காலத்துல எப்புடியிருந்தவ. நல்லமனசுக்காரி. அவ வாயெத் தெறந்தா எத்தனெ கதெ, எத்தனெ ஒவமானம், எத்தனெ ஒப்புமெ. இப்பொ, சிறுசு பெருசுன்னு எல்லாம் அவளெப் பெரியம்மாயின்னு கூப்புடுது. ம்ம். . . அவளுக்குந்தே வயிசாவிப் போச்சு.

இதாரு வீராப்புள்ளயா. . . ஊருக்கே குடிசெஞ்சு ஒய்ஞ்சு போயிட்டா. வம்பாடு பட்ட பாட்டாளி அவ. சாவறவரைக்கும் கைகாலுக்குச் சொகத்தெக் குடுன்னு கேப்பா. அதெத் தவிர எங்கிட்ட வேறெதையுங் கேட்கமாட்டா.

இங்க பார்றா. . . பொன்னாளும் ரச்சியும் ஒண்ணக் கண்டாப்பல சீலெ கெட்டிகிட்டு நிக்கறதெ. சண்டை வழக்கெனத்துக்கு, என்னைக்கும் இப்புடியே ஒத்துமையா இருங்க புள்ளைகளா."

“ரச்சிக்குப் பொறவாண்டெ நிக்கறாளே, அட, மாராம் புள்ளெ, பர்வதா. அவ மாப்பளெ கூட குருப்பநாய்க்கம் பளையத்துக்காரெ. ‘அந்த ஊருலெ பச்செயெப் பாக்கோணு மின்னா பனெமரத்து உச்சியிலதேம் பாக்கோணு. அப்புடிக் காஞ்சு போன ஊரு’ன்னு அவளெக் கட்டிக் குடுக்கறப்போ, பொன்னா பொலம்பித் தீத்தாளே. ஒரு ஆம்பளெப்பயெனெப் பெத்துட்டா. எதாலும் ஒரு வேண்டுதலெ வெச்சக்கிட்டே இருப்பா. பர்வதா பல்லுவரிசையாட்ட இந்த ஊருக்குள்ளெ இன்னொருத்தருக்கில்லெ. என்னைக்கும் சிரிப்பு மங்காதபடி இரு மகளே.”

“நம்ம சவந்திராளெ எங்கே. இதா, இங்கெ நிக்கறா பாரு, எம்பட செல்ல மவ. கத்தரிப்பூ நெறத்துலெ சீலையெக் கட்டிக்கிட்டுச் சம்முன்னு இருக்கறாளே. மஞ்சளெ பூசிப் பொட்டு வெச்சுக்கிட்டுத் தலை நிறையா வாடாமல்லிப் பூவோட படு சோக்கா இருக்கறாளே. அவ மொவத்துலதே எத்தினி சந்தோசொ. அவெொ இப்புடியே என்னைக்கும் நல்லா இருக்குட்டு.”

“சவந்தராளுக்குப் பக்கத்துல நிக்கறா பாரு மயிலாத்தா. அவளெக் கண்டாளே எனக்குக் கருக்குன்னு இருக்கும். ‘செவுடா குருடா’ன்னு என்னையெக் கண்டமேனிக்கி வசவுல புடிச்சுருவா. அவ என்னதேம் பண்ணுவா, பாவெொ. என்னையெ, அவளா பேசறா, அவ தலையெழுத்து பேச வைக்குது.”

“சரசாளுக்கு அவ சுறுசுறுப்புதே அழகு. கிணுக்குன்னு இருப்பாளே, இப்பொ எளச்சுக் கெடக்கறா. நெறக்கச் சோறுண்டு ஒடம்பத் தேத்தோணு. நல்ல சொகத்தோட இரு மகளே.”

இந்த வீதியெல்லா எத்தனெ சுத்த வத்தமா இருக்குதுன்னு பாரு. தேவர்களையெல்லா இங்கெ ஒரு எட்டுக் கூட்டியாந்து காட்டோணு. ‘பாருங்கடா எம்பட மக்களெப் பாருங்க. இப்படி சுத்தமான தெருவெ, எங்கே, உங்க தேவலோகத்துல காட்டுங்க பாக்கலா’ன்னு கேட்கோணும். அழகிகளெல்லா இந்திரலோகத்துலெதே இருக்கறாங்களா. எம்பட கெழக்கு வீதிக்கு வந்து, இங்கிருக்கற பொண்டுகளெப் பாத்துட்டு அப்பறஞ்சொல்லுட்டு. ஒவ்வொரு வீட்டுலயுமு பானெ நெறக்கச் சோறு. மூலையெல்லா வாழைத்தாரு சாத்தி வெச்சுருக்குது, ஆசாரம் முச்சூடுமு அரசாணிக்காயா உருண்டுக்கிட்டுக் கெடக்குது. எல்லாருமு செரஞ்சீவமா இருக்கறாங்க. எம்பட மக்களெல்லா நல்லா இருக்கறாங்க. எனக்குச் சந்தோசமா இருக்குது. மனசெல்லா நெறஞ்சு கெடக்குது.

கிழக்குவீதியைக் கடந்து போக மனமில்லாமல் தேர் நின்றது. நகரத் தாமதித்தது.

சண்ணைக்கட்டை போட்டு நெம்பித் தள்ளித் திருப்பியதில் தேர் முக்குத் திரும்பியிருந்தது.

கிழக்குவீதியைக் கடந்து செல்லையன் மேற்குவீதிக்குத் திரும்பினான். பின்பு வடக்குவளவு. ஊரையே சுற்றிக்கொண்டு வந்தது தேர்.

வடத்தைக் கீழேவைத்துவிட்டுக் கைதட்டினார்கள். விழுந்து கும்பிட்டார்கள். பின்பு ஒருவருக்கொருவர் கும்பிட்டுக் கொண்டார்கள். மூன்றாம்நாள் தேர்முட்டியில் போய் நின்றது அது.

பிள்ளையார் அமர்ந்திருந்த சின்னத்தேரைச் சிறுவர்களெல்லாம் சேர்ந்து இழுத்துவந்து எப்போதோ நிலை சேர்த்திருந்தார்கள்.

தேரிலிருந்து இறங்கிய செல்லையனுக்கும் அவன் தேவியருக்கும் ஆரத்தி கரைத்து வந்து திருஷ்டி கழித்தார்கள். இளைப்பாறலுக்குப் பின்பு, மாலைநேரத்தில் சப்பரத்தில் ஏறினான். தேரேறி உலா வந்த தெருக்களில் 'வண்டிப்பாதை' பார்த்து வரப் புறப்பட்டான்.

எல்லாம் முடிந்தது. உற்சவம் ஊர்வலம் எல்லாவற்றையும் முடித்துக்கொண்டு வருசமெல்லாம் அடைபட்டுக் கிடக்க, மீண்டும் கோயிலுக்குள் போனான்.

"நாம் பெத்த மக்கா. . . எம்பட ஒறவுகளா. . . எல்லாரும் எந்தக் கொறவும் இல்லாம நல்லா இருங்க. நாளெ வருசம் இன்னாக் காலம் உங்களையெல்லாம் பாக்கறதுக்கு மறுபடியும் நா வாரெ" மனநெகிழ்வோடு தம் தேவியர் சூழக் கருவறைக்குள் நுழைகிறான் செல்லையன்.

•